ഗ്രീൻ ബുക്സ്
## മീൻകാരനും ലോലിതയും
ജോസെ ലിയോൺസ്

നോവലിസ്റ്റ്.
1976ൽ തൃശ്ശൂർ ജില്ലയിലെ മുണ്ടൂർ പുറ്റേക്കരയിൽ ജനനം. 2001 മുതൽ ഇൻഫർമേഷൻ ടെക്നോളജി രംഗത്ത് പ്രവർത്തിക്കുന്നു. ലോകത്തിന്റെ വിവിധ ഭാഗങ്ങളിൽ ജോലി ചെയ്തതിനു ശേഷം ഇപ്പോൾ കൊച്ചിയിലെ ഐ.ടി. സ്ഥാപനത്തിൽ കൺസൾട്ടന്റായി ജോലി ചെയ്യുന്നു.

**ഗ്രീൻ ബുക്സ് പ്രസിദ്ധീകരിച്ച ഗ്രന്ഥകർത്താവിന്റെ ഇതര കൃതി**

*ദൈവകണികകൾ (നോവൽ)*

നോവൽ
# മീൻകാരനും ലോലിതയും
### ജോസെ ലിയോൺസ്

ചിത്രീകരണം
ഗോപിദാസ്

ഗ്രീൻ ബുക്സ്

green books private limited
gb building, civil lane road, ayyanthole,
thrissur- 680 003, kerala
ph: +91 487-2381066, 2381039
website: www.greenbooksindia.com
e-mail: info@greenbooksindia.com

(malayalam)
**meenkaranum lolithayum**
(novel)
by
josse lyons

first published april 2017
copyright reserved

illustrations : gopidas
cover design : rajesh chalode


branches:
thrissur 0487-2422515
palakkad 0491-2546162
kannur 0497-2763038
Thiruvananthapuram 9846670899

isbn : 978-93-86440-14-3

---

no part of this publication may be reproduced, or transmitted in any form or by any means, without prior written permission of the publisher

GBPL/886/2017

## മുഖക്കുറി

'മീൻകാരനും ലോലിതയും' - സ്ത്രീയുടെ സ്വത്വബോധത്തെ സമ്മതിച്ചുകൊടുക്കാൻ തയ്യാറല്ലാത്തവരുടെ സാമൂഹിക ജീർണ്ണതയ്ക്കെതിരെ എയ്തുവിടുന്ന ഒളിയമ്പുകളാണ്. സമസ്ത മേഖലകളിലും സ്ത്രീപുരുഷ സമത്വം വേണമെന്നു പറയുമ്പോഴും സ്ത്രീയെ കാമദാഹം തീർക്കാൻ മാത്രമുള്ള വിലകുറഞ്ഞ വസ്തുവായി കാണുന്നതിനെതിരെ, പുരുഷന്റെ ദുഷിച്ച ഒളിഞ്ഞുനോട്ട പ്രവണതയെ, ആക്ഷേപഹാസ്യത്തിന്റെ മുന്നിൽ നിർത്തി ചോദ്യം ചെയ്യുന്ന നോവൽ. നിത്യജീവിതത്തിലെ സാധാരണമായ പൊതുകാഴ്ചകളെ അസാധാരണമായ പൊടിപ്പുകൾ ചേർത്ത് വികസിപ്പിച്ചിരിക്കുന്നു. ലൈംഗിക വൈകൃതങ്ങളുടെ രോഗാതുരമനസ്സിനെ പോസ്റ്റ്മോർട്ടം ചെയ്യുന്നു. ലളിതവും സുതാര്യവുമായ വാചകഘടന. വ്യത്യസ്തമായ പ്രമേയം.

കൃഷ്ണദാസ്
*മാനേജിങ് എഡിറ്റർ*

To My Parents,
Teachers & Friends

# ആമുഖം

**ഈ** കാലഘട്ടത്തിലും സ്ത്രീയുടെ സ്വത്വബോധത്തെ സമ്മതിച്ചുകൊടുക്കാൻ കഴിയാത്തവരാണ് ഭൂരിഭാഗം പുരുഷൻമാരുമെന്നത് എന്നെ ചിന്തിപ്പിച്ച് അസ്വസ്ഥനാക്കി. ചിന്തയുടെ ഏതോ സമയത്തിന്റെ അനിയന്ത്രിതമായ ഉൾപ്രേരണയാൽ എഴുത്തിന്റെ മറ്റൊരു ഭൂമിക എന്റെ മുന്നിലേക്ക് തുറന്നുവന്നു. സ്ത്രീപുരുഷ പരിപ്രേഷ്യം അടുത്ത ആയിരം വർഷം കഥകൾ എഴുതിയാലും അവസാനിക്കാൻ സാധ്യതയില്ല. സ്ത്രീ സമസ്ത മേഖലകളിലും പുരുഷനോടൊപ്പമെന്നു പറയുന്ന ഭരണകൂടങ്ങൾ; ഭരണം വലിയ ഒരളവ് വരെ നിയന്ത്രിക്കുന്ന പുരുഷൻമാർ. ഒരു ഭാഗത്ത് സ്ത്രീകളെ ബഹുമാനിക്കണമെന്നു പറയുന്ന പുരുഷൻമാർ, മറുഭാഗത്ത് ദേവിയായി ആരാധിക്കുന്നവർ, മറ്റൊരു കൂട്ടം ഉപഭോഗ വസ്തുക്കൾ വിൽക്കാൻ ഉപകരണമായി കാണുന്നവർ, വേറെ ചിലർക്കു പുരുഷന്റെ കാമദാഹം തീർക്കാൻ മാത്രമുള്ള വില കുറഞ്ഞ വസ്തുക്കൾ.

മനുഷ്യർ തന്റെ സഹജീവികൾക്ക് കണ്ണാടിയാണെന്ന് ഞാൻ വിശ്വസിക്കുന്നു. നാം ഓരോ മനുഷ്യരെയും കുറിച്ച് നടത്തുന്ന വസ്തുതാപരമല്ലാത്ത അഭിപ്രായപ്രകടനങ്ങൾ, നാം തന്നെ സ്വന്തം ചിന്തകൾ മറ്റുള്ളവരുടെ ദേഹത്തിൽ അടിച്ചേല്പിക്കുന്നതിനു തുല്യമാണ്. പലരും പറഞ്ഞു പഴകയിതാവാം. ഒരു കാര്യം ഉറപ്പാണ്. നല്ല കാഴ്ചകളാണ് നല്ല ചിന്തകൾ ഉണ്ടാക്കുന്നത്. നല്ല ചിന്തകളാണ് നല്ല വാക്കുകൾ ഉണ്ടാക്കുന്നത്. നല്ല വാക്കുകളാണ് നല്ല പ്രപഞ്ചം സൃഷ്ടിക്കുന്നത്. ഓരോ വ്യക്തികളിലും കാണുന്ന ഏറ്റവും നല്ല കഴിവുകളെ കുറിച്ച് അവരോടുതന്നെ പറഞ്ഞു നോക്കുക. അവരുടെ മുഖത്തെ സന്തോഷം ശ്രദ്ധിക്കുക. ചിലപ്പോൾ സന്തോഷം പ്രകടിപ്പിക്കാത്തവരും ഉണ്ടാകാം. പക്ഷേ അവരും ഉള്ളിൽ സന്തോഷിക്കും. നിങ്ങൾ അങ്ങനെ ഓരോ മനുഷ്യരെയും

സന്തോഷിപ്പിക്കുമ്പോൾ നിങ്ങളുടെ സന്തോഷം കൂടിക്കൊണ്ടിരിക്കും. കണ്ണാടിയിൽ തട്ടി തിരിച്ചുവരുന്നതാണ് ആ സന്തോഷം. മറ്റു വികാരങ്ങളും അങ്ങനെ തന്നെ. നമ്മൾ മറ്റൊരാളെ വേദനിപ്പിക്കുമ്പോഴും അങ്ങനെ തന്നെയാണ്. ചിലർ വർഷങ്ങളോളം തന്റെ സഹജീവികളോട് വൈരാഗ്യം കൊണ്ട് നടക്കുന്നവരും ഉണ്ടാകാം. എന്തിനാണ് കണ്ടാൽ മിണ്ടാതെ നടക്കുന്നതെന്നു പോലും തിരിച്ചറിയാത്ത അവസ്ഥ. അതിനിടയിൽ ജാതി, മതം, സമ്പത്ത് തുടങ്ങി പല വിഷയങ്ങൾ ഉപയോഗിച്ച് മനുഷ്യരെ ഭിന്നിപ്പിക്കുന്നവർ. നേരിട്ട് സംസാരിച്ചാൽ തീരുന്ന പ്രശ്നങ്ങൾ സംസാരിക്കാതിരുന്നു മനസ്സിൽ ഭാരം കൊണ്ടു നടക്കുന്നവർ. അങ്ങനെ പലവിധ മനുഷ്യർ.

എന്നാൽ വസ്തുതാപരമായി വിമർശിക്കുക എന്നു പറയുന്നത് വളരെ ഉയർന്ന ചിന്താവിചാരം പ്രകടിപ്പിക്കേണ്ട ഒരു കലയാണ്. ചിലർ സ്ഥിരമായി മറ്റുള്ളവരെ കുറ്റം പറയുന്നത് ശ്രദ്ധിച്ചിട്ടില്ലേ. അവരുടെ രീതികളെ അവർക്ക് തന്നെ മനസ്സിലാക്കി കൊടുക്കാൻ കഴിയുന്ന തിളങ്ങുന്ന കണ്ണാടികൾ ഇല്ലാത്തത് കൊണ്ടാണ് അവർ അങ്ങനെയായി തീരുന്നത്. പിന്നെ ആത്മീയത, മറ്റു ധ്യാനങ്ങൾ തുടങ്ങിയ കണ്ണാടി മിനുക്കുന്ന സൂത്രങ്ങൾ ഉപയോഗിച്ച് സ്വയം മനസ്സിലാക്കാൻ ശ്രമിക്കുന്നു. ഉൾകാഴ്ച വർദ്ധിക്കുന്നതോടെ സ്വന്തം കണ്ണാടി തിളങ്ങിത്തുടങ്ങുകയും കൂടുതൽ മനുഷ്യർ സന്തോഷത്തോടെ നിങ്ങളുടെ കണ്ണാടിയിലേക്ക് നോക്കുകയും ചെയ്യുന്നു. അങ്ങനെ നോക്കുന്നവരിൽ ചിലർ കണ്ണാടി കല്ലെറിഞ്ഞു തകർക്കാൻ ശ്രമിക്കുന്നത് സ്വാഭാവികമാണ്. ക്യാമറ കണ്ണുകൾ എന്ന കവിതയും ആറു കണ്ണുകൾ എന്ന കവിതയും ഈ ചെറിയ നോവലും എഴുതിയത് ഒരേ മാനസിക അവസ്ഥയിലാണ്. ആറു വരിയിൽ പറയാവുന്ന ആശയം വലിയ കഥയാക്കി എഴുതുക എന്ന ദൗത്യം എന്നെ ആനന്ദിപ്പിച്ചു. ഇത് ഒരുപക്ഷേ നിയോഗമായിരിക്കാം. ഈ കഥ എവിടെ നിന്നോ ഒഴുകി എത്തിയതാണ്. തടഞ്ഞുനിർത്താൻ കഴിയാത്ത കവിത പോലെ.

ഇത് എന്റെ രണ്ടാമത്തെ നോവൽ ആണ്. ആദ്യ നോവലായ 'ദൈവകണികകൾ'ക്ക് നിങ്ങൾ തന്ന പ്രോത്സാഹനത്തിനു നന്ദി. ഒരിക്കൽ കൂടി പറയട്ടെ; നിങ്ങളുടെ സ്നേഹത്തോടെയുള്ള ഉപദേശങ്ങൾ യുക്തിഭദ്രമായി തന്നെ ഞാൻ സ്വീകരിക്കുന്നു. പലരും നോവൽ വായിച്ചതിനു ശേഷം ഫോൺ ചെയ്ത് അനുമോദനം അറിയിച്ചു. പലരും ഇമെയിലൂടെയും ഫേസ്ബുക്കിലൂടെയും ബന്ധപ്പെട്ടു

അനുമോദനങ്ങളും അഭിപ്രായങ്ങളും അറിയിച്ചു. ഒരിക്കൽ ക്കൂടി നന്ദി. രണ്ടാമത്തെ നോവൽ എഴുതുന്നതിൽ അത്തരം പ്രോത്സാഹനങ്ങൾ വളരെയധികം സഹായിച്ചിട്ടുണ്ട്.

സി.വി രാമൻപിള്ളയും ഒ. ചന്തുമേനോനും എഴുത്തച്ഛനും ചെറുശ്ശേരിയും തകഴിയും ബഷീറും കുഞ്ചൻ നമ്പ്യാരും എം.ടി വാസുദേവൻ നായരും ഒ.വി വിജയനും പദ്മരാജനും ഒ.എൻ.വിയും എൻ.കെ. ദേശവും സുഗതകുമാരിയും മാധവി ക്കുട്ടിയും പദ്മനാഭനും എന്റെ നാട്ടുകാരനായ മാടമ്പും സാറ ടീച്ചറും തുടങ്ങി സുഭാഷ് ചന്ദ്രൻ വരെയുള്ള സാഹിത്യകാര ന്മാർ വളർന്നു പന്തലിച്ച കേരളത്തിൽ  ആ വൃക്ഷങ്ങളിൽ നിന്നും താഴെ വീണ പൂമ്പൊടിയുടെയും അതിനെ ആവാ ഹിച്ച ഫലഭൂയിഷ്ഠമായ മണ്ണിന്റെയും ഗുണംകൊണ്ട് ഞാൻ എന്തൊക്കെയോ എഴുതുന്നു. അങ്ങനെയുള്ള മണ്ണിൽ ഒരു ചെറിയ ചെടിയുടെ നാമ്പ്. ഞാൻ യാത്ര തുടങ്ങിയിട്ടേയുള്ളൂ. നിങ്ങളുടെ പിന്തുണ പ്രതീക്ഷിക്കുന്നു.

ആദ്യ നോവലിന്റെ തുടക്കത്തിൽ പറഞ്ഞ പോലെ തന്നെ, ഈ പുസ്തകം വായിക്കുന്ന ഓരോ മനുഷ്യന്റെയും ഭാവന യുടെ ഒരു ചെറിയ അംശം മാത്രം കൈമുതലായുള്ള എനിക്ക് നിങ്ങളുടെ ചിന്താമണ്ഡലത്തിൽ സ്ഥാനം പിടിക്കണം എന്ന അതിരു കടന്ന അതിമോഹം ഉണ്ടെങ്കിൽ ക്ഷമിക്കുക. നിങ്ങ ളുടെ അഭിപ്രായങ്ങളും നിർദ്ദേശങ്ങളും  എന്നും കേൾക്കാൻ ആഗ്രഹിച്ചുകൊണ്ട്...

നിങ്ങളുടെ സ്വന്തം

**ലിയോൺസ്**

നന്ദി

ഒന്ന്

# റൗണ്ടിലേക്ക് ഒരു യാത്ര

**കാ**ർ പൂങ്കുന്നം എത്തി. ആ പഴയ ദുർഗന്ധം ഇന്നില്ല. പതിനഞ്ച് വർഷങ്ങൾക്കിടയിൽ നാട്ടിൽ വരുമ്പോൾ തൃശൂർ സ്വരാജ് റൗണ്ടിൽ ചുറ്റിക്കറങ്ങാറുണ്ടെങ്കിലും ഈ നാറ്റത്തെ കുറിച്ച് ഓർക്കാറില്ല. ഏഴോ എട്ടോ വയസ്സുള്ളപ്പോൾ ഇടയ്ക്കു വലിയ പനി വന്നാൽ കെ.പി.പി.മേനോൻ ഡോക്ടറെ കാണാൻ പോകാറുണ്ട്. അതുകൊണ്ടുതന്നെ നന്ദന് പനി വരുന്നത് ഇഷ്ടമായിരുന്നു. അങ്ങനെയെങ്കിലും തൃശൂർ നഗരത്തിൽ പോകാമല്ലോ. പഴയ പ്രീമിയർ പദ്മിനി കാറിൽ ഒരു തൃശൂർ യാത്ര. പ്രീമിയർ പദ്മിനി കാറിന്റെ ശബ്ദം നന്ദന്റെ മനസ്സിലേക്ക് കയറി വന്നുതുടങ്ങി.

ആ കാറിനും എന്തോ ഒരു പ്രത്യേക മണമുണ്ടായിരുന്നു. ഇന്നത്തെ യാത്രയിൽ ആ പഴയ ഓടമണം കിട്ടിയില്ല. ചിലപ്പോൾ രാത്രിയായാൽ വരുമായിരിക്കും. മനോഹരമായ ഗ്രാമങ്ങളിൽ ജീവിക്കുന്ന എല്ലാ മനുഷ്യർക്കും കാണും ഇത്തരം മാറ്റങ്ങളോട് വലിയ ഒരു ഇഷ്ടം. ഓടയിലെ ദുഷിച്ച മണം പോലും തന്റെ ഓർമയിലെ അന്യാദൃശ്യചിത്രമായത് എങ്ങനെയാണ്? അല്ലെങ്കിൽ സുഗന്ധം പരത്തുന്ന ഓർമ്മകളായത് എങ്ങനെയാണ്? കാലചക്രം തന്റെ അബോധത്തിൽ എഴുതിവെച്ച കഥകൾ ഉണർത്തുപാട്ട് പാടുന്നത് കേട്ടില്ലെന്നു നടിക്കാൻ കഴിയുന്നില്ല. ഇന്ന് വലിയ മഹാനഗരങ്ങളിൽ നിന്ന് തിരിച്ചു ഗ്രാമത്തിൽ വന്ന് ജീവിക്കാൻ മോഹം.

“കേൾക്കണമെങ്കിൽ ഈ ഭാഷ വേണം എന്ന് പറഞ്ഞത് ബർണാഡ് ഷാ....ആദ്യം..” ഇത്രയും പറഞ്ഞതും എം.എൻ വിജയൻ മാഷ് കുഴഞ്ഞു വീണു. പ്രസ്സ് ക്ലബ്ബിൽ വെച്ച് തന്നെ ലോകത്തോട് വിട പറഞ്ഞു. മുൻസിപ്പൽ ഗ്രൗണ്ട് കടന്നു, ടൗൺ ഹാളിനു പിന്നിലൂടെ സാഹിത്യ അക്കാദമിയിലേക്ക് തിരിയുന്നതിനിടയിൽ ചിന്തകൾ വീണ്ടും പിന്നിലോട്ട് ഒഴുകി. കാറ് നേരെ സാഹിത്യ അക്കാദമി ഹാളിന്റെ മുറ്റത്ത് കയറ്റി പാർക്ക് ചെയ്തു. ഇടതു ഭാഗത്ത്, പെൺകുട്ടികളെ പോലെ മുടി നീട്ടി വളർത്തി ചില പുരുഷ യുവബുദ്ധിജീവികൾ നടക്കുന്നുണ്ട്. അവർ എന്തോ പുകച്ചു കൊണ്ടിരിക്കുന്നു. കണ്ടാൽ ചലച്ചിത്ര സംവിധായകൻ ജോൺ

എബ്രഹാമിനെ പോലെയുള്ള കുറേ ചെറുപ്പക്കാർ. ഒറ്റ നോട്ടത്തിൽ അറിയാം ഫൈൻ ആർട്സ് കോളേജിലെ കുട്ടികളോ, ഡ്രാമ സ്കൂളിലെ വിദ്യാർത്ഥികളോ ആണ്. എല്ലാവർക്കും ഇരുപത്തിരണ്ട് വയസ്സ് പ്രായം തോന്നിക്കും. വർഷങ്ങൾ ആയി ഡ്രാമാ സ്കൂൾ കുട്ടികൾക്ക് ജോൺ എബ്രഹാം തന്നെയാണ് റോൾ മോഡൽ. ഇതിനിടയിൽ സെൽഫോൺ ശബ്ദിച്ചു. മറുവശത്ത് കുമാർ. അയാൾ സ്വയം വിശേഷിപ്പിക്കുന്നത് കേരളചാണക്യൻ എന്നാണ്. കേരളത്തിലെ എല്ലാ പ്രശ്നങ്ങൾക്കും ഒരു പരിഹാരം കൊടുക്കുന്ന നന്ദന്റെ സുഹൃത്ത്.

ഡ്രൈവിങ്ങിനിടയിൽ നന്ദൻ സെൽഫോൺ സംഭാഷണത്തിനു ഒരു ഇടവേള കൊടുത്തിരുന്നു.

"ഇനി സംസാരിക്കാം." നന്ദൻ പറഞ്ഞു.

"അല്ല ഞാൻ പറഞ്ഞു വരുന്നത് നന്ദൻ സാർ... സാറ് കേരളത്തിൽ സെറ്റിൽ ചെയ്യരുത് എന്നാണ് എന്റെ താത്ത്വികമായ അഭിപ്രായം." കുമാർ ചിരിച്ചു കൊണ്ട് പറഞ്ഞു.

കുമാർ നന്ദന്റെ സുഹൃത്താണ്. ആരാധകനുമാണ്. നന്ദന്റെ എല്ലാ പത്രറിപ്പോർട്ടുകളും ടെലിവിഷൻ അവതരണങ്ങളും ഇന്റർനെറ്റിൽ അന്വേഷിച്ചു കണ്ടെത്തുന്ന സുഹൃത്ത്. നന്ദൻ സി.എൻ.എൻ മാധ്യമ സ്ഥാപനത്തിൽ ജോലി ചെയ്ത് യുദ്ധമുഖങ്ങൾ റിപ്പോർട്ട് ചെയ്യുന്നതിൽ പ്രാവീണ്യം നേടിയിട്ടുണ്ട്. പത്തു വർഷമായി ക്യാമറക്ക് പിന്നിലാണ് നന്ദന്റെ ജോലി. ഏറ്റവും അവസാനം സിറിയയിൽ രണ്ടു മാസം. ഇട യിൽ ഒരു വർഷത്തെ വനവാസം. അതിനുശേഷം വീണ്ടും തല പൊക്കി യിരിക്കുകയാണ്. പതിന്നാലു വർഷത്തെ ബഹുരാഷ്ട്ര മാധ്യമ കോർപ്പ റേറ്റ് രംഗത്തെ പ്രവർത്തനത്തിന് ശേഷം കേരളത്തിലേക്ക് സ്വയം പറിച്ചു നടാൻ ശ്രമിക്കുന്ന വ്യക്തി.

"ഇത് വല്യ കല്ലായിലോ..! ഏതായാലും തന്റെ കേരള ചാണക്യ പ ദവി ഞാൻ തട്ടിയെടുക്കില്ല." നന്ദൻ മറുപടി പറഞ്ഞു.

"സാറിന്റെ അച്ഛൻ വേണുഗോപാൽമാഷിന്, സാറ് എങ്ങനെയെങ്കിലും തിരിച്ചു വന്നാൽ മതിയെന്നാണ്. അതെനിക്കറിയാം. പക്ഷേ ഇവിടുത്തെ മാധ്യമരംഗം സാറിനു പിടിക്കില്ല സാറേ... ഇത് ഒരു വല്ലാത്ത ലോക മാണ്. സാറിനു മലയാളികളുടെ സ്വഭാവം അറിയില്ല. നന്നാവില്ല സാറേ. സാറിന്റെ മാധ്യമ ലോകവും ഇവിടുത്തെ ലോകവും തമ്മിൽ ചേരില്ല."

"മാധ്യമ രംഗമാണോ പ്രശ്നം? അതോ മലയാളികളാണോ? ഞാനും ഒരു മലയാളിയല്ലേടോ...?"

"സാറേ, അതല്ല സാറേ... ഈ മലയാളികൾ എന്ന് പറയുന്ന വർഗ്ഗം ആരെയും വളരാൻ അനുവദിക്കില്ല. എന്തും വാർത്തയാണ് വാർത്ത യാവേണ്ടത് ആരും കാണുന്നില്ല."

"അതാണ് ഞാൻ ചോദിക്കുന്നത്, ഞാൻ മലയാളി അല്ലേ?" നന്ദൻ കയർത്തു.

"സാറിനെ ഞാൻ എങ്ങനെയാണ് പറഞ്ഞു മനസ്സിലാക്കാ?"

"എന്താണ് വളർച്ച?" നന്ദൻ ചോദിച്ചു.

"സാർ, വലിയ ഫിലോസഫി ഒന്നും എന്നെ പഠിപ്പിക്കേണ്ട, അതൊക്കെ എനിക്കും അറിയാം." കുമാർ പറഞ്ഞു.

"ഞാൻ ഒരുപാട് യുദ്ധങ്ങൾ കവർ ചെയ്തു. എനിക്ക് മടുത്തു. ഇനി വേറെ എന്തെങ്കിലും പണി. ഒരു ഇടവേള. അത്ര മാത്രം." നന്ദൻ പറഞ്ഞു.

"അതല്ല പ്രശ്നം." കുമാർ പിന്നെയും ഉരുണ്ടു കളിച്ചു.

"പിന്നെ എന്താണ് പ്രശ്നം? താൻ എന്തിനാ വെറുതെ മലയാളികളെ കുറ്റം പറയുന്നത്?"

"സിറിയയിലെ വാർസോൺ ജോലിയെ കുറിച്ചല്ല; ബാക്കി ജോലികളും. ആ നിലവാരത്തിൽ ഒരു സംഗതി ഇവിടെ ഉണ്ടാക്കാൻ പാടാണ്. ഇന്റർനാഷണൽ സംഭവങ്ങളിൽ കളിച്ചു നടന്ന സാറിനു ഇവിടത്തെ കാലാവസ്ഥ പിടിക്കാൻ ബുദ്ധിമുട്ടായിരിക്കും." കുമാർ വീണ്ടും പറഞ്ഞു.

"എനിക്ക് ഒരു ജോലി കേരളത്തിൽ ഉണ്ടാക്കി തരാൻ പറ്റില്ലേ?"

"ഞാൻ തയ്യാർ. പിന്നെ എന്നെ കുറ്റം പറയരുത്." കുമാർ പറഞ്ഞു.

ഇൻഖിലാബ് സിന്ദാബാദ്... ഇൻഖിലാബ് സിന്ദാബാദ്...

"സാറ് കേട്ടില്ലേ മുദ്രാവാക്യം വിളി. ഇത് തന്നെ പ്രശ്നം." കുമാർ താൻ പറഞ്ഞതിനെ സാധൂകരിക്കാൻ ശ്രമിച്ചു.

"സാറ് ഇപ്പൊ എവിടെയാണ്?"

"ഞാൻ സാഹിത്യ അക്കാദമി പരിസരത്ത് ഉണ്ടേ. പഴയ ഗുരുനാഥൻ കവി വാസുദേവൻ മാസ്റ്റർ വരുന്നുവെന്നറിഞ്ഞ് ഒന്ന് കാണാൻ വേണ്ടി വന്നതാ. ഈയാഴ്ച ഞാൻ കൽക്കട്ടയിലേക്കു പോവുകയാണ്. അവിടെ ചില യാത്രകൾ. അത് കഴിഞ്ഞാൽ ഞാൻ ഇങ്ങു വരും.." നന്ദൻ പറഞ്ഞു.

"സാറേ, സാറ് വേഗം തിരിച്ചു പൊക്കൊ... തടി കേടാക്കേണ്ട.. സാറിനു പറ്റിയത് സിറിയയും, ഇറാക്കും, ലണ്ടനും ഫ്രാൻസും ഒക്കെ തന്നെയാണ്."

"എടോ കുമാരാ, സമരങ്ങൾ എല്ലായിടത്തും ഉണ്ട്... ഈ പറയുന്ന ഫ്രാൻസിൽ കുറച്ചു കാലം മുമ്പ് സമരത്തിന്റെ ഭാഗമായി പതിനായിരം കാറുകൾ കത്തിച്ചകളഞ്ഞത് താൻ വായിച്ചില്ലേ? നമ്മുടെ ജീവിതം വലിയ ഒരു സമരം തന്നെയല്ലേ? എല്ലാ സമരങ്ങളും വിജയിക്കണം എന്നില്ല..."

നന്ദൻ തന്റെ മനസ്സിന്റെ ഉള്ളിൽ ഉറക്കെ വിളിച്ചു "ഇൻഖിലാബ് സിന്താബാദ്." "പക്ഷേ എന്തിനാ അവർ ബഹളം വെക്കുന്നത്? ആർക്കറിയാം..." കുറച്ചു കഴിഞ്ഞപ്പോൾ ശബ്ദം കേൾക്കാതായി. "വാസുദേവൻ മാസ്റ്റർ വരാൻ ഇനിയും രണ്ടു മണിക്കൂർ എടുക്കും. ഏതായാലും

വർഷങ്ങൾക്കു ശേഷമുള്ള തൃശ്ശൂർ സന്ദർശനം. അക്കാദമി ഹാളിൽ ഒന്ന് കയറി നോക്കണം.”

അക്കാദമി ഹാളിൽ കയറിയപ്പോൾ ആദ്യം കണ്ടത് എം.എൻ വിജയന്റെ ഛായാചിത്രം. അതിലേക്കു കുറച്ചു നേരം നോക്കി നിന്നു. മണിച്ചിത്രത്താഴ് എന്ന സിനിമയിൽ, ഗംഗ നാഗവല്ലിയെ നോക്കിയപോലെ... ഭ്രാന്തമായ ഒരു തന്മയീഭാവം തന്നിലേക്കും വരുന്നത് പോലെ... ചായാചിത്രത്തിലെ പോലെയൊന്ന് ചിരിക്കാൻ ശ്രമിച്ചു. ഒരു കൊച്ചു കുട്ടിയുടെ ചിരിയുടെ അംശം ആ ചിത്രത്തിൽ ഒളിഞ്ഞിരിപ്പുണ്ട്. വിജയൻ മാഷിന്റെ അവസാന നിമിഷങ്ങൾ ടീവിയിൽ കണ്ടത് വീണ്ടും ഓർത്തെടുത്തു. പ്രസ് ക്ലബ്ബിൽ വെച്ച് സംസാരിച്ചു കൊണ്ടിരിക്കുന്ന വിജയൻ മാഷ്. “കേൾക്കണമെങ്കിൽ ഈ ഭാഷ വേണം എന്ന് പറഞ്ഞത് ബെർണാഡ്ഷാ... ആദ്യം..” പറഞ്ഞുമുഴുവിക്കും മുമ്പ് തന്നെ അദ്ദേഹം ഒരു വശത്തേക്ക് ചെരിഞ്ഞു. അപ്പോഴും ആ പുഞ്ചിരി ഉണ്ടായിരുന്നു. അവിടെ വെച്ച് തന്നെ മരണമടഞ്ഞു. ആന ചെരിഞ്ഞു എന്ന് പറയുന്നത് പോലെ, വിജയൻ മാഷ് ചെരിഞ്ഞതാണ്. വിജയൻ മാഷിനെ ഒരു ആനയെ കാണുന്ന പോലെ നോക്കി നിന്നിട്ടുണ്ട് നന്ദൻ. വിജയൻ മാഷ് സംസാരിക്കുന്നത് നന്ദൻ ആദ്യം കേൾക്കുന്നത് തന്റെ പതിനഞ്ചാം വയസിൽ ആണ്. രണ്ടു മണിക്കൂർ അത് ശ്രദ്ധിച്ചിരുന്ന നന്ദനോട് അമ്മ ചോദിച്ചു. “ഇത്ര ഇഷ്ടമായോ ഈ പ്രസംഗം..?” ഇരുപത്തി രണ്ട് വർഷം മുമ്പ് നടന്ന ഒരു സംഭാഷണം ഓർത്തെടുത്തു.

“ഫോൺ കട്ടായതാ...” കുമാർ പറഞ്ഞു.

“നീ ഫോൺ കട്ട് ചെയ്തോ അതാ നല്ലത്...ഞാൻ ഇപ്പൊ എം.എൻ വിജയൻ ആയി നില്ക്കാ...” താത്ത്വികൻ ആകാൻ കൊതിച്ച നന്ദൻ.

“സാറും, സാറിന്റെ മലയാള സ്നേഹവും... എന്നെ കൊണ്ട് പറയിപ്പിക്കരുത്. കേരളത്തിന് പുറത്തുപോയാൽ പിന്നെ നിങ്ങൾക്ക് മലയാള സ്നേഹം ഒരു ഫാഷനാണ്. പോകുമ്പോൾ അതാലോചിച്ചില്ല. ഇനി കസവുമുണ്ടും എടുത്ത് ഇറങ്ങിക്കോളും.”

പെട്ടന്ന് നന്ദൻ നാടകീയമായി താളം മാറ്റി സംസാരിച്ചു. “കേൾക്കണമെങ്കിൽ ഈ ഭാഷ വേണം എന്നു പറഞ്ഞത് ബെർണാഡ് ഷാ... അറിയോ നിനക്ക്.”

“ഒരു ബെർണാഡ് ഷാ... അയാൾക്ക് അങ്ങനെ പലതും പറയാം....” ഫോൺ വീണ്ടും കട്ടായി... ഇങ്ങനെയുള്ള തടസ്സങ്ങൾ വലിയ ഉപകാരമാണ്. ചില സമയങ്ങളിൽ അത് വലിയ രക്ഷയാണ്.

കുറച്ചു സമയം അങ്ങനെ നടന്നു. പത്മരാജന്റെ ഛായാചിത്രത്തിന് മുന്നിലും കുറച്ചു നേരം നിന്നു. എത്രയോ ചെറുപ്പത്തിൽ ലോകത്തോട് വിട പറഞ്ഞ ഗന്ധർവൻ. ആ ഗാനം നന്ദന്റെ മനസ്സിലേക്ക് ഓടിയെത്തി “ദേവാങ്കണങ്ങൾ കൈയൊഴിഞ്ഞ താരകം...സായാഹ്ന സാനുവിൽ വിലോല മേഘമായി...” എത്ര നേരം അങ്ങനെനിന്നു എന്നറിയില്ല.

പുറത്ത് എന്തോ ബഹളം നടക്കുന്നുണ്ട്. നന്ദൻ പുറത്തേക്കു നോക്കി. വാസുദേവൻ മാസ്റ്റർ വരാൻ ഇനിയും സമയം എടുക്കും. പുസ്തക പ്രകാശനം ആണ്. ഇതിനിടയിൽ ആരോ പറയുന്നത് കേട്ടു "മാസ്റ്റർ വരികയില്ല, അദ്ദേഹം തിരിച്ചു പോയി.." പുറത്തു ചെന്ന് ആൾക്കൂട്ടത്തിനിടയിൽ തൃശൂരിന്റെ ഗന്ധം ആസ്വദിച്ചുനടന്നു. അതിനിടയിൽ പ്രസാധകരിൽ ഒരാൾ പറയുന്നത് കേട്ടു,

"ഇങ്ങനെ നാട്ടുകാർ വന്നു പരിപാടി നടത്താൻ ആണെങ്കിൽ ഞങ്ങൾ എന്തിനാ ഇവിടെ ജീവിച്ചിരിക്കുന്നത്....?" നന്ദൻ ആ വാക്കുകൾ സൂക്ഷ്മം ശ്രദ്ധിച്ചു. ഒന്നും മനസ്സിലായില്ല.

അതിനിടയിൽ മറ്റൊരാൾ "അല്ല; തൃശൂരിൽ ഞങ്ങൾ ജീവിച്ചിരിക്കുമ്പോൾ ഇങ്ങനെ ഒരു പരിപാടി നടക്കില്ല..." കുറച്ചു നേരം അവരുടെ സംഭാഷണം കേട്ട് നിന്ന നന്ദൻ, അയാളെ ഒരു വശത്തേക്ക് കൂട്ടിക്കൊണ്ടു പോയി.

"അല്ല, എന്താ പ്രശ്നം ഇവിടെ?"

"ഞാൻ ഹൈ കോർട്ട് അഡ്വക്കേറ്റ്..."

"ശരി."

"ഇവിടെ ഒരു പുസ്തക പ്രകാശനം നടക്കുന്നുണ്ട്.. വാസുദേവൻ മാസ്റ്റർ വരുമെന്ന് പറഞ്ഞിട്ടുണ്ട്..."

"ഞാൻ വാസുദേവൻ സാറിനെ കാണാൻ വേണ്ടി മാത്രമാണ് ഇവിടെ വന്നത്." നന്ദൻ പറഞ്ഞു.

"അത് നടക്കുമെന്ന് തോന്നുന്നില്ല." തൃശ്ശൂരിന്റെ ശബ്ദമെന്നോണം ആ അഡ്വക്കേറ്റ് പറഞ്ഞു.

"കാരണം..."

"സ്ത്രീകൾ പുസ്തക പ്രകാശന വേദിയിൽ ഇരിക്കരുത് എന്ന് പറഞ്ഞു..."

"ആര് പറഞ്ഞു..."

"ആരാ പറഞ്ഞേ എന്നറിയില്ല... ഇത് വിവർത്തനം ചെയ്ത സ്ത്രീ ഫേസ് ബുക്കിൽ ശബ്ദം ഉയർത്തിക്കഴിഞ്ഞു..."

"ഞങ്ങൾ ഇത് ഒരു പ്രശ്നം ആക്കും...." വീണ്ടും തൃശൂരിന്റെ ശബ്ദം.

"ആരാ ഈ സ്ത്രീ...? അടുത്തകാലത്ത് ഏതോ മലബാർ കോളേജിലും സ്ത്രീകൾ മുന്നിൽ ഇരിക്കരുത്, ആൺകുട്ടികളുടെ കൂടെ പെൺകുട്ടികൾ ഇരിക്കരുത് എന്നൊക്കെ പ്രശ്നങ്ങൾ ഉണ്ടായല്ലോ." നന്ദൻ താൻ അറിഞ്ഞ വിഷയം വെച്ചുകൊണ്ട് ചോദ്യം ഉന്നയിച്ചു.

"അത് എനിക്കറിയേണ്ട കാര്യം ഇല്ല... തൃശൂരിൽ ഈ പരിപാടി നടക്കില്ല."

"എന്താ സ്ത്രീകൾ ഇരുന്നാൽ പ്രശ്നം...?"

"അത് തന്നെയാണ് എനിക്കും അറിയേണ്ടത്."

ഇതിനിടയിൽ എം.ഡി.ടി.വിയുടെ ഒരു റിപ്പോർട്ടർ നന്ദന്റെ അടുത്തേക്ക് വന്നു. ലോകത്തെ ഏറ്റവും വലിയ പ്രശ്നം തീർക്കാൻ വന്നതിന്റെ ആവേശം മുഴുവൻ കാണാം. കണ്ടാൽ അറിയാം പുതിയ റിപ്പോർട്ടറാണ്; നന്ദന്റെ ഈ രംഗത്തെ പരിചയം വെച്ച് ഊഹിച്ചു. ശ്വാസം പിടിച്ചു നിർത്തിക്കൊണ്ട് റിപ്പോർട്ടർ നന്ദ നോട് ചോദിച്ചു.

"ഈ പ്രശ്നത്തെ കുറിച്ച് താങ്കളുടെ പ്രതികരണം എന്താണ്...?"

"എനിക്ക് സ്ത്രീകൾ അടുത്ത് ഇരിക്കുന്നത് ഇഷ്ടമാണ്... ഇവിടെ ആർക്കോ

ഇഷ്ടമല്ല എന്ന് പറഞ്ഞു കേട്ടു... എനിക്കും ഈ കക്ഷിയെ കണ്ടാൽ കൊള്ളാമെന്നുണ്ട്.”

“സ്ത്രീകൾ അടുത്തിരുന്നാൽ സന്ന്യാസി സമൂഹത്തിനു എന്തെങ്കിലും പ്രശ്നം ഉണ്ടെന്നു തോന്നുന്നുവോ?” റിപ്പോർട്ടർ നന്ദനോട് ചോദിച്ചു.

“ഓ അപ്പൊ സന്ന്യാസിക്കാണ് കുഴപ്പം..?”

“അപ്പൊ, സർ ഒന്നും അറിഞ്ഞില്ലേ?” സംസാരഭാഷയിൽ സംശയം തോന്നിയ എം.ഡി.ടി.വി റിപ്പോർട്ടർ നന്ദന്റെ മുഖത്തേക്ക് ഒരിക്കൽകൂടി നോക്കി.

“ഞാൻ കേരളത്തിൽ എത്തിയിട്ട് അധികം ആയില്ല. എല്ലാം എനിക്ക് പുതിയ വാർത്തകൾ ആണ്. ആദ്യ വാർത്ത തന്നെ എനിക്ക് വിശ്വസിക്കാൻ കഴിഞ്ഞിട്ടില്ല. ഇങ്ങനെയൊക്കെ മനുഷ്യർ പറയോ?... എങ്കിൽ പിന്നെ അദ്ദേഹത്തെ ഒന്ന് കാണുക തന്നെ കാര്യം. എന്തായാലും അറിയണം.”

നന്ദന് വിശ്വസിക്കാൻ കഴിഞ്ഞില്ല, “ഇത് വർഷം 2014 തന്നെയല്ലേ, അതോ 1914 ആണോ. എന്തായാലും കാര്യം അറിയണം.” ഇതിനിടയിൽ നന്ദന്റെ ചേർപ്പ്ക്കാരൻ സുഹൃത്ത് വിജു അവിടെയെത്തി. നന്ദന്റെ അമ്പരപ്പ് മാറും മുമ്പേ, വിജു പറഞ്ഞു.

“പെണ്ണ് ഒരു സംഭവം തന്നെയാണ് നന്ദൻ. മഹാപ്രശ്നവുമാണ്. ഇവിടെ കുറെ അടി നടക്കട്ടെ. നമുക്ക് അത് കണ്ട് ആസ്വദിക്കാം.”

നന്ദൻ ടീവി ചാനൽകാരുടെ ബഹളം ശ്രദ്ധിച്ചു. പുതിയ മാധ്യമ സംസ്കാരത്തെ കുറിച്ചുള്ള ചിന്തകൾ നന്ദന്റെ മനസ്സിൽ കുട്ടിക്കാലത്തെ മാതൃഭൂമി പത്രവായനയുടെ അനുഭവം ഉണർത്തി. ഏഴു വയസ് തൊട്ട് പത്രക്കാരന്റെ ബെൽ കേൾക്കുമ്പോൾ നന്ദൻ വാതിൽ തുറന്ന് ഓടിയെത്തും. ചെറിയ മത്സരമാണ്. തന്റെ ചേച്ചിയുമായി. വീടിന്റെ വലതു വശത്ത് പല്ല് തേച്ചു നില്ക്കുന്ന ചേച്ചിയും ഓടി വരും. ആദ്യം ആര് പത്രം വായിക്കും എന്നതാണ് മത്സരം. രണ്ടാമത് വായിച്ചാൽ വാർത്തയുടെ പ്രാധാന്യം കുറഞ്ഞു പോകുമോ എന്ന് കുട്ടികൾക്ക് പോലും തോന്നുന്നുവെന്നത് അദ്ഭുതം തന്നെ. ഈ വിഷയത്തിൽ ചാനലുകാരും കുട്ടികളും ഒരുപോലെയാണ് ചിന്തിക്കുന്നത്. ആദ്യം പത്രം വായിക്കുന്നവന് കൂടുതൽ അറിവ് എന്നത് പോലെയായി ആദ്യം ഫ്ളാഷ് ന്യൂസ്

കാണുന്നവന്റെ അറിവ്. സൈക്കിൾ ബെൽ കേൾക്കുമ്പോൾ നന്ദൻ ഓടി വരുന്നത് പത്രം എടുക്കാൻ മാത്രമായിരുന്നില്ല, പത്രം ഇട്ടു വേഗത്തിൽ പോകുന്ന സൈക്കിൾക്കാരനെ കാണുന്നതിനുവേണ്ടി കൂടിയാണ്. അത്ര മാത്രം ആരാധനയായിരുന്നു നന്ദന് ഏഴാം വയസിൽ പത്രക്കാരനോട്. എത്ര കാത്തുനിന്നാലും മുഖം കാണാൻ കഴിയില്ല. ചിലപ്പോൾ കൈ മാത്രമായിരിക്കും കാണുന്നത്. മിക്കവാറും വെളുത്ത തോർത്ത് തലയിൽ കാണാം. അതുകൊണ്ട് തന്നെ മുഖം കാണാം എന്ന പ്രതീക്ഷ വേണ്ട.

പാരീസിലെ താമസത്തിനിടയിൽ ഓരോ കോറിഡോറിലും പത്രം ഇട്ടു പോകുന്നവന്റെ കൈ മാത്രം കണ്ട കാര്യം മകൻ പറഞ്ഞത് നന്ദൻ ഓർമ്മിച്ചു. ഒരിക്കൽ പത്രക്കാരനെ കാണുന്നതിനുവേണ്ടി അടുത്ത ഫ്ളോറിൽ അവൻ ഓടിപ്പോയി. ഗോവണി കയറി ഇറങ്ങി അവൻ തിരിച്ചു തന്റെ അടുത്തെത്തി പിന്നെയും പറഞ്ഞത് ഒന്ന് മാത്രം, “ലിഫ്റ്റിൽ നിന്നും ന്യൂസ് പേപ്പർക്കാരന്റെ കൈ കണ്ടു.” മറ്റൊരു ദിവസം അവൻ പറയുന്നതു കേട്ടു “ഇന്ന് ഞാൻ പത്രക്കാരനെ ഫുള്ളായി കണ്ടു.” വളരെ വേഗം പത്രം എറിഞ്ഞു പോകുന്ന അദ്ഭുതം. മുഴുവൻ വാർത്തകളും കൊണ്ടുനടക്കുന്നവനെ ബഹുമാനിക്കണം. ഒരുപക്ഷേ കുട്ടിക്കാലത്തെ കൊച്ചു കൊച്ച് ഓർമ്മകൾ, ആ ഓർമകളുടെ ഒരു ചിലന്തി വല. ആ വല വലുതാക്കിക്കൊണ്ടിരിക്കുന്ന എട്ടുകാലി, അതാണ് മനുഷ്യൻ. നന്ദൻ വീണ്ടും അക്കാദമിഹാൾ ബഹളത്തിൽ മറ്റു മാധ്യമപ്രവർത്തകരെ ശ്രദ്ധിക്കാൻ തുടങ്ങി. അവരും ആ പത്രക്കാരനെ പോലെ തന്നെയാണ്. തൊപ്പിയും ജുബ്ബയും ഉള്ളതുകൊണ്ട് ആരും നന്ദനെ തിരിച്ചറിഞ്ഞിട്ടില്ല. പത്തുവർഷമായി ക്യാമറയുടെ പിന്നിൽ ആയിരുന്നതുകൊണ്ട് പുതിയ തലമുറയ്ക്ക് നന്ദന്റെ മുഖം പരിചയമില്ല. തന്റെ തന്നെ വർഗ്ഗത്തെ നോക്കി മനസ്സിൽ പറഞ്ഞു. “വാർത്തകൾ ഉണ്ടാക്കുന്നവന്റെ അഹങ്കാരം. ലോകം മുഴുവൻ കാഴ്ചയും ശബ്ദവും ഉണ്ടാക്കുന്നവന്റെ അഹങ്കാരം.” അഹങ്കാരം അല്ല, അത് ആത്മവിശ്വാസമാണ്. പത്രക്കാരൻ പാവമാണ്. അയാളുടെ മുഖം പോലും ആരും കാണുന്നില്ല. എല്ലാ ടീവി ചാനൽക്കാരും ചേർന്ന് അക്കാദമി ഹാൾ ഉഴുതു മറിക്കുകയാണ്.

ഇതിനിടയിൽ തൃശൂരിന്റെ സ്ത്രീ എഴുത്തുകാർ അവിടെ എത്തിത്തുടങ്ങി. ഒരാൾ പറയുന്നത് കേട്ടു, “സ്ത്രീകളുടെ അടുത്തിരിക്കാൻ കഴിയാത്ത ആ പുരുഷ കേസരിയെ ഒന്ന് കാണാൻ വന്നതാ...”

പറയുന്നതു കേട്ടപ്പോൾ പുരുഷനെ ബലാത്സംഗം ചെയ്യാൻ വന്ന പോലെയുണ്ട്. ഒരർത്ഥത്തിൽ, നന്ദൻ ആ വാർത്ത കേട്ടപ്പോൾ തന്നെ ലജ്ജിച്ചു തല താഴ്ത്തിയിരുന്നു. സ്ത്രീ എഴുത്തുകാരുടെ കുത്ത് കൂടി കേട്ടപ്പോൾ സമാധാനമായി.

ഇതിനിടയിൽ മറ്റൊരാൾ പറയുന്നുണ്ട് “ടീച്ചർ ഇവിടെ വരാൻ പാടില്ലായിരുന്നു... സ്ത്രീകളെ അപമാനിക്കുന്ന പ്രസാധകനെ ബഹിഷ്കരിക്കണം...”

“ഇത് എന്ത് കുന്ത്രാണ്ടം... സ്ത്രീകൾ കേറാൻ പാടില്ല എന്ന് പറഞ്ഞിടത്ത് സ്ത്രീകൾ കയറിയല്ലേ പ്രതിഷേധിക്കേണ്ടത്.” നന്ദൻ ചിന്തിച്ചു. കുറെ കഴിഞ്ഞപ്പോൾ നന്ദന് സംശയമായി, “ഇത് പുസ്തകം വിറ്റുപോകാൻ ഉള്ള തന്ത്രമാണോ?” “ഒരു ഭാഗത്ത് സ്ത്രീകളുടെ അടുത്ത് ഇരുന്നിട്ടുള്ള പ്രശ്നങ്ങൾ, ഇവിടെ അടുത്ത് ഇരിക്കാത്തതിന്റെ പ്രശ്നങ്ങൾ”

വീണ്ടും കുമാറിന്റെ ഫോൺ കാൾ.

“സാറേ സാറിനെ ടീവിയിൽ കണ്ടു, ലൈവ് വാർത്തയിൽ.”

“ചതിച്ചോ ഞാൻ പറഞ്ഞത് മുഴുവൻ കേട്ടോ...?”

“ഇല്ല്യ ഒരു മിന്നായം പോലെ... സാറേ ഞാൻ പറഞ്ഞില്ലേ ഇവിടെ മൊത്തം പ്രശ്നം ആണ്.”

“ന്യൂസ് ആണോ പ്രശ്നം?” നന്ദൻ ചോദിച്ചു.

“എല്ലാം പ്രശ്നം ആണ്...” കുമാർ ശബ്ദം കൂട്ടി പറഞ്ഞു.

അയാൾ തുടർന്നു. “പെണ്ണിന്റെ അടുത്ത് ഇരിക്കാൻ ഇഷ്ടമല്ല എന്നത് ഒരു പ്രശ്നം ആണ്.”

“സ്ത്രീയെ ദൈവമായി ആരാധിക്കുന്ന ഒരു സമൂഹത്തിൽ ഇങ്ങനെയൊക്കെ നടക്കുമോ?”

“നന്ദൻ, അതല്ല വിഷയം. ഇതു വേറെ സംഭവമാണ്.”

“ശുദ്ധി ഉണ്ടോ ഇല്ലയോ എന്നറിയില്ലല്ലോ, ഇപ്പൊ എല്ലാരും പാഡു വെച്ച്.”

“പാഡു വെച്ചാൽ എന്താ കുഴപ്പം?” നന്ദൻ ചോദിച്ചു.

കുറച്ചു നേരത്തെ മൗനത്തിനു ശേഷം നന്ദൻ തുടർന്നു:

“ഇതു ഞാൻ പണ്ടേ പറയുന്നതാണ്. എല്ലാ മതവിഭാഗങ്ങളിലും പെട്ട സന്ന്യാസി സമൂഹങ്ങളെയും കല്യാണം കഴിപ്പിക്കണം. അപ്പോഴെ അവരുടെ പ്രശ്നം തീരുകയുള്ളൂ. ജീവിതത്തിന്റെ ഒരു ബുദ്ധിമുട്ട് അവരും മനസ്സിലാക്കേണ്ടേ. പല മതങ്ങളുടെയും വിശ്വാസപ്രകാരം ഗൃഹസ്ഥാശ്രമം കഴിഞ്ഞിട്ടാണ് സന്ന്യാസം.”

“ഇത് ഇപ്പൊ സുഖിച്ചു ജീവിക്കല്ലേ?... സ്ത്രീയാണ് പ്രശ്നം.” കുമാർ പറഞ്ഞു. “ചില സന്ന്യാസിമാർ പറയുന്നത് വിവാഹം കഴിക്കുന്നതും വിഷം കഴിക്കുന്നതും ഒരുപോലെയാണെന്നാണ്... കഴിച്ചുനോക്കേണ്ട കാര്യമുണ്ടോ?” അയാൾ കൂട്ടിച്ചേർത്തു.

“എല്ലാ മതക്കാർക്കും സ്ത്രീയാണ് പ്രധാന പ്രശ്നം അല്ലേ? മതക്കാർക്കല്ല സത്യത്തിൽ പുരുഷന്റെ മനസ്സിൽ അല്ലേ പകുതി പ്രശ്നം? സ്ത്രീയാണോ സ്ത്രീയുടെ അവയവങ്ങൾ ആണോ പ്രശ്നം? അവർക്കെന്താണ് കൂടുതൽ ഉള്ളത്? പ്രത്യക്ഷത്തിൽ.” നന്ദൻ കുറച്ചു പിന്നോട്ട് ചിന്തിച്ചു. കോളേജിൽ പഠിക്കുന്ന കാലത്ത്, ഒരു പെൺകുട്ടി

പരീക്ഷക്കിടയിൽ കോപ്പിയടിക്കാൻ മുലയിടുക്കുകളിൽ നിന്നും തുണ്ട് കടലാസ് എടുക്കുന്നത് കണ്ട്, ചെറിയ ഒരു അസൂയ തോന്നിയിട്ടുണ്ട്. എന്തോ ആലോചിച്ചു നന്ദൻ പറഞ്ഞു "സ്ത്രീകളുടെ മുലകൾ മുറിച്ചു കളയാൻ നമുക്ക് മുഖ്യമന്ത്രിക്ക് ഒരു നിവേദനം കൊടുത്താലോ... അങ്ങനെ പുരുഷൻമാരുടെ പ്രശ്നവും തീരും സ്ത്രീകൾക്ക് സ്വാതന്ത്ര്യവും കിട്ടും."

"എന്റെ നന്ദൻ സാറേ." വീണ്ടും ഫോൺ കട്ടായി.

മുദ്രാവാക്യം വിളികൾ ശക്തമായി. പോലീസ് ലാത്തി വീശി തുടങ്ങി. ഇടതുപക്ഷ സംഘടനകൾ എല്ലാവരും ഒരുമിച്ചാണ് പ്രതിഷേധം. വാസുദേവൻ മാഷിനെ കാണാൻ കഴിയില്ലല്ലോ എന്ന വിഷമം നന്ദൻ സുഹൃത്തുക്കളെ വാട്സാപ്പിലൂടെ അറിയിച്ചു.

അതിനു മറുപടിയായി വന്നതു... "നീയും നിന്റെ വാസുദേവൻ മാഷും. ഇവിടെ സ്ത്രീകൾ പ്രശ്നങ്ങൾ നേരിടുമ്പോൾ വാഴ വെട്ടാൻ നോക്കരുത്."

"അവർ എന്ത് പറഞ്ഞാലും ഇന്ന് വാസുദേവൻ മാഷിനെ കാണണം." ഉടനെ എഴുത്തുകാരി ലിസിയോടു കുശലം ചോദിച്ചു കാര്യങ്ങൾ മനസ്സിലാക്കി. പരിപാടി നടക്കില്ലെന്നു മനസ്സിലാക്കിയ നന്ദൻ വേഗം കാസിനോ ഹോട്ടലിലേക്ക് കാർ തിരിച്ചു.

പതിനഞ്ച് വർഷമായി കാസിനോയിൽ കയറിയിട്ട്. വാസുദേവൻ മാസ്റ്ററുടെ മുറി മനസ്സിലാക്കിയതിനു ശേഷം അനുവാദം ചോദിച്ച് അകത്തേക്ക് കടന്നു. അദ്ദേഹത്തിന്റെ മുഖം കണ്ടാൽ അറിയാം, ഒരുപക്ഷേ അവിടെ ഉണ്ടായ സ്ത്രീവിരുദ്ധതയുടെ പേരിൽ ഉണ്ടായ വിവാദത്തിലുള്ള വിഷമം പ്രകടമാണ്. ഒരു നിമിഷത്തേക്ക് താനും സുഹൃത്തുക്കൾ പറഞ്ഞ പോലെ വിവാദം ഒക്കെ മറന്നു. കുറെ കാലത്തിനു ശേഷം ആദ്യമായി മാഷിനെ നേരിൽ കാണുന്നു. കൂടെ നിന്ന് ഫോട്ടോ എടുക്കാൻ ആഗ്രഹം ഉണ്ടായിരുന്നെങ്കിലും അദേഹം നിരസിച്ചു. അപ്പോഴത്തെ മാനസികാവസ്ഥയിൽ കൂടുതൽ സംസാരിക്കാതെ അവിടെ നിന്ന് ഇറങ്ങി.

വീട്ടിൽ തിരിച്ചെത്തി കുറച്ച് നേരം ഉറങ്ങാൻ കിടന്നു. കുറച്ചു കാലമായി ഉറക്കം കുറവാണ്. ചിലപ്പോൾ പത്തോ പതിനഞ്ചു മിനിറ്റ് ഒരു ഗാഢനിദ്ര. അതോടെ മുഴുവൻ ശക്തിയും തിരിച്ചു കിട്ടും. അതാണ് നന്ദന്റെ പുതിയ രീതി. എട്ട് മണിക്കൂർ ഉറക്കം എന്നത് പഴയ സ്വപ്നമാണ്. പതിനഞ്ചു മിനിറ്റ് കഴിഞ്ഞപ്പോഴേക്കും ഉറക്കത്തിൽ നിന്ന് ഉണർന്നു. കണ്ണ് തുറന്നതും ഭാര്യ രേവതി മുന്നിൽ.

"എപ്പോഴും പറയുന്നത് കേൾക്കാം ഉറക്കം കുറവാണെന്ന്... പക്ഷേ, ഞാൻ നോക്കുമ്പോൾ ഏതു സമയവും നല്ല കൂർക്കം വലിച്ചു ഉറക്കമാണ്..."

"അത് പിന്നെ... ഞാൻ മാഷെ കാണാൻ പോയിട്ട് നല്ല ക്ഷീണം... ഉച്ചനേരമല്ലേ." നന്ദൻ തപ്പി തടഞ്ഞു. പിന്നെയും സംഭാഷണം തുടർന്നു.

"അതേയ് ഞങ്ങൾ പത്രപ്രവർത്തകർ പലപ്പോഴും തീറ്റ മെന്റൽ സ്റ്റേറ്റിൽ ആണ്. ആൽഫാ ബീറ്റാ ഗാമ തീറ്റ... അങ്ങനെ പല അവസ്ഥ കളും ഉണ്ട്, അതിൽ തീറ്റ എന്ന് പറയുന്ന അവസ്ഥയിൽ ഉറക്കം കുറവാ യിരിക്കും..." നന്ദൻ ശാസ്ത്രീയമായി രേവതിയെ നേരിട്ടു.

"തീറ്റ തന്നെയാണ് പ്രധാന പ്രശ്നം. ഒന്നുകിൽ ഏതെങ്കിലും സ്ഥലത്തു ക്യാമറയുമായി നടക്കും, അല്ലെങ്കിൽ പുസ്തകവും വായിച്ച് ഇരിക്കും. വാർത്തകൾ കൊടുത്തു മറ്റുള്ളവരുടെ ഉറക്കം കളയുന്ന നിങ്ങൾക്ക് കിട്ടുന്ന ശാപമാണ് ഉറക്കമില്ലായ്മ. കർമ്മ ഫലം. അതിനു പകരം വീട്ടിൽ വല്ല പണിയെടുക്കണം."

"അതേയ്, ഞാൻ വാസുദേവൻ..."

"എന്ത് പറഞ്ഞാലും ഒരു വാസുദേവൻ മാഷ്. ഈ തലയിണ എന്താ ഇങ്ങനെ... കിടക്കയിൽ എപ്പോഴും ക്യാമറകൾ. കുട്ടികൾ കിടക്കേണ്ട സ്ഥലത്തു ക്യാമറയും ലെൻസും കൊണ്ട് പരത്തിയിടും.." നന്ദൻ വിഷയം മാറ്റാൻ തുടങ്ങുന്നതിനു മുമ്പേ രേവതി ഇടപ്പെട്ടു. രേവതി ദേഷ്യം അഭി നയിച്ചു.

"മനസ്സിലായില്ല." നന്ദൻ ചോദ്യഭാവത്തിൽ തലയൊന്നു വെട്ടിച്ചു.

"ഈ തലയിണയുടെ കവർ ഇങ്ങനെ ഊരിയിട്ട് വേണോ കിടക്കാൻ?"

"ആഹ്ഹ്... ക്ഷീണത്തിൽ ഞാൻ അത് ശ്രദ്ധിച്ചില്ല."

"ഏതാണ്ട് പെണ്ണുങ്ങളുടെ തുണിയഴിച്ച് കെട്ടിപ്പിടിച്ചു കിടക്കുന്ന പോലെയുണ്ട്." രേവതി തലയിണയുടെ കവർ ശരിയാക്കി.

നന്ദൻ അത് ശ്രദ്ധിക്കാതെ വാട്സാപ് എടുത്ത് കുമാറിന് മെസേജ് ചെയ്തു.

"ഞാൻ വാസുദേവൻ മാസ്റ്ററെ കണ്ടു..." ആ മെസേജ് കണ്ടതും കുമാർ വീണ്ടും നന്ദനെ വിളിച്ചു.

"കണ്ടപ്പോ പുണ്യം കിട്ട്യാ... തനിക്ക് വട്ടാ.... ആ നേരം വേറെ വല്ല പണിയും ചെയ്തൂടെ?" കുമാർ അല്പം ശബ്ദം ഉയർത്തി.

"എന്റെ കുമാറെ, നിന്നോട് എത്ര തവണ പറയണം നീ വല്യ ചാണ ക്യൻ തന്നെ. ഇവിടുത്തെ കാര്യങ്ങൾ ഒന്നും എനിക്കറിയില്ല. ഞാൻ ഒരു മണ്ടനാണെന്ന് താൻ കരുതിക്കോ. അല്ലാതെന്താ പറയാ?"

"ഇല്ല്യ. ഞാൻ നിർത്തി. താൻ കേരളത്തിൽ തന്നെ സെറ്റിൽ ചെയ്തോ. തനിക്കു പറ്റിയ ഒരാളെ ഞാൻ പരിചയപ്പെടുത്തി തരാം. ഒരു റിട്ടയേർഡ് കേണൽ. ഞങ്ങളുടെ നാട്ടിൽ വാർത്ത ഉണ്ടാക്കുന്ന ആളാണ്. നല്ല ഭാവനയാണ്. നന്ദന് ഉപകരിക്കും. നിങ്ങളുടെ മാധ്യമം ഉണ്ടാകുന്ന തിനു മുമ്പ് സ്വന്തം ജീവിതം തന്നെ മാധ്യമം ആക്കിയ മനുഷ്യനാണ്. അയാൾ ഒരു സംഭവമാണ്. ഞങ്ങളുടെ കേണലിന്റെ മുന്നിൽ നിങ്ങളുടെ സി.ൻ.ൻ, ബി.ബി.സി തുടങ്ങിയ വിദേശ ചാനലുകൾ തോൽക്കും. ഒരു ക്യാമറയെടുത്ത് അയാളുടെ തലയ്ക്കു മീതെ വെച്ച് കൊടുക്ക്.

അയാളുടെ തലയും വലിയ ഒരു ക്യാമറയാണ്." കുമാർ ചെറിയ പരിഭവത്തോടെ പറഞ്ഞു.

കൂടുതൽ പറഞ്ഞിട്ട് കാര്യമില്ലെന്ന് കുമാറിന് മനസ്സിലായി. തനിക്ക് ഐ.ടി ജോലി വിട്ടുള്ള കളി ഇല്ല. എങ്കിലും ചില സമയങ്ങളിൽ നന്ദന്റെ ആത്മാവ് കുമാറിന്റെ ശരീരത്തിൽ കയറും. പിന്നെ ഐ.ടി ജോലിയുടെ പിന്നാമ്പുറ പ്രശ്നങ്ങളെ കുറിച്ചും ജോലി ചെയ്യുന്ന സാഹചര്യങ്ങളെ കുറിച്ചും വിമർശനപരമായ അവലോകനം നടത്തും. കുമാർ പഠിക്കുന്ന കാലത്ത് കോളേജ് മാഗസിൻ എഡിറ്റർ ആയിരുന്നു. ജോലി കിട്ടിയതിനു ശേഷം പുസ്തകവുമായി വലിയ ബന്ധമൊന്നുമില്ല. ആകെയുള്ളത് കുറച്ചു രാഷ്ട്രീയം. ഇടയ്ക്കു രാഷ്ട്രീയക്കാർ സ്ഥിരം പറയുന്ന വാചകം താമശയോടെ പറയും "തിരുവനന്തപുരത്തൊന്നു പോകണം."

കുമാർ ഇടക്ക് തന്റെ കമ്പനിയിലെ മാറ്റങ്ങൾ കണ്ട് നെടുവീർപ്പിടും. ഇടയ്ക്കു മടുപ്പ് കയറുമ്പോൾ പുതിയ എന്തെങ്കിലും പ്രശ്നങ്ങൾ സൃഷ്ടിച്ച്, അത് പരിഹരിച്ചു വലിയ ചാണക്യൻ എന്ന രൂപേണ തലയിൽ കൈ തലോടിക്കൊണ്ട് നടക്കും. ഏതു സമയവും വലിയ പ്രശ്നങ്ങൾ പരിഹരിക്കുകയാണെന്ന ഭാവം. ഒന്നുമില്ലെങ്കിലും ഊതി വീർപ്പിച്ചു പ്രശ്നം തീർത്തുകൊടുക്കുമ്പോ വലിയ സുഖം ഉള്ളവർ ഒരുപാട് പേരുണ്ട്. എങ്കിലും നന്ദൻ കേരളത്തിൽ ജോലി നോക്കുന്നതിനോട് കുമാറിന് വലിയ അഭിപ്രായമില്ല.

കുമാറിന്റെ ചാണക്യ തന്ത്രങ്ങൾ നന്ദന്റെ മനസ് മാറ്റില്ലെന്ന് അറിയാവുന്നതുകൊണ്ട് കുമാർ കൂടുതൽ സംസാരിക്കാൻ ശ്രമിച്ചില്ല. കുമാറിന്റെ സുഹൃത്ത് കേണലിന് പുതിയ തലമുറയുടെ ഉപദേശം കൊടുക്കലാണ് ഇപ്പോഴത്തെ കുമാറിന്റെ കിറുക്കൻ ഹോബി. ചെയ്യുന്നത് തോന്നി വാസം എന്ന് തോന്നാറുണ്ടെങ്കിലും, കേണലിന്റെ പരുങ്ങലും നുണ പറഞ്ഞുള്ള കേണലിന്റെ ഭാവപ്രകടനങ്ങളും കുമാറിനെ ഹരം കൊള്ളിക്കുന്നതാണ്. അതുകൊണ്ടുതന്നെ പ്രശ്നങ്ങൾ സൃഷ്ടിച്ചും പ്രശ്നങ്ങൾ പരിഹരിച്ചും കേണലിനെ പറ്റിച്ചു കുറച്ചു കാലം. ഒരു തമാശ. കേണൽ ഒരുപാട് പേരെ പറ്റിക്കുന്ന മനുഷ്യനാണ്. ആളെ പറ്റിച്ചു പൈസ ഉണ്ടാക്കുന്ന കേണലിനെ പറ്റിക്കുമ്പോൾ ഒരു സുഖം കുമാറിനുണ്ട്. അതിനു വേണ്ടി എത്ര കഷ്ടപ്പെട്ട് ഉപദേശം നല്കാനും കുമാറിന് മടിയില്ല. കുമാർ ചിന്തിച്ചു, എല്ലാവരെയും പറ്റിക്കുന്ന കേണലിനെ പറ്റിക്കാൻ എത്ര എളുപ്പമാണ്. ബൈബിൾ പറയുന്ന പോലെ വിതയ്ക്കുന്നത് കൊയ്യും. ചിലപ്പോൾ തോന്നും കേണൽ പറ്റിക്കപ്പെടാൻ സ്വമേധയാ നിന്നുകൊടുക്കയാണെന്ന്. എവിടെയോ പറഞ്ഞുകേട്ടിട്ടുണ്ട് ചില ബുദ്ധിമാൻമാർ മണ്ടൻമാരായി അഭിനയിക്കുമെന്ന്; കേണൽ രാജൻ അതിന്റെ ഒരു ചെറിയ ഉദാഹരണം മാത്രമാണ്.

രണ്ട്
# കുമാറിന്റെ പരീക്ഷണങ്ങൾ

**കേ**ണലിന്റെ നുണകളെ കുറിച്ച് ഓർത്തപ്പോൾ കുമാർ തന്റെ കമ്പനി യിൽ കാണിച്ച ചില കലാപരിപാടികൾ ഓർമ്മിച്ചെടുത്തു. നന്ദൻ കുമാ റിനോട് പലതവണ പറഞ്ഞിട്ടുണ്ട്; സത്യസന്ധരായ മനുഷ്യരുടെ മുഖത്ത് നോക്കി കള്ളം പറഞ്ഞു വിശ്വസിപ്പിക്കുക എളുപ്പമല്ല. അത് നന്ദന്റെ ബോധ്യമാണ്. കുമാർ അത് വിശ്വസിച്ചിരുന്നില്ല. അത് ശരിയാ ണോയെന്ന് മനസ്സിലാക്കാൻ കുമാർ പല പരീക്ഷണങ്ങൾ നടത്തി നോക്കി. ഒരു പരിധിവരെ ശരിയാണെന്ന് കുമാറിനും തോന്നി. അതു കൊണ്ടാണല്ലോ കേണലിനെയും, കേണലിന്റെ നുണകളികളെയും കുമാർ ആസ്വദിച്ചത്. കൃത്യമായി പറഞ്ഞാൽ ഗ്രാമീണനും ചിന്തിക്കുന്ന വനുമായ ഒരാളുടെ മുഖത്ത് നോക്കി നുണ പറയുക എളുപ്പമല്ല. അതെ സമയം സ്ഥിരമായി നുണ പറയുന്നവരെ നുണ പറഞ്ഞു പറ്റിക്കാൻ എളുപ്പമാണ്. കാരണം അവർ നുണകളുടെ ലോകത്ത് ജീവിച്ച് ജീവിതം ആസ്വദിക്കുന്നവരാണ്. സത്യത്തെ പരിണയിക്കാൻ അവർക്ക് പല പ്പോഴും കഴിയാറില്ല. നന്ദന്റെ വീക്ഷണ ശാസ്ത്രത്തിൽ അത് മനഃശാസ്ത്ര പരമായ പ്രശ്നമാണ്.

പാമുക്കിന്റെ മൈ നെയിം ഈസ് റെഡ് എന്ന പുസ്തകത്തിലും അതിനെക്കുറിച്ച് രസകരമായി പറയുന്നുണ്ട്. ഒരു കൊലപാതകം ചെയ്ത മനുഷ്യൻ ഒരു ഗ്രാമത്തിൽ ഇറങ്ങി നടക്കവെ, ഏറ്റവും പരിശുദ്ധനും നിഷ്കളങ്കനുമായ ഗ്രാമീണനെ കണ്ടപ്പോൾ വല്ലാത്ത ഒരു ചിന്ത അയാ ളുടെ മനസ്സിൽ കയറി. "താൻ ഒരു കൊലപാതകിയാണെന്ന സത്യം ഇപ്പോൾ സ്വയം മനസിൽ വിചാരിച്ചാൽ, ആ നിമിഷം ഗ്രാമീണൻ അത് വായിച്ചെടുക്കും. അതുകൊണ്ട് വേറെ എന്തെങ്കിലും ചിന്തിച്ചു നടക്കണം." നന്ദൻ പറഞ്ഞത് കുമാർ ഓർത്തെടുത്തു. നന്ദൻ പറഞ്ഞത് നൂറു ശത മാനം ശരിയാണ്. അത് മാത്രമല്ല, അങ്ങനെ ഗ്രാമീണൻ ആ കൊലപാ തകിയെ തിരിച്ചറിയുന്ന നിമിഷം കൊലപാതകിക്കും ഗ്രാമീണൻ തന്നെ തിരിച്ചറിഞ്ഞ കാര്യം മനസ്സിലാവും. അങ്ങനെ രണ്ടു പേരും സത്യം തിരിച്ചറിയുന്ന നിമിഷം അത്ര സുഖകരമാവില്ല. എത്രയോ പുസ്തക ങ്ങൾ നുണ പറയുന്നവരെ കുറിച്ച് എഴുതപ്പെട്ടിട്ടുണ്ട്.

സംസാരിക്കുന്നതിനിടയിൽ സംസാരിക്കുന്ന വ്യക്തി ഒരു പ്രത്യേക രീതിയിൽ മൂക്കിൽ തൊടുകയാണെങ്കിൽ, ആ വ്യക്തി എന്തോ മറച്ചു വെക്കാൻ ശ്രമിക്കുന്നു എന്നർത്ഥമുണ്ട്. അല്ലെങ്കിൽ എന്തോ വളച്ചൊടിക്കാൻ ശ്രമിക്കുന്നു എന്ന അർത്ഥവുമുണ്ട്. കൃത്യമായി പറഞ്ഞാൽ സത്യമല്ലാത്ത എന്തോ അയാളിൽ ഉണ്ടാകണം; ചിലപ്പോൾ ആശയം വളച്ചൊടിക്കാനുള്ള ശ്രമവും ആകാം. എന്നാൽ കൃത്യമായി കാരണം പറയുക ദുഷ്കരമാണ്. രണ്ടു വ്യക്തികൾ മൂന്നാമതൊരാളെ കുറിച്ച് സംസാരിക്കുന്നുവെന്ന് കരുതുക. ഏതെങ്കിലും കാരണവശാൽ മൂന്നാമൻ അവിടെ കയറി വന്നാൽ സംസാരിക്കുന്ന ഒരാൾ, പ്രത്യേകിച്ചും കൂടുതൽ കള്ളത്തരം പറയുന്ന ആൾ വളരെ പെട്ടന്ന് തല വെട്ടിക്കും, എന്നിട്ട് പുതിയ ഒരു വിഷയം സംസാരിക്കും. തല വെട്ടിക്കുന്ന രീതി ശ്രദ്ധിക്കണം. അത് മനസ്സിലാക്കാൻ വളരെ പരിശീലനം വേണം. അടുത്തകാലത്ത് ഇത്തരം ഒരു കാര്യം ഉൾപ്പെടുത്തി മലയാളത്തിൽ ദൃശ്യം എന്ന സിനിമയും വന്നു.

കേണൽ സ്ഥിരം നുണ പറയുന്നയാൾ. ഈ ശാസ്ത്രം കേണലിന് മാത്രം ബാധകമല്ല. നുണയിൽ ജീവിക്കുന്നവർക്ക് നുണ തന്നെയാണ് സത്യം. അങ്ങനെ വരുമ്പോൾ ഈ ശാസ്ത്രം അവരുടെ മുന്നിൽ പരാജയപ്പെടും. അവർ മൂക്കിൽ ചൊറിയുകയില്ല. തല വെട്ടിക്കുകയുമില്ല. എന്നാലും അവർ പറയുന്ന നുണയും കണ്ടുപിടിക്കാൻ അവർ സംസാരിക്കുന്ന വിഷയവും അതിന്റെ പൊരുത്തകേടുകളും ശ്രദ്ധിച്ചാൽ മതി. പോലീസുകാരുടെ ഭാഷയിൽ അത് ശാസ്ത്രീയമാണ്. എന്തൊക്കെയായാലും തന്റെ കമ്പനിയിൽ കുമാർ ഒരിക്കൽ പരീക്ഷണം നടത്തി. പാമുക്കിന്റെ പുസ്തകത്തിൽ പറഞ്ഞ കാര്യം തെറ്റാണെന്ന് തെളിയിക്കണം. ഫിലോസഫറായതുകൊണ്ടാണ് പാമുക് പറയുന്നത് നന്ദൻ വിശ്വസിക്കുന്നത്. പാമുക് പറഞ്ഞപോലെ ഒരു ഗ്രാമീണൻ ആയ മനുഷ്യനെ പറ്റിക്കണം. കമ്പനിയിലെ ഏറ്റവും നിഷ്കളങ്കനായ മനുഷ്യനെ കുമാർ ഈ പരീക്ഷണത്തിന് തിരഞ്ഞെടുത്തു. രവീന്ദർ നാരായൺ. ആ പരീക്ഷണം മൂന്നു മാസം നടത്തി. ഒരിക്കലും രവീന്ദർ നാരായൺ എന്ന നിഷ്കളങ്കനായ ആ ഗ്രാമീണനെ പറ്റിക്കാൻ കുമാറിന് കഴിഞ്ഞില്ല. ചിലപ്പോൾ കുമാറിന് എന്തെങ്കിലും ചെറിയ അസുഖമാണെന്ന് പറഞ്ഞ് ലീവ് എടുക്കും. പിറ്റേ ദിവസം ഇതിനെ കുറിച്ച് സംസാരിക്കുമ്പോഴേക്കും രവീന്ദർ അത് മനസ്സിലാക്കിയിരിക്കും. ഇനി വെറുതെ ഒരു സ്ഥലം വരെ പോയി എന്ന് നുണ പറഞ്ഞാലും, അതിനെ കുറിച്ച് സംസാരിക്കുമ്പോഴേക്കും രവീന്ദറിന് അത് മനസ്സിലാകുന്നു. തീർത്തും അപ്രധാനമായ ഒരു വിഷയത്തിൽ പോലും രവീന്ദർ എങ്ങനെ കുമാറിന്റെ നുണകൾ മനസ്സിലാക്കുന്നുവെന്നത് അയാളെ അദ്ഭുതപ്പെടുത്തി. പാവം മനുഷ്യൻ. പാവം തന്നെയോ?

നന്ദൻ പറഞ്ഞതാണ് ശരി. ചിലർ നുണയിൽ ജീവിക്കുന്നു. അവരെ നുണ പരിശോധന യന്ത്രത്തിന് പോലും പിടിക്കാൻ കഴിയില്ല. അവർക്ക്

നുണയാണ് സത്യം. സ്ഥിരം നുണ പറയുന്നവർ സത്യത്തെ സംശയ ത്തോടെ മാത്രമേ വീക്ഷിക്കുകയുള്ളൂ. നുണ പറയുന്നവർ വിശ്വാസ്യത നഷ്ടപ്പെട്ടവരാണ്. അവരുടെ നുണകൾക്ക് അപകടമില്ല. സ്ഥിരം സത്യം പറയുന്നവരുടെ നുണകൾ സത്യമായും വീക്ഷിക്കപ്പെടും. അങ്ങനെ നോക്കുമ്പോൾ സ്ഥിരം നുണ പറയുന്നവരേക്കാൾ അപകടമാണ് സത്യം പറയുന്നവരുടെ നുണകൾ" സത്യം എന്നതിനെ കുമാർ വെറുക്കുന്നില്ല. പക്ഷേ മനശ്ശാസ്ത്രം വിജയിച്ചു. അത് കുമാറിന് ബോദ്ധ്യമായി.

കുമാർ ചിന്തിച്ചു. തന്റെ കേണൽ സുഹൃത്ത് നുണ പറയുമ്പോൾ എന്തോ ഒരു ഭംഗിയുണ്ട്. ഒന്നാമത്തെ കാര്യം നുണയാണെന്ന് എല്ലാ വർക്കും മനസ്സിലാവും. എങ്കിലും അയാളെ നമ്മൾ വിശ്വസിക്കും. നുണ പറയുന്നതിലും ഒരു നിഷ്കളങ്കതയുണ്ട്. നുണ പറയുമ്പോൾ എന്തോ ഒരു ഊർജം കേണലിന്റെ മുഖത്തു കാണാം. കൂടെയുള്ളവർ അതിനെ "ഉടായിപ്പ്" എന്ന ഓമനപ്പേരിൽ വിളിക്കുന്നു. കുമാറിന്റെ ചിന്തകൾ കേണലിന്റെ നുണകളും തമാശകളും നിറഞ്ഞ ലോകത്തേക്ക് യാത്ര ചെയ്തു. നുണ പരിശോധന യന്ത്രത്തിന് കണ്ടുപിടിക്കാൻ കഴിയാത്ത, നുണകളിൽ ഉയർത്തിയ സാമ്രാജ്യത്തിൽ ജീവിക്കുന്നയാൾ.

താൻ ജോലി ചെയ്യുന്ന സ്ഥാപനത്തിൽനിന്നും നേരെ ഇറങ്ങുന്നത് കേണൽ സാമ്രാജ്യത്തിലേക്ക്. ജെ.റ്റി.സെഡ് എന്ന കമ്പനി ജീവിത ത്തിനും ജോലിക്കും സമതുലിതാവസ്ഥ നൽകുന്ന സ്ഥാപനമാണ്. ഒന്നോർത്താൽ ഇത്രയും നല്ല കമ്പനി വേറെ ഇല്ല. ഇവിടെ ജോലി എന്നു പറയുന്നതു തന്നെ ഒരു അഭിമാനമാണ്. എന്നാലും തരികിട പരി പാടികൾ നടത്തുമ്പോൾ ഉള്ള സുഖം കുമാറിന് മറ്റൊരു ലോകം സൃഷ്ടിക്കുന്നതിനു തുല്യമാണ്. ഈയിടെ കമ്പനി നിയമങ്ങൾ കൂടുതൽ ശക്തമായി തുടങ്ങി. ജോലിയിൽ ഒരു വിരക്തി. ജോലിയിൽ കയറി ഇത്രയും ചെറിയ കാലഘട്ടത്തിനുള്ളിൽ മടുപ്പ് അസാധാരണമാണ്. ജോലിക്കു പുറത്തുള്ള തമാശകൾ മാത്രമാണ് ജീവിതം തള്ളി നീക്കു ന്നതിൽ അയാളെ മുന്നോട്ടു നയിക്കുന്നത്. ചിലപ്പോൾ ചാണക്യനായും അല്ലാതെയും. കിഴക്കമ്പലത്ത് രാഷ്ട്രീയ പാർട്ടി അല്ലാത്ത ഒരു ഗ്രൂപ്പ് പഞ്ചായത്ത് ഭരണം പിടിച്ചെടുത്തതിൽ കുമാർ അസ്വസ്ഥനാണ്. അരാഷ്ട്രീയ ചിന്തകൾ വേരുറപ്പിക്കുന്നതിന്റെ ചിഹ്നങ്ങൾ എന്ന് പറയുന്ന കുമാർ തമാശ പരിപാടികൾ കഴിഞ്ഞാൽ ബുദ്ധിജീവിയാകും. കേരള ചാണക്യൻ. അത് തന്നെയാണ് അയാൾക്ക് യോജിച്ച പേര്. ഓഫീസിൽ ഇരുന്ന് ഹരിച്ചും ഗുണിച്ചും പറയും കേരളത്തിന്റെ അടുത്ത മുഖ്യമന്ത്രി യെ കുറിച്ച്.

മൂന്ന്

# കേണലിന്റെ സ്വർഗ്ഗത്തിലേക്ക്

**പ**ന്നിവളർത്തൽ നടത്തുന്നവർ അവയുടെ തൂക്കം വർദ്ധിപ്പിക്കാൻ ചെയ്യുന്ന ചില വിദ്യകളുണ്ട്. ആ വിദ്യയിലൂടെ ഒരു പന്നിക്ക് പത്ത് കിലോ വരെ തൂക്കം കൂടും. കൂടുതൽ പന്നികളെ ഒരേ കൂട്ടിൽ തന്നെ വളർത്തും. പന്നികൾക്ക് ഇളകാൻ കഴിയാതെ വരുമ്പോൾ അവയുടെ ഭാരം വർദ്ധിക്കും. കുമാറിന് ഒരു നിമിഷം താൻ പന്നിയാണോ എന്ന് തോന്നിപ്പോയി. പണ്ട് നാലു പേർ ഇരുന്ന് ജോലിചെയ്തിരുന്ന ക്യുബിക്കിളിലിൽ (ഭാഗികമായി മാത്രം വേർതിരിക്കപ്പെട്ട പുതിയ ജോലി സ്ഥലങ്ങളിലെ ഇരിപ്പിടങ്ങൾ) ഇന്ന് ആറ് പേർ ഇരിക്കണം. പണ്ട് നാല് ഫോണുകൾ ഉണ്ടായിരുന്നു. ഇന്ന് അത് ആറ് പേർക്ക് രണ്ട് ഫോണായി ചുരുങ്ങി. എന്നും ഫോണിനും സീറ്റിനും വേണ്ടിയുള്ള കടിപിടികൾ.

ഈ കമ്പനിയിൽ പിന്നെ എല്ലാ നിലകളിലും സിക്ക് റൂം (വെൽനെസ്സ് റൂം എന്നും പറയും) ഉണ്ട്. എന്തെങ്കിലും സാധാരണ അസുഖങ്ങൾ വരുമ്പോൾ വിശ്രമിക്കാനുള്ള സ്ഥലം. കുമാറിന് ഏറ്റവും ഇഷ്ടമുള്ള സ്ഥലം. ഉച്ചയൂൺ കഴിഞ്ഞാൽ അര മണിക്കൂർ ഒന്ന് മയങ്ങണം. വീണ്ടും ജോലി ചെയ്യാൻ ഒരു ഊർജ്ജം കിട്ടും. കുമാറിന്റെ ഭാഷയിൽ സിക്ക് റൂം സ്പെഷ്യൽ വാർഡും, ഓഫീസ് സീറ്റുകൾ ജനറൽ വാർഡും ആണ്. താൻ ജോലി ചെയ്യുന്ന J.T.Z (ജെ.ടി.സെഡ്) ഐ.ടി കൺസൾട്ടൻസി കമ്പനി ഒരു പന്നി വളർത്തൽ കേന്ദ്രമായി മാറിയിരിക്കുന്നു. ഒരേ കാബിനിൽ ആറ് പേര് ഒരുമിച്ചിരിന്ന് ഇളകാൻ കഴിയാതെ തങ്ങളുടെ ഭാരം കൂടും. അങ്ങനെ ഡോളർ വിനിമയ മൂല്യം കൂടും. ശരീരം ഇളകാത്ത പന്നികൾക്കും സോഫ്റ്റ്‌വെയർ എൻജിനീയർമാർക്കും വിലയിടുന്നത് ഒരു പോലെയാണെന്ന് ചിലപ്പോൾ തോന്നിപ്പോകും. രണ്ടിനെയും ബോഡി ഷോപിംഗ് നടത്തും. പന്നികളെ വെട്ടിമുറിച്ച്; തങ്ങളെ മുഴുവനോടെ. (ബോഡിഷോപിംഗ് ജോലിക്ക് ആവശ്യമുള്ളവരെ തിരഞ്ഞെടുക്കുന്നതിന് ഐ.ടി രംഗത്തെ പദപ്രയോഗം.)

കുമാർ ഐ.ടി കമ്പനിയിൽ ജോലിയിൽ പ്രവേശിച്ചിട്ടിപ്പോൾ എട്ട്

വർഷമായി. കുമാറിന്റെ ഇപ്പോഴത്തെ പുതിയ സുഹൃത്ത് കേണൽ രാജൻ നായർ ഒരു സംഭവമാണെന്ന് കുമാർ കാണുന്നവരോടെല്ലാം പറയും. ആഴ്ചയിൽ ഒരിക്കൽ കേണലിനെ കാണണം. റിട്ടയർമെന്റ് കഥകൾ കേട്ടിരിക്കണം. പഴയ പട്ടാളക്കാരൻ എന്നാണ് പറയുന്നത്. അവിടെ പോയാൽ ലോലിതയെ കുറിച്ച് സംസാരിക്കുന്നത് കേൾക്കേണ്ടി വരും. എന്നാലും കുഴപ്പമില്ല. പന്നി വളർത്തൽ കേന്ദ്രത്തിൽനിന്നും ഒരു മോചനം. അയാൾ ഇറങ്ങി കാക്കനാട് അടുത്ത് കിഴക്കമ്പലത്തേക്ക്.

കേണൽ രാജൻനായരെ കുമാർ ആദ്യമായി കാണുന്നത് മലേഷ്യ യിൽ വെച്ചാണ്. കുലാലംബൂരിലെ ജലൻപുടുവിലെ സ്വിസ്സ് ഗാർഡൻ ഹോട്ടലിൽ ബിസിനസ് ട്രിപ്പിന്റെ ഭാഗമായി താമസിക്കുന്ന സമയം. മുപ്പത്തിമൂന്നാം നിലയിൽ ആയിരുന്നു താമസം. ആ ഹോട്ടലിന്റെ റൂഫ് ടോപ്പിൽ ആണ് ഭക്ഷണശാല. അവിടെ താമസം തുടങ്ങിയ ആദ്യ ദിവസം തന്നെ കേണൽ രാജൻനായരെ പരിചയപ്പെട്ടു. കുമാർ കൃത്യമായി ഓർത്തു. കമ്പനിയുടെ ഒരു പദ്ധതിയുമായി കറങ്ങി നടക്കുന്ന സമയം. ലിഫ്റ്റ് പകുതി എത്തിയപ്പോൾ അഞ്ച് അടി ഉയരം ഉള്ള അമ്പത്തിയഞ്ച് വയസ് തോന്നിക്കുന്ന അയാളുടെ പ്രവേശനം. പ്രവേശിക്കുന്നതിനിടയിൽ, അയാൾ കുമാറിന് കൈ കൊടുത്തു. സ്വയം പരിചയപ്പെടുത്തി.

“ഞാൻ കേണൽ രാജൻ നായർ റിട്ടയേർഡ് മിലിട്ടറി ഇന്റലിജെൻസ് യു.എൻ.ഒ. ഐ.എ.സ് ആണ്. അച്ഛൻ പാലക്കാട് നായർ, അമ്മ നമ്പൂ രിയാണ്.”

കുമാർ ചിന്തിച്ചു, ‘ഇത്രയും പറയണോ സ്വയം പരിചയപ്പെടുത്താൻ. ഇയാൾക്ക് വല്ല മാനസിക അസുഖം ഉണ്ടാവോ... ഹേ ചില ആൾക്കാർ അങ്ങനെയാണ്.’

കുമാർ പരിചയപ്പെടുത്തി. “ഞാൻ സോഫ്റ്റ്‌വെയർ എഞ്ചിനീയർ ആണ്. ജെ.ടി.സെഡിൽ ജോലി ചെയ്യുന്നു.”

“മലയാളി ആണെന്ന് കണ്ടപ്പോൾ മനസ്സിലായി. അതുകൊണ്ടാ ചോദി ക്കാതെ തന്നെ കൈ തന്നത്.” കേണൽ പറഞ്ഞു.

‘കൊള്ളാം കേണൽ, തന്റെ മനസ്സ് വായിച്ചു ഇന്നത്തെ പ്രസന്റേ ഷൻ എന്ത് ചെയ്യും എന്നാലോചിക്കുമ്പോഴാണ്, നായരും നമ്പൂരിയും നസ്രാണിയും... 2010 ആയിട്ടും വേറെ ഒന്നും കിട്ടിയില്ല പരിചയപ്പെടു ത്താൻ....’ കുമാർ അരിശം മനസ്സിൽ പറഞ്ഞു തീർത്തു.

“ലെറ്റ് അസ് ഹാവ് എ കോഫി.”

“ഓഫ്കോഴ്സ് ഓഫ്കോഴ്സ്...” കുമാർ തലയാട്ടി.

സ്വിസ്സ് ഹോട്ടലിലെ താമസക്കാർക്ക് കാലത്തെ ഭക്ഷണം സൗജന്യ മാണ്. പ്രാതൽ കഴിച്ചു വേഗം ഓഫീസിൽ പോകണം. എന്തായാലും ചായകുടിക്കുന്ന സമയം വർത്തമാനം പറയാൻ ഒരാളെ കിട്ടി. പ്രാത ലിനു 250 തരം വിഭവങ്ങൾ ഒരുക്കി വെച്ചിട്ടുണ്ട്. കുമാർ ഒരു ചായയും രണ്ടു റൊട്ടിയും എടുത്ത് ഒരു മൂലയിലേക്ക് നീങ്ങി. കേണൽ ചായ

മാത്രം എടുത്ത് കുമാറിന്റെ അടുത്തെത്തി. ഇടയ്ക്ക് കുമാർ ചിന്തിച്ചു 'ഒരു സൗജന്യ പ്രാതൽ. കാശുകൊടുത്തു വാങ്ങുന്ന സൗജന്യം.'

"അപ്പൊ സാർ ഇവിടെ എന്ത് ചെയ്യുന്നു?" കുമാർ തുടങ്ങി.

"എനിക്ക് ഷിപ്പ് ബിസിനസ് ആണ്." വളരെ ലളിതമായി കേണൽ മറുപടി പറഞ്ഞു.

കുമാർ ഞെട്ടി. 'ജീവിതത്തിൽ ആദ്യമായാണ്, യു.എൻ.ഓയിൽ ജോലി ചെയ്ത ആളെ നേരിട്ട് കാണുന്നത്. അതിനു പുറമേ മിലിട്ടറി ഇന്റലിജൻസ്, പിന്നെ ഐ.എ.എസ്... ഇയാൾ ആള് കൊള്ളാമല്ലോ.'

"എന്താ പറഞ്ഞത്... മനസ്സിലായില്ല?" കുമാർ നെറ്റി ചുളിച്ചു.

"എനിക്ക് ഷിപ്പ് ബിസിനസ് ആണ്... പഴയ ഷിപ്പുകൾ വാങ്ങിക്കും, വെട്ടി പൊളിച്ചു വിൽക്കും. ഇപ്പൊ അഞ്ച് ഷിപ്പ് ഉണ്ട്. മൂന്നെണ്ണം കൂടി വാങ്ങിക്കണം. അതിനു വേണ്ടി ഇവിടെ വന്നതാണ്. ഞാൻ പ്രോപ്പർ സിങ്കപ്പൂരാ." കേണൽ ഭാവവ്യത്യാസമില്ലാതെ തന്നെ പറഞ്ഞു.

"ഇവിടെ കുറച്ചു ദിവസം, പിന്നെ കൽക്കട്ട, ചെന്നൈ അങ്ങനെ കറക്കം ആണ്." കേണൽ കൂട്ടിച്ചേർത്തു.

"ഓ.. അപ്പൊ വലിയ ബിസിനസ്കാരൻ ആണ്... ഇത്രയും വലിയ ഒരു ബിസിനസ്കാരനെ ഞാൻ അടുത്ത് കണ്ടിട്ടില്ല." കുമാർ കണ്ണുകൾ വിടർത്തി അദ്ഭുതം പ്രകടിപ്പിച്ചു.

"ഓ ഇപ്പൊ കുറച്ചതാ... പന്ത്രണ്ട് ഷിപ്പുകൾ വരെ വാങ്ങിച്ച സമയം ഉണ്ട്. ഇപ്പൊ കുറച്ചു ക്ഷീണം തന്നെയാണ്."

"സാറിനെ കണ്ടാൽ അങ്ങനെ തോന്നുന്നില്ല... സത്യത്തിൽ ഇത് എന്താ പരിപാടി?" കുമാർ ചോദിച്ചു.

"ഷിപ്പിന്റെ സ്ക്രാപ്പിനു നല്ല മാർജിൻ ആണ്. ഇരുമ്പിന് നല്ല വില യല്ലേ. ഒരിക്കലും വില കുറയില്ല. അതുകൊണ്ടുതന്നെ ഒരിക്കലും നഷ്ടം ഉണ്ടാകില്ല. വളരെ തുച്ഛമായ വിലയ്ക്ക് വാങ്ങിച്ച്, വെട്ടിപ്പൊളിച്ച്, കൽക്കട്ടയിൽ എത്തിക്കും. അവിടെ എത്തിയാൽ ഒരു സി... ആറു സി യാകും, അഞ്ച് സി നമ്മുടെ കൈയിൽ ഇരിക്കും..." കേണൽ തന്റെ അറിവിന്റെ പെട്ടികളുടെ ഒന്നിന്റെ താക്കോൽ എടുത്തു തുറന്നു.

"എനിക്ക് ഇത് പുതിയ അറിവാണ്." കുമാറിന്റെ മുഖത്ത് അദ്ഭുതം തന്നെ. അല്ലെങ്കിൽ അദ്ഭുതം അഭിനയിച്ചതാണ് എന്ന് പറയുകയായിരിക്കും കൂടുതൽ ശരി. അയാൾ പറഞ്ഞത് തെറ്റോ ശരിയോ എന്ന് പറയാൻ കഴില്ലല്ലോ. ആടുജീവിതം എന്ന നോവലിൽ പറഞ്ഞ പോലെ നമ്മൾ അനുഭവിക്കാത്ത ജീവിതം കെട്ടുകഥയായി നമുക്ക് തോന്നിയേക്കാം.

"കുമാർ ഒരുപാട് കാര്യങ്ങൾ ഈ ലോകത്ത് ഉണ്ട് ഇങ്ങനെ സോഫ്റ്റ്‌വെയർ ജോലി ചെയ്ത് എന്തിനാ സമയം കളയുന്നത്?"

"ഞാൻ തുടങ്ങിയിട്ടേ ഉള്ളു." കുമാർ വിനയത്തോടെ തന്നെ പറഞ്ഞു.

"നിങ്ങളെ പോലെയുള്ള ചെറുപ്പക്കാരെ എനിക്ക് ആവശ്യം ഉണ്ട്."

"അയ്യോ അത്രയ്ക്കൊന്നും ചെയ്യാൻ..." കുമാർ സംശയം പ്രകടിപ്പിച്ചു.

"കേട്ടോ കുമാർ ഞാൻ തുടങ്ങിയത് കോയമ്പത്തൂർ സബ് കലക്ടറായിട്ടാണ്. ഒരാൾ അന്ന് അയ്യായിരം രൂപ എനിക്ക് കൈകൂലി തരാൻ ശ്രമിച്ചു. ഇത് 1981ൽ. ഞാൻ അന്ന് തന്നെ ജോലി രാജി വെച്ചു. ജോലി കിട്ടി വെറും അഞ്ച് മാസം, ഐ.എ.എസ് ഞാൻ വലിച്ചെറിഞ്ഞു. എനിക്ക് മനസ്സിലായി ഇന്ത്യൻ സിസ്റ്റം എനിക്ക് കഴിയില്ല..." കേണൽ തന്റെ സത്യസന്ധത വെളിവാക്കി. അത്രയും രോഷാകുലമായിരുന്നു കേണലിന്റെ ഭാവങ്ങൾ.

കുമാർ ചായ ഊതുന്നതിനിടയിൽ അയാളെയൊന്ന് നോക്കി.

കേണൽ തുടർന്നു "വല്ലാത്തൊരു കാലം... യു നോ ശ്രീമതി ഇന്ദിര ഗാന്ധിയാണ് എനിക്ക് ഐ.എ.എസ് കൺഫേം ചെയ്തു തന്നത്."

"മനസ്സിലായില്ല... ഇന്ത്യൻ പ്രധാനമന്ത്രി എന്തിനാണ് ഇടപെട്ടത്?"

"ആ... അത് ഒരു സംഭവം ആണ്." കേണൽ ഏമ്പക്കവും ഇട്ടു തുടർന്നു.

"ഞാൻ പതിനാറ് വയസ്സിലാണ് ഡിഗ്രി എടുത്തത്. എല്ലായ്പോഴും ഡബിൾ പ്രൊമോഷൻ കിട്ടിയാണ് ഞാൻ ഡിഗ്രി പാസ്സായത്. പിന്നെ ലണ്ടൻ കിങ്ങ്സ് കോളേജ്, രണ്ടു വർഷം കൊണ്ട് പോസ്റ്റ് ഗ്രാജുവേറ്റ്... അത് കഴിഞ്ഞു നേരെ സിവിൽ സർവീസിൽ."

കുമാർ മനസ്സിൽ ഒരു കണക്കു കൂട്ടൽ നടത്തി. 'അപ്പോൾ പത്തൊമ്പതാം വയസിൽ തന്നെ ഐ.എ.എസ് കിട്ടി. ഏറ്റവും പ്രായം കുറഞ്ഞ ഐ.എ.എസ് ആയിരിക്കും... ഹേ അങ്ങനെ എങ്ങനെ... 21 വയസ്സ് ഇന്ത്യൻ നിയമം ആണല്ലോ... എന്തിനാ ഞാൻ വെറുതെ ചിന്തിക്കുന്നത് അയാൾ 19 വയസിലോ, 21 വയസിലോ എങ്ങനെ വേണമെങ്കിലും... പക്ഷേ...'

"1981ലെ സിവിൽ സർവീസ് എക്സാം... അതിൽ ഞങ്ങൾ ഒരു പ്രബന്ധം അവതരിപ്പിക്കണം. ഗാന്ധിജിയെ കുറിച്ച് ഞാൻ ഹിന്ദുവിൽ എഴുതിയ ലേഖനം ഒരു ചർച്ചയായി. ഗാന്ധിജിയെ എതിർത്തതിന്റെ പേരിൽ എനിക്ക് ഐ.എ.എസ് കൊടുക്കേണ്ട എന്ന് ഒരുപാടു പേർ ഇന്ദിരയെ ഉപദേശിച്ചു... അവസാനം ശ്രീമതി ഇന്ദിര നേരിട്ട് ഇടപെട്ട് എനിക്ക് ഐ.എ.എസ് തന്നു. ഷീ വാസ് എ ഗ്രേറ്റ് ലീഡർ." കേണൽ വാചാലനായി.

"ഓ മൈ ഗോഡ്."

"പിന്നെ ഐ.എ.എസ് വിട്ടു." എത്ര ലാഘവത്തോടെയാണ് കേണൽ അത് പറഞ്ഞത്.

"യു.എൻ.ഓയിൽ മിലിട്ടറി ഇന്റലിജൻസിൽ ചേർന്നു. അവിടെ നിന്നും റിട്ടയർ ചെയ്ത ശേഷം ഷിപ്പ് ബിസിനസ്." കേണൽ കഥ കൂട്ടിച്ചേർത്തു.

കുമാർ ചിന്തിച്ചു, "ഇയാൾക്ക് ഒരു അറുപത് വയസ് ആയി ക്കാണണം."

മനസ്സ് വായിച്ച കേണൽ ഉടനെ പറഞ്ഞു, "എനിക്ക് ഇപ്പൊ 60 അടു ക്കാറായി... നിങ്ങൾ ചെറുപ്പക്കാരുടെ സഹായം ഒക്കെ കൂടുതൽ വേണം..."

കുമാർ വീണ്ടും കണക്കു കൂട്ടി "ഇപ്പൊ അറുപത് വയസ് എങ്കിൽ 1981ൽ, തീർച്ചയായും 31 വയസ്... പിന്നെ എങ്ങനെയാണ് ഇരുപത്തി യൊന്നു വയസ്സിൽ ഐ.എ.എസ് കിട്ടി എന്ന് പറയുന്നത്, പതിനെട്ടാം വയസ്സിൽ പോസ്റ്റ് ഗ്രാജുവേറ്റ്... ഒന്നും കണക്ക് കൂട്ടി ശരിയാകുന്നില്ല... ഒരാൾ എന്തിനു തന്നോട് നുണ പറയണം. അതും ഒരു പരിചയവും ഇല്ലാത്ത ഇയാൾ തന്നോട് നുണ പറഞ്ഞിട്ട് എന്ത് നേടാൻ. തന്റെ കയ്യിൽ നിന്നും ഒന്നും നേടാൻ അയാൾ പോകുന്നില്ല പിന്നെ എന്തിനാണ്?"

സംശയം തീർക്കാൻ കുമാർ വീണ്ടും ചോദിച്ചു. "ആ ഹിന്ദു പത്ര ത്തിൽ ലേഖനം വന്നത് എപ്പോഴാണ്?"

"ഓ അത് 1975ൽ ആണ്... പിന്നീടാണ് ലണ്ടൻ കിങ്ങ്സ് കോളേ ജിൽ പോയത്." കേണൽ പറഞ്ഞു.

കുമാറിനെ വീണ്ടും ചിന്തയിൽ കുരുക്കി "1950ൽ ജനിച്ചെങ്കിൽ, പതിനാറ് വയസിൽ ഡിഗ്രി എടുത്തെങ്കിൽ, പതിനെട്ട് വയസിൽ പോസ്റ്റ് ഗ്രാജുവേറ്റ് ആണെങ്കിൽ, പിന്നെ 1975ൽ കിങ്ങ്സ് കോളേജിൽ... ഇയാൾ ഇത് എന്തിന്... തന്നെ നുണ പറഞ്ഞു പറ്റിക്കുന്നു."

എങ്കിലും സംശയത്തിന്റെ ആനുകൂല്യം കൊടുത്തു. പക്ഷേ, അടുത്ത വരികൾ അയാളെ ഞെട്ടിച്ചു.

"ഐ ക്ലിയേർഡ് ഐ.എ.എസ് അറ്റ് 22... രാജു നാരായണ സ്വാമിയെ പോലെ..." കേണൽ അഭിമാനത്തോടെ പറഞ്ഞു.

കുമാർ അദ്ഭുതം പ്രകടിപ്പിച്ചു 'അത് ശരി.. അങ്ങനെയാണെങ്കിൽ 1950ൽ ജനിച്ച അയാൾക്ക് 1972ൽ, ഐ.എ.എസ് കിട്ടണം. 1975ൽ കിങ്ങ്സ് കോളേജിൽ പഠിച്ചു, 1981ൽ പ്രധാനമന്ത്രി എങ്ങനെ അയാൾക്ക് സിവിൽ സർവീസ് കൊടുക്കും? എല്ലാം ശുദ്ധ നുണ. പക്ഷേ, എന്തിനാണ് കേണൽ തന്നോട് നുണ പറയുന്നത്?' രണ്ടു ദിവസം കഴിഞ്ഞു വീണ്ടും കേണലി നെ ഹോട്ടൽ ലോബിയിൽ വെച്ച് കണ്ടു. വീണ്ടും കേണൽ തുടങ്ങി "കേട്ടോ കുമാർ ഞങ്ങൾ ഐ.എ.എസുകാർക്ക് ബിസിനസ് ഈസ് ബിസിനസ്. അതിൽ കള്ളത്തരമില്ല. ഏതോ സിനിമയിൽ പറഞ്ഞ പോലെ, ഞങ്ങൾക്ക് ഒരു എല്ല് കൂടുതൽ ആണ്."

കുമാർ മനസ്സിൽ വരച്ചു 'എല്ല് ഉള്ള ഒരു ലക്ഷണവും ഇല്ല. എന്റെ കേണൽ എന്തിനാ എന്നെ വെറുതെ. താങ്കൾക്ക് എന്നിൽനിന്നും ഒന്നും നേടാൻ കഴിയില്ല.' അടുത്ത ദിവസം കുമാർ കേണലിനെ ഒഴിവാക്കി മറ്റൊരു മൂലയിൽ പ്രാതൽ കഴിക്കാനിരുന്നു. പക്ഷേ, കേണൽ കുമാ റിനെ കണ്ടെത്തി അയാളുടെ സീറ്റിനു അടുത്ത് തന്നെ ചെന്നിരുന്നു.

"നോക്കൂ കുമാർ ഞങ്ങൾ സിവിൽ സർവീസുകാർ നേരെ വാ നേരെ പോ എന്ന രീതിയാണ്. ഞങ്ങളുടെ ഐ.എ.എസ് ട്രെയിനിംഗ് തന്നെ അതാണ്."

അടുത്ത ദിവസവും കേണൽ അതെ പല്ലവി തുടർന്നു. "കുമാറേ ഐ.എ.എസ് ട്രെയിനിങ്ങിൽ ഞങ്ങൾക്ക് ചില പ്രത്യേക...."

കുമാറിന് അരോജകമായി തുടങ്ങി. 25 തവണയെങ്കിലും കേണൽ ഐ.എ.എസ് സിവിൽ സർവീസ് എന്ന് കുമാറിന്റെ അടുത്ത് പറഞ്ഞു കാണണം. തന്നെ ഏതു കുഴിയിലേക്കാണ്, ഇയാൾ കൊണ്ടുപോകുന്നത്. എന്നാലും ഇങ്ങനെ ഒരാൾ നുണ പറയോ, തന്റെ അവസാന സംശയം തീർക്കാൻ, 1970 മുതൽ 1985 വരെയുള്ള എല്ലാ ഐ.എ.എസുകാരുടെയും പേരുകൾ കുമാർ കണ്ടെത്തി. ഇന്റർനെറ്റ് അങ്ങനെ ഒരു സഹായം ആണ്. തന്നെ കൊണ്ട് കേണലിന് എന്താണ് ഉപകാരം. കേണൽ രാജൻ നായരെ വിടാൻ കുമാറിനു മനസ്സു വന്നില്ല.

അടുത്ത ദിവസം ജലാൻ പുടുവിലെ ഒരു ചെറിയ റെസ്റ്റോറന്റിൽ ഭക്ഷണം കഴിക്കാൻ കയറിയപ്പോൾ, അവിടെയും കേണൽ ഉണ്ട്. കുമാർ ഒരു മസാലദോശ ഓർഡർ ചെയ്തു. കേണൽ ഭക്ഷണം കഴിച്ചുകഴിഞ്ഞപ്പോൾ, കുമാറിന്റെ അടുത്തു വന്നിരുന്നു. "കുമാർ തന്നെ ഇന്ന് രാവിലെ കണി കണ്ടത് എന്റെ ഭാഗ്യമാണ്."

കുമാർ ചിന്തിച്ചു 'എന്താണാവോ അടുത്ത ഗുണ്ട്.' കേണൽ തുടർന്നു "ഇന്ന് എനിക്ക് 2 കപ്പലിന്റെ ഡീൽ ശരിയായിട്ടുണ്ട്... എല്ലാം കുമാർ കാരണം..."

"ഞാൻ എങ്ങനെ?"

"ബിസിനസിൽ അങ്ങനെ ചില വിശ്വാസങ്ങൾ ഉണ്ട്."

"ഓ, അത് ശരി."

"തന്നെ കണ്ടു പോയതും, രണ്ട് കോടിയുടെ ഡീൽ. അതിൽ ഒരു കോടി ഞാൻ ശരിയാക്കിയിട്ടുണ്ട്. ഇനി ഒരു കോടി കൂടി വേണം. എനിക്ക് സ്ഥിരം ഫണ്ട് തരുന്നത് ദുബായ് പാർട്ടിയാണ്." കേണൽ പറഞ്ഞു.

"അത് ശരി."

കേണൽ തല ചൊറിഞ്ഞു "പക്ഷേ, ഇപ്പൊ ചോദിക്കാൻ പറ്റില്ല."

"അതെന്താ?" കുമാറിന് ആകാംക്ഷയായി.

"ഇതിനു മുമ്പത്തെ ഡീൽ ക്ലോസ് ചെയ്തിട്ടില്ല. ഈ മലേഷ്യൻ ഗവൺമെന്റ് ക്ലിയറൻസ് ശരിയാക്കണം." കേണൽ കുറച്ച് നേരം വലിയ ചിന്താ ഭാവത്തിൽ താടിക്കു കൈകൊടുത്തു ചൊറിഞ്ഞു.

"അത് ശരിയാകാതെ ഒന്നും പറ്റില്ല. അത് ശരിയായാൽ പിന്നെ ദുബായ് പാർട്ടിയെ വിളിക്കേണ്ട കാര്യവും ഇല്ല."

"എന്നാലും സ്ഥിരം ഫണ്ട് ചെയ്യുന്ന ആൾ അല്ലേ. വിളിച്ചു പറഞ്ഞൂടെ?" ഒന്നും അറിയാത്ത കുട്ടിയെ പോലെ കുമാർ കേണലിനോടു പറഞ്ഞു.

"പക്ഷേ, ഇത്രയും ചെറിയ തുക എങ്ങനെയാണ് ദുബായ് പാർട്ടിയോടു ചോദിക്കാ?"

"അതെന്താ?"

"ചെറിയ തുക കടം ചോദിച്ചാ നമ്മൾ വീക്ക് ആണെന്ന് അവർക്ക് മനസ്സിലാവില്ലേ? പിന്നെ അവർ ബിസിനസിൽ പൈസ ഇറക്കില്ല."

"തൽക്കാലം എന്ത് ചെയ്യും എന്നതാ." കേണൽ ചിന്താകുലനായി അഭിനയിച്ചു ചെവിക്കു പിന്നിൽ ചൊറിഞ്ഞു കൊണ്ടിരുന്നു.

കുമാർ താളത്തിനൊത്ത് മൂളി.

"കുമാറിന്റെ കയ്യിൽ ഉണ്ടാവോ തല്ക്കാലത്തേക്ക് മറയ്ക്കാൻ ഒരു സി? ആറു ആഴ്ചക്കുള്ളിൽ ചരക്കു കൽക്കട്ടയിൽ എത്തും. എത്തിയാൽ ബാങ്ക് പലിശയേക്കാൾ കൂടുതൽ തരാം."

കുമാർ ഇത്തവണ തല കറങ്ങി വീണില്ല എന്നു മാത്രം.

"എന്റെ കേണൽ ഞാൻ ഒരു സാധാരണ ഐ.ടി ജോലിക്കാരൻ ആണ്. മാസം ശമ്പളം കിട്ടി ജീവിക്കുന്നു. ഒരു സി ഒക്കെ എനിക്ക് വലിയ തുകയാണ്."

"എനിക്ക് ഒരു സി മുഴുവൻ വേണം എന്നില്ല... ഒരു മുപ്പത് ലക്ഷം അഡ്വാൻസ് കൊടുക്കണം. അതാണ്. കുമാറിന് എന്നെ വിശ്വസിക്കാം."

"ഇത് വിശ്വാസത്തിന്റെ പ്രശ്നം അല്ല."

"എന്നാ ശരി കുമാറിനെ ഞാൻ എന്റെ ബിസിനസ് പാർട്ണർ ആക്കാം. അപ്പൊ പലിശ മാത്രം അല്ല, പ്രോഫിറ്റ് ഷെയർ കുമാറിന് 40% എനിക്ക് 60%. കുമാർ നാട്ടിൽ ചെന്നാൽ കൽക്കട്ട പാർട്ടിയുമായി സംസാരിച്ചാൽ മതി. ഞാൻ ഇവിടത്തെ കാര്യം നോക്കാം."

"അതല്ല പ്രശ്നം കേണൽ..." കുമാർ ഇടപെട്ടുകൊണ്ട് സംസാരിക്കാൻ ശ്രമിച്ചു.

"ഞാൻ ഇങ്ങനെ ആർക്കും ഒരവസരം കൊടുത്തിട്ടില്ല, താൻ ഒരു മലയാളി ആയതു കൊണ്ടാ... വളരാൻ ഒരു അവസരം, തന്റെ ഈ ചെറുപ്പം വെറുതെ കളയരുത്. സ്ക്രാപ്പ് ബിസിനസ് ആറ് ആഴ്ച കൊണ്ട് അഞ്ച് സി കൈയിൽ ഇരിക്കും. ഒരിക്കലും നഷ്ടം ഉണ്ടാകില്ല." കേണൽ ഉറപ്പു കൊടുത്തു.

"അതല്ല കേണൽ. എന്റെ കൈയിൽ അത്രേയും പൈസ ഇല്ല കേണൽ..."

കേണൽ അങ്ങനെ നാടകം അവസാനിപ്പിച്ചു. "ഞാൻ നിർബന്ധിച്ചു എന്നു കരുതരുത്. ഞങ്ങൾ ഐ.എ.എസുകാർക്ക് ബിസിനസ് ഈസ് ബിസിനസ്."

മലേഷ്യയിൽ നിന്നും തിരിക്കുന്നതിനു മുമ്പുള്ള അവസാനത്തെ ദിവസം സ്വിസ് ഗാർഡൻ ഹോട്ടലിലെ ലോബിയിൽ വീണ്ടും കേണലിനെ

കണ്ടു. അയാൾ കുമാറിനെ ഒരു മൂലയിലേക്കു മാറ്റി നിർത്തി വലിയ ഒരു രഹസ്യം പറഞ്ഞു.

"നിങ്ങൾക്ക് ബ്ലാക്ക് വൈറ്റാക്കണം എന്നു തോന്നുന്നുവെങ്കിൽ എന്നെ വിളിച്ചാ മതി ഒരു സി ഒക്കെ ഞാൻ ശരിയാക്കി തരാം. പൈസ ഉള്ള സുഹൃത്തുക്കൾ കാണില്ലേ? അവരോടു പറയണം."

"ശരി ഞാൻ പറയാം." കുമാർ വേഗം സമ്മതിച്ചു.

"വെറുതെ പറഞ്ഞാൽ പോര, നന്നായി പരിചയപ്പെടുത്തണം, എന്നാലെ അവർക്ക് വിശ്വാസം വരൂ."

"ഞങ്ങൾ ഐ.എ.എസുകാർക്ക് ബിസിനസിൽ കള്ളത്തരം ഇല്ല."

കുമാർ ചിന്തിച്ചു 'ഇയാൾക്ക് കുഴൽ പണം ഇടപാട് കള്ളത്തരം അല്ല. ഹ ഹ ഹ... ഇത് ഇപ്പൊ ചതിയിൽ വഞ്ചന പാടില്ല എന്നു പറയുന്ന പോലെയാണ്.' അങ്ങനെ ഒരു വിധത്തിൽ ആണ് കുമാർ കേണലിന്റെ കൈയിൽ നിന്നും രക്ഷപ്പെട്ടത്.

**ഇ**തെല്ലാം പഴയ കഥ. മലേഷ്യയിലും സിംഗപ്പൂരും കളിച്ചുനടന്ന കേണൽ ഇന്ന് വളരെ പാവമാണ്. തട്ടിപ്പും വെട്ടിപ്പും അവസാനിപ്പിച്ചു കൊച്ചിയിൽ കാക്കനാട് അടുത്ത് കിഴക്കമ്പലത്ത് ഒരു വീട്ടിൽ ഒറ്റയ്ക്ക് കഴിയുകയാണ്. വർഷങ്ങൾക്കു മുമ്പ് ജലൻപുടുവിലെ ഒരു കാപ്പി ക്കടയിൽ അവസാനമായി കണ്ടതിനു ശേഷം പിന്നെ കാണുന്നത് കാക്കനാട്ടെ അമ്മവീട് ഭക്ഷണശാലയിൽ വെച്ചാണ്. ആകെയുള്ള കൂട്ട് താനും ചില നാട്ടുകാരും ആണ്. തന്നെ ഐ.എ.എസ് എന്നു പറഞ്ഞു വലിപ്പിച്ച കാര്യം പറഞ്ഞു ഇടയ്ക്ക് കേണലിനെ കളിയാക്കും. കേണ ലിന് ഒരു കുറ്റബോധവും ഇല്ല. തന്റെ കാര്യം നടക്കാൻ താൻ പലതും പലരോടും പറഞ്ഞുകാണും. അതൊന്നും കേണൽ ഓർത്തിരിക്കുന്നില്ല എന്നാണ് അയാളുടെ മറുപടി. പിന്നെ ഒരു കള്ളച്ചിരി.

കോടികണക്കിനു രൂപയുടെ ബിസിനസ് ചെയ്ത ഒരു അഹങ്കാരവും അയാൾക്ക് ഇല്ല. ചിലപ്പോൾ കാക്കനാട്ടെ അമ്മവീട് റെസ്റ്ററന്റ്, ചില പ്പോൾ കിഴക്കമ്പലത്തെ ലക്ഷ്മിവിലാസം ചായക്കട. തനി നാടൻ. നാട്ടിൽ വന്നാൽ മലയാളി പുറത്തുവെച്ച് പഠിച്ച എല്ലാ മര്യാദയും മറക്കും. പിന്നെ അയാൽവാസിയുടെ, അതിരിൽ നൃത്തം ചെയ്ത് സായൂജ്യം അടയണം. കേരളത്തിലെ താമസം അങ്ങനെ കേണലിന്റെ ശീലങ്ങൾ മാറ്റി യെടുത്തു. അയൽവാസിയുടെ ശക്തി കുറവാണെങ്കിൽ, വെട്ടിപ്പിടിക്കുക. അയൽവാസിയുടെ ശക്തി കൂടുതലാണെങ്കിൽ, ഭീകരവാദികളായ മര ങ്ങളെ അതിരുകളിൽ വെച്ചുപിടിക്കുക. അങ്ങനെയെങ്കിലും ആ മര ങ്ങളുടെ ചില്ലകൾ അടുത്ത വീട്ടിൽ ഒരു ശല്യമാവണം. ഭീകര ഉറുമ്പു കൾ മരച്ചില്ലകളിലൂടെ അടുത്ത് വീട്ടിൽ ഊർന്നു ഇറങ്ങും. അതിനെ തോൽപ്പിക്കാൻ എതിർവശത്തും അതിർത്തികളിൽ ഭീകരവാദി മര ങ്ങളെ വളർത്തുന്നു. ചിലപ്പോൾ ഇന്ത്യൻ ആർമി പാകിസ്ഥാനിൽ

ചെയ്ത പോലെ സർജിക്കൽ അറ്റാക്ക്. ശസ്ത്രക്രിയപരമായി ഉറുമ്പു പൊടി വിതറുന്നു. എന്നാൽ കേണലിനു ഇത്തരം ചെറിയ കാര്യങ്ങളിൽ താത്പര്യമില്ല. കേണലിന്റെ അയൽവാസി ഭീകരത വേറെ ഒരു രീതി യിലാണ്.

ഏതു സ്ഥലത്തു ജീവിച്ചാലും അവിടുത്തെ ഒരു പൊതുസ്വഭാവം മനുഷ്യരിലേക്ക് അറിയാതെ പടർന്നുകയറുന്നതാവാം. മനുഷ്യരുടെ പൊതുസ്വഭാവത്തിൽ എങ്ങനെയാണ് ഗുണപരമായ മാറ്റം ഉണ്ടാ ക്കേണ്ടത് എന്നു ചിന്തിച്ച് കുമാർ സമയം കളഞ്ഞു. അല്ലെങ്കിൽ പിന്നെ എങ്ങനെയാണ് വളരെ പുരോഗമനപരമായ കാഴ്ചപ്പാടുകൾ ഉണ്ടായി രുന്ന കേണൽ കേരളത്തിൽ എത്തിയപ്പോൾ അതിർത്തിയിൽ പ്രശ്ന ങ്ങൾ ഉണ്ടാക്കുന്നത്. അതിർത്തിപ്രശ്നങ്ങൾ കേരളത്തിന്റെ മാത്രം പ്രശ്നമല്ല എന്നു സമാധാനം കൊണ്ടു. വലിയ പുരോഗമിച്ച രാജ്യങ്ങളും അതിർത്തിയിൽ ചൊറിഞ്ഞു പ്രശ്നങ്ങൾ ഉണ്ടാക്കുന്നുണ്ടല്ലോ. ഒരു പണിയുമില്ലാത്തതാണ് പ്രധാന പ്രശ്നം. കുമാർ ആത്മഗതം പറഞ്ഞു നടന്നുനീങ്ങി.

അതിർത്തി ഭേദിക്കാൻ കേണൽ ശ്രമം തുടങ്ങിയിട്ട് കാലം കുറെ യായി. ഇങ്ങനെ ചിന്തിക്കുന്ന കുമാറിനും എരിതീയിൽ എണ്ണയൊഴിക്കു ന്നത് ചില സമയങ്ങളിൽ ആവേശമാണ്. തീ കത്തിപ്പിടിക്കുമെന്നു തോന്നി യാൽ വേഗം വെള്ളമൊഴിക്കാനും കുമാർ ശ്രദ്ധിക്കാറുണ്ട്.

നാല്
# ലോലിത

പ്രഭാത സവാരി കഴിഞ്ഞാൽ കേണൽ റൂമിൽ കയറി കതകടയ്ക്കും. ജനൽപാളികൾ പതുക്കെ തുറന്നു വയ്ക്കും. എന്നിട്ട് അടുത്ത വീട്ടിലെ സുന്ദരിക്ക് എന്ത് സംഭവിക്കുന്നുവെന്ന നിരീക്ഷണം ആരംഭിക്കും. ഇത് പുതിയ ശീലമാണ്. അവളുടെ മാറ്റങ്ങൾ ദിവസവും കാണണം. ആസ്വാ ദനം തന്നെ ലക്ഷ്യം. സിംഗപ്പൂർ കറങ്ങി നടക്കുമ്പോൾ ഇത്തരം ചിന്ത കൾ അലട്ടിയിരുന്നില്ല. ഒരുപാട് പണം സമ്പാദിച്ചു. ലോലിതയുടെ പ്രായം നാല്പത്തിയഞ്ച് ആണെങ്കിലും ഗ്രാമത്തിൽ എല്ലാവരുടെയും ഭാവനയെ ഉണർത്തിയിരുന്ന സുന്ദരിയാണ്. അവൾ ഒരു വേശ്യയല്ല. അവൾ ഒരു വേശ്യയായിരുന്നെങ്കിൽ എന്ന് ആഗ്രഹിക്കുന്ന പുരുഷന്മാ രുടെ എണ്ണം പതിനായിരത്തി ഇരുനൂറ്റിപതിനൊന്ന്. പത്തു വയസിനു മീതെയുള്ള പുരുഷന്മാരുടെ എണ്ണമാണ്. ആ നാട്ടിലെ ആകെ പുരുഷന്മാ രുടെ അറുപതു ശതമാനം വരും. ബാക്കിയുള്ളവർക്ക് സമയം ഇല്ലാ ത്തതുകൊണ്ട് മാത്രം ലോലിതയെ ശ്രദ്ധിക്കുന്നില്ല.

കേണൽ ചിന്തിച്ചു കാടു കയറി. 'താൻ എന്താ ഇങ്ങനെ കേരള ത്തിൽ എത്തിയാൽ തന്റെ സ്വഭാവം തന്നെ മാറുന്നുവെന്നയാൾ തിരിച്ച റിഞ്ഞു. പന്ത്രണ്ട് വലിയ കപ്പലുകൾ വാങ്ങിച്ചു വിറ്റ താൻ സിംഗപ്പൂർ വെച്ച് ഒരിക്കലും ഇങ്ങനെ ഒരു സ്ത്രീയേയും കുറിച്ച് ചിന്തിക്കാറില്ല. ചിലപ്പോൾ തോന്നും ഒരു മനോരോഗ വിദഗ്ദ്ധന്റെ സഹായം ആവശ്യ മാണെന്ന്. പിന്നെ സ്വയം സമാധാനിക്കും, ഗ്രാമത്തിലെ നൂറ് പുരുഷ ന്മാർക്ക് ഓരോ മനോരോഗഡോക്ടർ വേണം. അങ്ങനെ നോക്കുമ്പോൾ ആയിരത്തി ഇരുനൂറ് ഭ്രാന്തിന്റെ ഡോക്ടർമാർ വേണ്ടി വരും. കേരള ത്തിൽ ആയിരം ഗ്രാമങ്ങൾ; പിന്നെ മുൻസിപ്പാലിറ്റികൾ കൂടി ഇരുപത് ലക്ഷം ഭ്രാന്തിന്റെ ഡോക്ടർമാർ. അപ്പൊ പിന്നെ തന്റെ കുഴപ്പമല്ല.' എങ്ങനെയാണ് ഇത്തരം ഒരു കണക്ക് ഉണ്ടാക്കിയതെന്ന് അയാൾക്കു തന്നെ ഒരു ബോധമില്ല. മൂന്നു വർഷമായി നാട്ടിൽ എത്തിയിട്ട്. എന്നും കാലത്ത് ലോലിതയെ കുറച്ചു നേരം നോക്കിയിരിക്കും. അവളുടെ കാലത്തെ ഷോ പത്ത് മിനിറ്റ് ആണ്. മുറ്റത്തെ ചെടികൾ നനയ്ക്കുന്ന സമയം. അവളുടെ ഭർത്താവ് ഗൾഫിൽ നിന്നും എല്ലാ മാസവും

അവസാനത്തെ വെള്ളിയും ശനിയും വരും. ആ രണ്ടു ദിവസവും അവളെ കാലത്ത് കാണില്ല. കേണലിന് അതു വലിയ വേദനയാണ്. ഭർത്താവിനെ കാണുമ്പോഴുള്ള അവളുടെ സന്തോഷം കേണലിനു സഹിക്കാൻ കഴിയില്ല. ആരും കല്യാണം കഴിച്ചു സന്തോഷമായി ജീവിക്കുന്നത് കേണലിന് ഇഷ്ടമല്ല. സ്വന്തം ജീവിതത്തിൽ സന്തോഷമില്ല എന്നാണ് കേണൽ പുറത്തു പറഞ്ഞു നടക്കുന്നത്. അതു ന്യായീകരിക്കാൻ അയാൾ വഴികൾ കണ്ടെത്തും.

കേണലിന് ഇഷ്ടമില്ലാത്തവരുടെ കൂട്ടത്തിൽ അടുത്ത വീട്ടിലെ ഇരുപതു വയസുള്ള ചെക്കനുമുണ്ട്. അവൻ ഇടയ്ക്ക് ലോലിതയുമായി സംസാരിക്കും. അയാൾക്ക് അത് ഇഷ്ടമല്ല. 'താനും ഒരു അയൽവാസിയല്ലേ? ലോലിതയുടെ വീടിന്റെ വലതുവശത്ത് താമസിക്കുന്ന താൻ ഇതുവരെ അവളുമായി സംസാരിച്ചിട്ടില്ല. ഇടതുവശത്തുള്ള തെണ്ടിച്ചെക്കൻ എന്തിനാണ് അവളുമായി സംസാരിക്കുന്നത്. ഒരാൾക്കും ഒരു പണിയും ഇല്ല... അല്ല ആലോചിച്ചാൽ തനിക്കും പണിയില്ല... എന്നാലും താൻ അമ്പത്തിയഞ്ച് വയസു കഴിഞ്ഞു റിട്ടയർ ചെയ്ത ആൾ. തനിക്ക് എന്തും ചിന്തിച്ചു സമയം കളയാം. ആയ കാലത്ത് സമ്പാദിച്ചിട്ടുണ്ട്.'

കേണലിന് ഇഷ്ടമില്ലാത്ത കാര്യങ്ങൾ ഇനിയും ഉണ്ട്. അവൾ ഒരു പണിയും എടുക്കില്ല. ആകെ ഒരു ചെടി നന. പണിയെടുക്കുന്നവൾ ആണെങ്കിൽ മുറ്റമെങ്കിലും അടിക്കുമായിരുന്നു. അങ്ങനെ അവളുടെ ശരീര വടിവ് കണ്ടാസ്വദിക്കാമായിരുന്നു. വീടിന്റ പുറം ജോലികൾ ചെയ്യാൻ അവൾ ഒരു പണിക്കാരിയെ ഏർപ്പാടാക്കിയിരുന്നു. പണിക്കാരിയാണെങ്കിൽ എഴുപത് വയസായ ഒരു തള്ള. നോക്കാൻ തോന്നില്ല. എന്നാലും നോക്കും. പിന്നെ ചിന്തിക്കും തന്റെ കുഴപ്പമല്ല. തന്റെ മനസ്സിന്റെ കുഴപ്പമല്ലേ? അമ്പലത്തിൽ പോയാൽ മതി. എല്ലാം ശരിയാവും. അവിടെ പോയാലും പ്രശ്നമാണ് കേരള സെറ്റ് സാരിയും ഉടുത്തു വരും കുറെയെണ്ണം, അവിടെയും ശ്രദ്ധ മാറിപ്പോകും. പിന്നെ ആലോചിക്കും ഇത് ഭ്രാന്താശുപത്രിയിലെ ഷോക്ക് തന്നെ വേണ്ടി വരും. പിന്നെയും സ്വയം സമാധാനിച്ചു; കേരളത്തിലെ ഒരു വലിയ വിഭാഗം പുരുഷന്മാർക്ക് ഏതോ സിനിമയിൽ പറഞ്ഞപോലെ ഇടുക്കി പവർ ഹൗസിലെ മുഴുവൻ കറണ്ടും വേണ്ടി വരും.

എല്ലാ ദിവസവും ലക്ഷ്മി വിലാസം ചായക്കടയിൽനിന്നും ഒരു ചായയും പുട്ടും കടലയും കേണലിന് പതിവാണ് അല്ലെങ്കിൽ അമ്മ വീട്ടിൽ പോയി ഒരു മസാലദോശ. അവിടുത്തെ എല്ലാ ചർച്ചകൾക്കും ബുദ്ധിമുട്ടുള്ള ചോദ്യങ്ങൾക്കും ഉത്തരം നല്കാൻ കഴിവുള്ള ഒരേ ഒരാൾ കേണൽ ആണ്. കാലത്തെ സർവീസ് ലക്ഷ്മിവിലാസം ചായക്കടയിലാണെങ്കിൽ ഉച്ചതിരിഞ്ഞ് അമ്മവീട്ടിൽ മസാലദോശ തീറ്റയ്ക്കിടയിലൂടെ ചില ഉരുളക്കിഴങ്ങൻ നുറുങ്ങുകൾ. നാട്ടുകാരുടെ സ്വന്തം കേണൽ. മൂന്ന് കൊല്ലം കൊണ്ട് അയാൾ നാടിനെ കൈയിൽ എടുത്തു. ലക്ഷ്മി വിലാസം ചായക്കട കാലത്ത് അഞ്ചു മണി മുതൽ ഒമ്പത് മണി വരെയും

വൈകീട്ട് നാല് മണി മുതൽ എട്ടു മണി വരെയും കട തുറന്നിരിക്കും. കേണലിന് പുട്ടും കടലക്കറിയും കഴിക്കാൻ ഇവിടെ തന്നെ വരണം. പലപ്പോഴും പുട്ട് കഴിക്കുക എന്നതിനേക്കാൾ നാട്ടുകാരുടെ സംശയം തീർക്കാൻ വേണ്ടി മാത്രമാണ് അയാൾ അവിടെ വരുന്നതെന്ന് തോന്നും. യു.എൻ. മിലിട്ടറി ഇന്റെല്ലിജെൻസിൽ നിന്നും റിട്ടയർ ചെയ്ത പഴയ സിവിൽ സർവീസ്കാരൻ. നാട്ടുകാർ അറിയുന്നത് അങ്ങനെയാണ്. ഗ്രാമത്തിൽ എന്ത് സംഭവം ഉണ്ടായാലും ആദ്യം വാർത്ത എത്തുന്നത് ഇവിടെയാണ്. പതിവ് പോലെ അയാൾ പുട്ട് ഓർഡർ ചെയ്തു.

കടയുടമ ഗോപാലൻ നായർ പറഞ്ഞു. "ഭയങ്കര തിരക്കാണ്. ഒരു പതിനഞ്ച് മിനിറ്റ് വെയിറ്റ് ചെയ്യണം."

കേണൽ സ്ഥിരം ബെഞ്ചിൽ ഇരുന്നു. ബെഞ്ചിൽ ഇരുന്നിരുന്ന ഒരാൾ പറഞ്ഞു.

"കേട്ടില്ലേ... ഇന്നലെ കോളനിയിലെ കിണറ്റിൽ രഘുവിന്റെ മകൾ വീണു."

മറ്റൊരാൾ പറഞ്ഞു, "പത്താം ക്ലാസ് തോറ്റതിൽ വിഷമിച്ചു ചാടിയതാണ്."

വേറൊരാൾ പറഞ്ഞു, "അതൊന്നും അല്ല. പ്രേമ നൈരാശ്യമാണ്."

ചായ കുടിച്ചു എഴുന്നേറ്റ ഒരുവൻ പറഞ്ഞു "സംഗതി ശരിയാണ്. കേസ് പ്രേമം തന്നെ... പക്ഷേ, കഥ വേറെയാണ്... അടുത്ത വീട്ടിലെ ചെറുക്കനുമായി കുറച്ചു തോണ്ടലും തലോടലും ഒക്കെ ഉണ്ടായിരുന്നു... രണ്ടും കൂടി ഒളിച്ചോടാൻ തീരുമാനിച്ചു... വാട്സ് ആപ്പിലൂടെ അവർ എന്തോ കൈമാറിയത് ഗ്രൂപ്പ് മാറി പോസ്റ്റ് ചെയ്തു. അങ്ങനെ എല്ലാം ലീക്ക് ആയി."

കേണൽ പറഞ്ഞു "അല്ലെങ്കിലും ഞാൻ സിംഗപ്പൂരിൽ വാട്സാപ് ഉപയോഗിക്കാറില്ല."

"വാട്സാപ് തുടങ്ങിയിട്ട് ഒരു വർഷമേ ആയിട്ടുള്ളൂ." കാണിയുടെ മറുപടി.

"അതാണ്. എനിക്ക് മനസ്സിലായില്ല...ഇന്റർനെറ്റ് ഒക്കെ ഞാൻ സ്ഥിരം നോക്കാറുണ്ട്." കേണൽ ജാള്യതയോടെ പറഞ്ഞു.

"എന്തായാലും വീട്ടുകാർ അറിഞ്ഞു. പദ്ധതി തടഞ്ഞു. ആ ദേഷ്യത്തിന് കിണറ്റിൽ ചാടി ചാകാൻ തീരുമാനം എടുത്തു." പറഞ്ഞവർ പറഞ്ഞവർ സ്ഥലം വിട്ടു.

ഇത്രയൊക്കെ കേട്ട ഗോപാലൻ നായർ അവസാനം സത്യം കേണലിനോടു പറഞ്ഞു. "ആ കുട്ടി കാല് തെറ്റി കിണറ്റിൽ വീണതാണ്. അവിടെ കുറച്ചു വഴുക്കൽ ഉണ്ടായിരുന്നു. വഴിയെ വന്ന ഒരു പയ്യൻ ചാടി രക്ഷപ്പെടുത്താൻ നോക്കി. രണ്ടു പേരെയും ഫയർഫോഴ്സ് കിണറ്റിൽ നിന്നും കയറ്റിയെടുത്തു. ആ പയ്യൻ ആരാണെന്ന് നാട്ടുകാർക്ക്

അറിയുക പോലുമില്ല. അയൽവാസി ചെക്കൻ ഇപ്പൊ ബോംബെയിൽ ആണ്. അവന് ഈ വിവരം അറിയുക തന്നെയില്ല."

"പിന്നെ നാട്ടുകാർ പരദൂഷണം പറഞ്ഞപ്പോൾ താൻ എന്താ മറുപടി പറയാതിരുന്നത്?" കേണൽ ചോദിച്ചു.

"ഞാൻ തടഞ്ഞതുകൊണ്ട് ഒരു ഫലവും ഇല്ല, അവർ പറഞ്ഞത് കൊണ്ട് എനിക്ക് കച്ചവടം കൂടും. അത് ഞാൻ തടയില്ല. പിന്നെ പരദൂഷണം, അവർ പറഞ്ഞു പോട്ടെ. അവരുടെ മനസ്സിന് ഒരു സുഖം കിട്ടട്ടേ." ഗോപാലൻ നായർ, ആകാശത്തേക്ക് കപ്പു ഉയർത്തി ചായ ആറ്റുന്നതിനിടയിൽ പറഞ്ഞു. ചായക്കടക്കാരൻ ആണെങ്കിലും അവിടുത്തെ ഏറ്റവും വലിയ ബുദ്ധിജീവിയായി സംസാരിക്കാൻ ഗോപാലന് കഴിയും. ലോകത്തെ മുഴുവൻ ചായക്കടയിൽ കാണുന്നവൻ. അവിടെ എല്ലാ തരത്തിലുള്ള മനുഷ്യരും വരുന്നുണ്ട്. ഒരുപക്ഷേ ഏറ്റവും വിശാലമായ അറിവ് സ്വായത്തമാക്കിയത് എല്ലാ തരത്തിലുമുള്ള മനുഷ്യരുമായി ഇടപെടുന്ന ചായക്കടക്കാരും ബാർബർമാരുമായിരിക്കും.

"സിംഗപ്പൂരോന്നും ആരും ഇങ്ങനെ കല്ല് വെച്ച നുണ പ്രചരിപ്പിക്കില്ല." പറയുന്നതിനിടയിൽ ചെറിയ ഒരു കുറ്റബോധത്തോടെ കേണൽ നെടുവീർപ്പിട്ടു. പിന്നെ കേണൽ ചിന്തിച്ചു 'താൻ എത്ര പേരെ പറ്റിച്ചു. അതൊക്കെ തന്റെ ജോലിയുടെ ഭാഗം. കുറ്റബോധം തോന്നേണ്ട കാര്യമില്ല.'

"ഇവിടെത്തെ ഒരു രീതിയാണ്." ഗോപാലൻ നായർ അയാളെ സമാധാനിപ്പിച്ചു. ഇതൊക്കെയാണെങ്കിലും കേണൽ വീണ്ടും ലോലിതയെകുറിച്ചുള്ള ചിന്തകളിൽ മുഴുകി. വേഗം വീട്ടിൽ പോകണം. അവൾ വീടിന്റെ മുകളിൽ വന്നു നടക്കുന്ന സമയമാണ്. മുകളിലെ മുറിയിലെ വാതിൽ തുറക്കാൻ കഴിയില്ല. മുറി ഉപയോഗിക്കാത്തതുകൊണ്ട് പൊടിയും മാറാലയും പിടിച്ചു നാശമായി കിടക്കുകയാണ്. പക്ഷേ, ജനാലയ്ക്ക് ഒരു ഓട്ടയുണ്ട്. അതിലൂടെ നോക്കിയാലും അവളെ കാണാൻ കഴിയും. അവൾ തിരിച്ചു കാണുകയില്ല. ഒരു തവണ അവിടെ നിന്ന് നോക്കുമ്പോൾ പഴുതാര കടിച്ചത് ഓർമ്മ വന്നു. എന്നും പഴുതാര വരില്ല. വേഗം എത്തിയില്ലെങ്കിൽ അവളെ കാണാൻ കഴിയില്ല. ഗോപാലൻ നായരോട് യാത്ര പറഞ്ഞു അയാൾ വേഗം നടത്തം ആരംഭിച്ചു. പാക്കിസ്ഥാൻ ബോർഡർ നിരീക്ഷിക്കാനുള്ള പോക്കാണ്. അയാൾ തന്നെ തിരുത്തി. 'പാക്കിസ്ഥാൻ ബോർഡറിലുള്ള ഇന്ത്യൻ പട്ടാളക്കാർക്ക് തന്റെ ഈ കഴിവ് ഉണ്ടായിരുന്നെങ്കിൽ ഓ വേണ്ട..' വീണ്ടും കുറ്റബോധം അയാളെ വരിഞ്ഞു മുറുക്കി. അയാൾക്ക് അയാളോട് തന്നെ പുച്ഛം തോന്നുന്നുവെങ്കിലും, കാര്യം സാധിക്കണം, അതാണ് വിജയം.

ഒരിക്കൽ അവൾ തിരിഞ്ഞു നോക്കിയപ്പോൾ തന്നെ കണ്ടോ എന്നറിയില്ല. താൻ അറിയാത്ത പോലെ കൈ മൂക്കിൽ ചൊറിഞ്ഞു വേറെ എവിടെയോ നോക്കുകയാണെന്ന ഭാവത്തിൽ അവളെ തന്നെ നോക്കിയിരുന്നു. കൈ ഉയർത്തി മൂക്കിൽ ചൊറിയുമ്പോൾ എവിടെക്കാണ് താൻ

## മീൻകാരനും ലോലിതയും

നോക്കുന്നതെന്ന് അകലെയുള്ള ആൾക്ക് മനസ്സിലാവില്ല. കൈപ്പത്തി കൊണ്ട് മറച്ചു നെറ്റിയിൽ ചൊറിഞ്ഞാൽ മതി. വിരലുകൾക്കിടയിലൂടെ അവളെ കാണാൻ സാധിക്കും. വെറുതെ കണ്ടാൽ മതി. പക്ഷേ, മുക ളിലെ ഈ മുറിയിൽ ഇരുന്നാൽ പിന്നെ ആ പ്രശ്നവും ഇല്ല. അവൾക്കു തന്നെ കാണാൻ സാധിക്കില്ല. ഇരുട്ടാണ് ആകെയുള്ള പ്രതീക്ഷ. പ്രകാശം ഈ ചെറിയ ഓട്ടയാണ്. ഇരുട്ടിൽ ഇരുന്ന് പ്രകാശത്തിലേക്ക് നോക്കുക ഒരു രസം തന്നെയാണ്. ഇവിടുത്തെ വലിയ ഒരു വിഭാഗത്തിന്റെ ജോലി തന്നെ അതാണ്. അത് തന്നെയാണ് അവരുടെ സുഖവും അസുഖവും. എന്നാൽ സൂര്യന്റെ സഞ്ചാരം അവളുടെ വീടിന്റെ വശത്ത് എത്തുമ്പോൾ ഈ ഓട്ടയിലൂടെ നോക്കാൻ കഴിയാറില്ല. സൂര്യരശ്മികൾ കണ്ണിൽ കുത്തി കയറും. ആ സമയങ്ങളിൽ ഓട്ടയിലൂടെ പ്രകാശം കേണലിന്റെ മുറി യിൽ പരക്കും. അതുകൊണ്ടു തന്നെ ഈ മുറിയിൽ നിന്ന് എപ്പോഴും നോക്കാൻ കേണലിന് കഴിയില്ല. തന്റെ കാഴ്ചയെ മറക്കുന്ന സൂര്യ

രശ്മിയെ ചിലസമയങ്ങളിൽ ഒരു കിറുക്കനെ പോലെ കൈകൊണ്ടടച്ചു പിടിക്കും. അപ്പോൾ വീണ്ടും മുറിയിൽ അന്ധകാരം നിറയും. എന്നിട്ടു സ്വയം ചിരിക്കും.

ഒരു സ്ത്രീയെ അകലെയിരുന്നു നോക്കുന്നതിന് താൻ കാണിക്കുന്ന ആക്രാന്തം അധികമാകുന്നുവെന്നു മനസ്സ് പറയുന്നെങ്കിലും നിയന്ത്രിക്കാൻ കഴിയുന്നില്ല. ഇടയ്ക്കു ചിന്തിക്കും 'തന്റെ ഇരുട്ട് മുറി, തന്റെ കണ്ണ് താൻ ആർക്കും ഒരു ശല്യവും ഉണ്ടാക്കുന്നില്ല. പിന്നെ ആർക്കാണ് ഇതുകൊണ്ട് തലവേദന.'

'അവൾ തന്നെയും നോക്കുന്നുണ്ട്. ആ കതകിനു മറവിൽ നിന്ന് അവളും നോക്കുന്നുണ്ട്. അവൾ ആള് ശരിയല്ല. പലതരം വാർത്തകൾ ദിവസവും പാത്രത്തിൽ വായിക്കുന്നു. വിദേശത്തുള്ള ഭാര്യ ഒരുത്തന്റെ കൂടെ ഒളിച്ചോടി. പ്രവാസിയുടെ ഭാര്യ ഇരുപതുകാരന്റെ കൂടെ ഒളിച്ചോടി. ഇത് കേസ്കെട്ട് തന്നെ. ആരുടെയെങ്കിലും കൂടെ ഒളിച്ചോടുന്നതിനു മുമ്പ് എങ്ങനെയെങ്കിലും ചാടിക്കണം. പിന്നെ ഒരിക്കലും ഒളിച്ചോടാൻ കഴിയാത്ത രൂപത്തിൽ ആക്കി മാറ്റണം. അതിനു മാനസികമായി തകർക്കണം.' പെണ്ണുങ്ങളെ മാനസികമായി തകർക്കാൻ എളുപ്പമല്ല. അതു കേണലിന് അറിയാം. അഥവാ ശ്രമിച്ചാലും സ്വയം തകരും. പിന്നെ ഒരു സാധ്യത മറ്റുള്ളവരെ കൊണ്ടു മാനസികമായി തകർക്കുക എന്നതാണ്. കുറെ കഴിയുമ്പോൾ അവൾ മെരുങ്ങും. 'കുറച്ച് ബുദ്ധിമുട്ടുള്ള വഴിയാണ്. പിന്നെ എന്താണ് എളുപ്പ വഴി?'

എളുപ്പവഴി ആലോചിച്ചാൽ എളുപ്പമാണ്. പറമ്പിൽ നിന്നും ഒരു ചക്കയിട്ട് അവൾക്ക് കൊടുത്തിനു ശേഷം അവളുടെ സ്നേഹം പിടിച്ചു പറ്റുക. അതിനുശേഷം മീൻകാരനെ വിശ്വസിക്കാൻ കൊള്ളില്ല എന്നു വരുത്തിത്തീർക്കുക. ഇപ്പോൾ ചക്കയുടെ ഗുണങ്ങളെ കുറിച്ച് എല്ലാ പത്രങ്ങളിലും വാർത്തകൾ വരുന്നുണ്ട്. ഇപ്പോൾ കിട്ടുന്ന മീനിൽ ഫോർമാലിൻ അടങ്ങിയിട്ടുണ്ട് എന്നു പറഞ്ഞ് ചക്കയിലേക്കും മാങ്ങയിലേക്കും പഴത്തിലേക്കും ശ്രദ്ധ തിരിക്കാം. വീട്ടിൽ ആരും കാണാതെ കൊണ്ടുകൊടുക്കുകയും ചെയ്യാം. ഇനി കണ്ടാലും കുഴപ്പമില്ല. നല്ല കാര്യമല്ലേ. നല്ല പഴവർഗ്ഗങ്ങളെ കുറിച്ചും ജൈവ പച്ചക്കറിയെ കുറിച്ചും പറഞ്ഞ് അവളെ കയ്യിൽ എടുക്കാം; അല്ലെങ്കിൽ എന്തെങ്കിലും ഭക്ഷണം കൊടുത്ത് പറഞ്ഞു മയക്കാം. അത് ഒരു പോംവഴിയാണ്. ഭക്ഷണം കൊടുത്താൽ പട്ടികൾക്കുവരെ സ്നേഹം ഉണ്ടാകും. മനുഷ്യന്റെ കാര്യം മുഴുവനായി പറയാൻ കഴിയില്ല. മനുഷ്യനായതുകൊണ്ട് തന്നെ താൻ ഭക്ഷണം കൊണ്ടുവരുന്നത് സ്നേഹം കൊണ്ടാണെന്ന് പറഞ്ഞു പഠിപ്പിക്കേണ്ടി വരും. കേണൽ ലോലിതയുടെ അടുത്ത് സംസാരിക്കാൻ ചക്കയെ കുറിച്ചുള്ള ലേഖനം വായിച്ചു.

*ഇന്റർനെറ്റിൽ നിന്നും ഒരു ചക്ക ലേഖനം*

*'പുറമേ കണ്ടാൽ പരുക്കൻ. 'തന്നെപ്പോലെ' എന്നാൽ ഉള്ളിലേക്ക് ഇറങ്ങിച്ചെന്നാലോ തേൻപോലെ മധുരിക്കും.*

*കൽക്കണ്ടം പോലെ അലിഞ്ഞുപോകും. പറഞ്ഞുവരുന്നതു നമ്മുടെ ചക്കയെ കുറിച്ചാണ്. നമ്മുടെ പറമ്പിലും മറ്റും സുലഭമായി ലഭിക്കുന്ന പഴം. ആധുനിക കാലഘട്ടത്തിൽ മാറിവരുന്ന ജീവിത ശൈലിയും ഭക്ഷണരീതികളും മനുഷ്യരെ മാറാരോഗങ്ങളുടെ കയത്തിലേക്കു തള്ളിവിടുന്നു. ഓരോ കുറുക്കുവഴികൾ തേടി പരസ്യങ്ങളിലും മറ്റും കാണുന്ന പലതിന്റെയും പിന്നാലെ പായുന്ന മലയാളി നമ്മുടെ നാട്ടിൽ ധാരാളമായുള്ള ചക്കയുടെ ഗുണങ്ങൾ അറിയാതെ പോകുന്നു." മതി, ഇത്രയും വെച്ചു അവളുടെ ശ്രദ്ധ പിടിച്ചു പറ്റാം. കേണൽ രാജൻ ലേഖനം ഉറക്കെ കാണാപ്പാഠം വായിച്ചു പഠിച്ചു.*

സിംഗപ്പൂരിൽ ഇത്തരം പ്രശ്നങ്ങൾ ഇല്ല. 'അവിടുത്തേക്കാൾ ബുദ്ധി കൂടുതലാണ് ഇവറ്റകൾക്ക്.' വളയ്ക്കാൻ എളുപ്പമല്ല. ചക്കയും പഴവും പച്ചക്കറിയും മറ്റു ഭക്ഷണങ്ങളും കൊടുത്തിട്ടു കാര്യങ്ങൾ നടന്നില്ലെങ്കിൽ; പിന്നെയുള്ള വഴി ഒടിക്കുക എന്നതാണ്. ഒടിക്കണമെങ്കിൽ അവളെ പേടിപ്പിക്കണം. 'ഇവളൊക്കെ ഇവളുടെ ഭർത്താവിനെ പട്ടിയെപ്പോലെ കാണുന്ന വർഗമാണ്.' കണ്ടാൽ അറിയാം. ഇവളെ വിശ്വസിക്കാൻ കൊള്ളില്ലായെന്നു ഭർത്താവിനെ അറിയിക്കണം. അതാണ് ചെയ്യേണ്ടത്. ഭാര്യയെ വിശ്വസിക്കാൻ കൊള്ളില്ലായെന്ന് അയാളെ അറിയിച്ചാൽ ഒരു വിധം വിവരദോഷികളായ ഭർത്താക്കന്മാരുടെ കഥ തീരും. ഈ കാര്യത്തിൽ പറഞ്ഞിട്ടു കാര്യം കാണില്ല. ഭർത്താവുമായി അടുക്കാൻ ഇതുവരെ ശ്രമിച്ചിട്ടില്ല. ഇവളെ കുറിച്ചു മോശമായി പറഞ്ഞ് ഭർത്താവിനെ കുഴപ്പത്തിലാക്കണമെങ്കിൽ അത്ര എളുപ്പമല്ല.

'എങ്ങനെയെങ്കിലും അവളെ വിശ്വസിക്കാൻ കൊള്ളില്ല എന്നു വരുത്തിത്തീർക്കണം. ഇത് ഇങ്ങനെ വിട്ടാൽ പറ്റില്ല.' കേണൽ പല തവണ ഉരുവിട്ടു. 'കുറച്ചു കാലം ചില മലയാളം സീരിയൽ പോലെ വിഷം കുത്തി നിറയ്ക്കേണ്ടി വരും. തനിക്ക് പരിചയമില്ലാത്ത ഒരു കളി സ്ഥലമാണ്. പുതിയ ഒരുപാട് കളിക്കാരുമുണ്ട്.' കേണലിന്റെ മനസ്സ് അസ്വസ്ഥമായി തുടങ്ങി. 'അവൾ മദ്യം കഴിക്കില്ല. അല്ലെങ്കിൽ അതു വഴി ഒരു സാധ്യത ഉണ്ടായിരുന്നു.' തന്റെ ശീലങ്ങൾ തെറ്റിക്കാതെ മദ്യക്കുപ്പിയെടുത്ത് മട്ടുപ്പാവിലേക്കു നടന്നു. അവിടെ മാവിന്റെ ചില്ലകൾ ഒരു സ്വാഭാവിക മറയുണ്ടാക്കിയിട്ടുണ്ട്. ഈ ശീലത്തിന് മേശയും കസേരയും സ്ഥിരം സജ്ജമാക്കിയിട്ടുണ്ട്. അവളുടെ ഭർത്താവ് കണ്ണടച്ച് അവളെ വിശ്വസിക്കുന്നുവെന്നത് കേണലിനു ദഹിച്ചിട്ടില്ല. കേണലിനു ഇത്തരം കാര്യങ്ങളിൽ വിശ്വാസമില്ല. അതുകൊണ്ടുതന്നെ അതാണ് എല്ലാവരുടെയും ശരിയെന്നു സ്വയം ബോധ്യപ്പെടുത്താൻ ശ്രമിക്കും. 'ഈ കാലത്തിലും ഇങ്ങനെയുള്ള മനുഷ്യർ ഉണ്ടല്ലോ. എത്രയോ മൈൽ അകലെ എത്രയോ ദിവസങ്ങൾ അവർ തമ്മിൽ കാണാതെ കഴിയുന്നു, എന്നിട്ടും...'

അഞ്ച്
# മീൻകാരന്റെ വരവ്

**ഉ**ച്ചതിരിഞ്ഞ് കുമാർ വരും. പുതിയ തലമുറയാണ്. കുമാർ ഓഫീസിൽ വലിയ മാന്യൻ ആണെങ്കിലും, ലോലിതയെ കുറിച്ച് കേൾക്കാൻ അയാൾക്കും താല്പര്യം തന്നെ. തനിക്കും അത് ഒരു സുഖം. പുതിയ തല മുറയ്ക്കും സുഖം. താൻ ഈ കഥ പറയുമ്പോൾ, ജെ.ടി.സെഡ് ഐ.ടി കമ്പനിയിൽ നടക്കുന്ന കഥകൾ കുമാർ കേണലിന് പറഞ്ഞുകൊടുക്കും. എന്നാൽ സംസാരം വല്ലാതെയാകുമ്പോൾ കുമാർ വീണ്ടും മാന്യൻ തൊപ്പിയണിഞ്ഞ് നല്ല നടപ്പിന്റെ ഉപദേശം തുടങ്ങും. ഇടയ്ക്കു കുറച്ചു മദ്യപാനം. അങ്ങനെ പുതിയ തലമുറയും പഴയ തലമുറയും തമ്മിൽ സാംസ്കാരിക കൊടുക്കൽവാങ്ങലുകൾ. സംഗതി എന്നും ഒന്ന് തന്നെ. ഇരുട്ടുള്ള മുറിയിൽ ഇരുന്നു നോക്കുമ്പോൾ, കേണൽ ചിന്തിക്കും അവൾ ഒരു സംഭവം തന്നെ. 'എന്നാലും ഒരു കോന്തൻ ഭർത്താവിന്റെ കയ്യിൽ...ഛെ..' തന്റെ ഭാര്യ സിംഗപ്പൂരിൽ നിന്നും കേരളത്തിലേക്ക് വരില്ല എന്ന കാര്യം ഒരു നിമിഷം അയാൾ മറന്നു. അല്ലെങ്കിലും, ഇപ്പോൾ അത് ചിന്തിക്കാനുള്ള സമയമല്ല.

കേണലിന്റെ ഇവിടുത്തെ പ്രധാന ശല്യക്കാരൻ മീൻ കച്ചവടക്കാരൻ ലോറൻസ് ആണ്. ആഴ്ചയിൽ രണ്ടു ദിവസമെങ്കിലും ലോലിത മീൻ വാങ്ങിക്കും. കാലത്ത് പതിനൊന്ന് മണിക്കാണ് മീൻകാരന്റെ വരവ്. മീൻ വാങ്ങിക്കുന്നതല്ല കുഴപ്പം, ലോറൻസ് അവളോട് കൊഞ്ചാൻ ശ്രമിക്കും. അത് കേണലിന് ഇഷ്ടമല്ല. ലോകത്തെ എല്ലാ മീൻ വില്പന ക്കാരെയും അയാൾ ശപിച്ചു. അല്ലെങ്കിലും ഈ മീൻ വില്പനക്കാർക്ക് പെണ്ണുങ്ങളെ കയ്യിൽ എടുക്കാൻ അറിയാം. അതാണ്, കേണലിന് പിടി ക്കാത്തത്. മീൻ വിൽക്കാൻ വരുന്നവൻ വിറ്റിട്ട് പോകണം, അല്ലാതെ അവ ളോട് എന്തിനു കൊഞ്ചുന്നു. 'ഒന്നും ശരിയല്ല... ഒറ്റ ഒരുത്തനും ശരിയല്ല...'

പെട്ടെന്നാണ് കേണൽ അത് ശ്രദ്ധിച്ചത്, ഇന്ന് മീൻകാരൻ ലോറൻസ് ലോലിതയുടെ വീടിന്റെ പിൻവശത്തേക്കു പോകുന്നുണ്ട്. കയ്യിൽ ഒരു കവർ നിറയെ മീൻ ഉണ്ട്. അവൾ എന്തോ വിളിച്ചു പറയുന്നുണ്ട്. എന്താണെന്ന് അയാൾക്ക് കേൾക്കാൻ കഴിയുന്നില്ല. ആ ചെറിയ ഓട്ട യിലൂടെ എല്ലാം കാണാനും കഴിയുന്നില്ല. ജനൽ തുറക്കാൻ ശ്രമിച്ചു

നോക്കി. ഈർപ്പം കാരണം ജനൽ തുറക്കാൻ കഴിയുന്നില്ല. അല്ലെങ്കിലും ജനൽ തുറന്നാൽ വലിയ ശബ്ദം ഉണ്ടാകാൻ സാധ്യതയുണ്ട്. വേറെ വഴി നോക്കേണ്ടി വരും. വേഗം താഴത്തെ മുറിയിലേക്ക് ഓടി. കേണലിന്റെ ഹൃദയമിടിപ്പ് കൂടി. കേണൽ വാച്ചിലേക്കു നോക്കാൻ തുടങ്ങി. 'ഇപ്പോൾ അഞ്ചു മിനിട്ട് ആയല്ലോ... ഇയാൾ എന്താണ് അതിനുള്ളിൽ ചെയ്യുന്നത്...' അല്ലെങ്കിലും മീൻ എന്തിനാ വീടിന്റെ പിന്നിൽ കൊണ്ടു പോയത്? കേണലിന്റെ മനസ്സിൽ ഉത്തരം കിട്ടാത്ത ചോദ്യങ്ങൾ ഉയരാൻ തുടങ്ങി. വീണ്ടും വാച്ച് നോക്കി 'ഇപ്പോൾ ഇരുപത് മിനിറ്റ് ആയില്ലേ.. ഇനി എന്താ അവിടെ...' കുറച്ചു കഴിഞ്ഞപ്പോൾ മീൻ വില്പനക്കാരൻ പുറത്തു വന്നു. പുറത്തെ പൈപ്പിൽ നിന്നും കൈ കഴുകുന്നുണ്ട്. 'ഓ അത് ശരി, മീൻ മുറിച്ചു കൊടുക്കാൻ പോയതാണ്. വെറുതെ മീൻകാരനെ സംശയിച്ചു... പാവം ലോലിത' കേണൽ സ്വയം തിരുത്തി... 'എന്നാലും മീൻ അടുക്കളയുടെ പിന്നിൽ പോയി മുറിക്കേണ്ട കാര്യമൊന്നും ഇല്ല. മീൻകാർ നിൽക്കേണ്ട സ്ഥലത്തു നിൽക്കണം. അല്ലാതെ സ്ത്രീകൾ ജോലി ചെയ്യുന്ന അടുക്കളയിൽ കയറി വെറുതെ വായ നോക്കി നിൽക്കേണ്ട കാര്യമില്ല.'

പിന്നെയും അയാൾ ചിന്തിച്ചു. 'വേണമെങ്കിൽ എന്ത് പണിയും അവൾക്കു ചെയ്തു കൊടുക്കാം. വേഷം മാറി പണിക്കാരനാവാൻ വരെ താൻ തയ്യാറാണ്. അവളുടെ മണം കിട്ടാതെ ജീവിക്കാൻ പറ്റില്ല. നാട്ടുകാർ തന്നെ കോഴിയെന്നു വിളിക്കും. എന്നാലും കുഴപ്പമില്ല. അവൾക്കു വേണ്ടി എന്തും ചെയ്യാം. കോഴിയെന്നു വിളിച്ചാലും തനിക്ക് നാണവും മാനവുമില്ല. ചില സമയങ്ങളിൽ ആലോചിക്കും അവനെ കൊല്ലുകയാണ് വേണ്ടത്.'

അവനെ പുറത്താക്കിയാൽ തന്റെ കാര്യങ്ങൾ സുഗമമായി നടക്കും. മീൻകാരനെ വിശ്വസിക്കാൻ കൊള്ളില്ല എന്ന് അവളിൽ ധാരണയുണ്ടാക്കിയെടുക്കണം. 'അവൻ പല സ്ഥലത്തും പല സ്ത്രീകൾക്കും മീൻ വില്ക്കുന്നവനാണ്. ഞാൻ മാത്രം വിശ്വസിക്കാൻ കൊള്ളുന്നവൻ.' അങ്ങനെ ഒരു ധാരണ അവളിൽ ഉണ്ടാക്കിയെടുത്താൽ പിന്നെ മീനകാരൻ കളത്തിനു പുറത്താകും. 'മീനകാരിൽ പലർക്കും എയ്ഡ്സ് ഉണ്ടെന്നു പറഞ്ഞു പരത്തിയാലോ. വേണ്ട, ആ നുണ കഥ വേഗം പൊളിയാൻ സാധ്യതയുണ്ട്. അയാളെ മാത്രം ഉദ്ദേശിച്ചാണ് പറഞ്ഞത് എന്നു വിചാരിക്കും. പിന്നെയുള്ള വഴി, ഈ പഞ്ചായത്തിൽ എയ്ഡ്സ് പൊതുവെ കൂടുതൽ ആണെന്ന് പ്രചരിപ്പിക്കുക. ഒരുപക്ഷേ, തന്റെ വഴിയും അടയും. അതുവേണ്ട ഇരിക്കുന്ന മാവ് വെട്ടേണ്ട. എങ്ങനെയെങ്കിലും അവളെ പേടിപ്പിക്കണം. ഒന്നു ഉപദേശിച്ചാലോ. വേണ്ട. നല്ലതു മാത്രം ഉപദേശിച്ചാലും തന്റെ സാധ്യത ഇല്ലാതാവും. അതുമല്ലെങ്കിൽ മീനകാരനെ പേടിപ്പിക്കണം. അതും എളുപ്പമല്ല. അവനെ ഇവിടുന്നു ഓടിക്കുക എന്നതാണ് ഏറ്റവും എളുപ്പമുള്ള വഴി. പക്ഷേ എങ്ങനെ? പുതിയ തലമുറയോട് ഉപദേശം ചോദിച്ചാലോ. അവരുടെ കയ്യിൽ നാട്ടിൽ പറഞ്ഞു കേൾക്കുന്ന വല്ല ഇറങ്ങാത്ത പല വേലത്തരങ്ങളും ഉണ്ട്. കുമാർ തന്നെ ശരണം.'

ഉച്ചയുറക്കം കഴിഞ്ഞു വീണ്ടും അയാൾ ജനാലയ്ക്കരികിൽ എത്തി. കേണൽ കുമാറിനെ ഫോണിൽ വിളിച്ച് രാത്രി സദസ്സ് ഏർപ്പാടാക്കി. കുമാർ വീട്ടിലെത്തിയപ്പോഴേക്കും രാത്രി എട്ടായി. കേണലിന് അരിശം വന്നു. എന്നാലും ജെ.ടി.സെഡ് കമ്പനിയിലെ കാര്യങ്ങൾ അറിയണമെങ്കിൽ ദേഷ്യം പ്രകടിപ്പിക്കാൻ പാടില്ല. അവിടെ പുതിയ പെണ്ണുങ്ങളുടെ കാര്യങ്ങൾ. ദേഷ്യം പ്രകടിപ്പിച്ചാൽ പിന്നെ പെണ്ണുങ്ങളെ കുറിച്ചു സംസാരിക്കാനുള്ള തൃഷ്ണ നഷ്ടപ്പെടും. കുമാർ ചെറുപ്പമാണെങ്കിലും അവന്റെയും താത്പര്യം കളയാതെ നോക്കണം. കുമാർ കയറി വന്നത് തന്നെ പ്രതീക്ഷിച്ച ചോദ്യയുമായാണ്.

"സാറേ, ഇന്ന് ലോലി ചേച്ചി എങ്ങനെ...?"

"ഇന്ന് ഷോ ഉണ്ടായില്ല." കേണൽ വലിയ താത്പര്യം ഇല്ലാതെ പറഞ്ഞു.

"വെറുതെ പറയല്ലേ." കുമാർ കേണലിനെ ഇളക്കി നോക്കി.

"ഒരു മീൻകാരൻ ശല്യമാകും." കേണൽ തലയാട്ടി.

"നമുക്കവനെ ഒന്ന് കൈ വെച്ചാലോ?" കുമാർ കേണലിനോട് സഹതപിച്ചു.

"മീൻകാരോട് നമുക്ക് കളിക്കാൻ പറ്റില്ല, അവര് പെണ്ണുങ്ങളെ വേഗം കയ്യിൽ എടുക്കും. അവരെ ഒതുക്കാൻ നോക്കിയാൽ അവരുടെ ശക്തി കൂടുമോ എന്ന ഭയവുമുണ്ട്." കേണൽ വലിയ അറിവ് പങ്കുവെച്ചു.

"സാറ് സിംഗപ്പൂരൊക്കെ കളിച്ചിട്ടുള്ളതല്ലേ?" കുമാർ കേണലിന് ആത്മവിശ്വാസം കൊടുക്കാൻ ശ്രമിച്ചു.

"അതെ എന്നാലും..."

"നീ നിന്റെ ഓഫീസിലെ കാര്യം പറയൂ." കേണൽ വിഷയം മാറ്റി.

"ഓ, ഇന്ന് ഒരു സുന്ദരി എന്റെ മുഖത്ത് നോക്കി ചിരിച്ചു." ബുദ്ധിജീവി താളത്തിൽ നിന്നും മാറിക്കൊണ്ട്, സ്ഥായിയായ കേണൽ താളത്തിലേക്കു കുമാർ ചുവടുവെച്ചു.

"ഭാഗ്യവാൻ, ഭാഗ്യവാൻ" കേണൽ ഗ്ലാസ്സുകൾ മേശപ്പുറത്ത് എടുത്തു വെക്കുമ്പോൾ പറഞ്ഞു.

"മാരീഡാണോ?" കേണൽ ചോദിച്ചു.

"അല്ല എന്ന് തോന്നുന്നു."

"കള്ളൻ, ആദ്യം അവളാണോ ചിരിച്ചത്, അതോ നീയാണോ?" കേണലിന് ആകാംക്ഷയായി.

"അത് പിന്നെ."

"പറയ് പറയ്." കേണൽ നിർബന്ധിച്ചു.

"ഞങ്ങൾക്ക് കാപ്പി കുടിക്കാനുള്ള പാൻട്രിയുണ്ട്, അവിടെ ഇടയ്ക്ക്

അവൾ വരും... ഒരിക്കൽ ഞാൻ അവളെ ഒന്ന് വെറുതെ ശ്രദ്ധിച്ചു..." കുമാർ സംസാരത്തിന് ആകാംക്ഷ കൂട്ടി.

"എന്തിനു വെറുതെ ശ്രദ്ധിക്കാൻ പോയി?" ഗ്ലാസ്സിലേക്ക് ഒരു പെഗ് സീസർ ഒഴിക്കുന്നതിനിടയിൽ കേണൽ ചോദിച്ചു. "ജോലി ചെയ്യാൻ പോകുന്നവർ ജോലി ചെയ്ത് തിരിച്ചുവന്നോളണം, അല്ലാതെ അവിടെയും ഇവിടെയും നോക്കരുത്." കേണലിന്റെ തമാശയോടെയുള്ള ഉപദേശം.

"എന്നാൽ പിന്നെ ഞാൻ പറയുന്നില്ല."

"അയ്യോ... ഇന്നത്തെ ദിവസം നശിപ്പിക്കല്ലേ." കേണൽ അടുത്ത കവിൾ സീസർ വേഗം കണ്ണടച്ച് ഇറക്കി. എന്നിട്ട് ഒരു പ്രത്യേക താളത്തിൽ അച്ചാർ നാവിൽ തൊട്ട്, അയാൾ വീണ്ടും ചോദിച്ചു.

"എന്റെ കുട്ടനല്ലേ, ഒന്നു പറയടാ, അവൾ എങ്ങനെ...?"

"എന്റെ അത്രയും ഉയരം ഉണ്ട്." കുമാർ പറഞ്ഞു.

"പിന്നെ, എന്തൊക്കെയാണ് അവളുടെ പ്രത്യേകതകൾ?"

"മുടി ബോയ് കട്ട് ആണ്... ഇടയ്ക്കു ബുദ്ധിജീവി കണ്ണട വെക്കും വെറുതേ. അതു വലിയ കാര്യമൊന്നുമല്ല."

"ബോയ് കട്ട് സൂക്ഷിക്കണം." കേണൽ പറഞ്ഞു. അതു പറഞ്ഞപ്പോൾ കേണലിന്റെ താടിയെല്ല് ഒരു പ്രത്യേക തരത്തിൽ രൂപംകൊണ്ടു.

"ഹേ.. ഈ കാലത്ത് ബോയ്കട്ടുള്ള പെൺകുട്ടികൾ വെറും പാവങ്ങളാ... രണ്ടാം ദിവസം അവൾ എന്റെ മുഖത്തു നോക്കി ചിരിച്ചു. ലാളിത്യമുള്ള കുട്ടിയാണ്. അങ്ങനെ പേടിക്കേണ്ട കാര്യമില്ല." കുമാർ ബോയ്കട്ട് പെൺകുട്ടിയെ കേണലിന്റെ വിടുവായത്തരത്തിൽ നിന്നും രക്ഷിക്കാൻ ശ്രമിച്ചു.

"ഓ, അത്ര പാവം ആണെങ്കിൽ, പിന്നെ രണ്ടാം ദിവസം തന്നെ എന്തിനു ചിരിച്ചു. അത്ര പെട്ടെന്നൊക്കെ ചിരിക്കോ?" കേണൽ കുട്ടികളെ പോലെ അഭിനയിച്ചു സംസാരിച്ചു.

"സത്യം. അവൾ ചിരിച്ചു." കുമാർ ആണയിട്ടു.

"എന്നിട്ട്." കേണൽ ഗ്ലാസ്സിലെ മദ്യത്തിന്റെ അളവ് നോക്കി.

"അടുത്ത ദിവസം, ഞാൻ വീണ്ടും നോക്കി. അവൾ എന്നെ നോക്കി ചിരിച്ചു എന്ന് വരുത്തി. ഒരഭിനയം. ഒരു ചിരി ബന്ധം."

കേണൽ നെറ്റി ചുളിച്ചു. "പിന്നെ."

"മൂന്നാം ദിവസം അവൾ കടക്കണ്ണിലൂടെ നോക്കി." അതു പറഞ്ഞപ്പോൾ കുമാറിന്റെ മുഖം തിളങ്ങി.

"ഓ, അവിടെ വരെ എത്തി. ഇതാണോടാ നിന്റെ പാവം കുട്ടി?" കേണൽ ഇരുന്നിരുന്ന സ്ഥലത്തു നിന്ന് എഴുന്നേറ്റ് ദേഷ്യം അഭിനയിച്ചു. കേണൽ ഫ്രിഡ്ജ് തുറന്ന് തണുത്ത വെള്ളം എടുത്തു കുടിക്കുന്നതിനിടയിൽ പറഞ്ഞു. "സൂക്ഷിച്ചോ... പെണ്ണാ വർഗ്ഗം. ഹവ്വയുടെ ഇനം.

ലോകം ഉണ്ടായ കാലം മുതൽ പുരുഷനെ തെറ്റ് ചെയ്യാൻ പ്രേരിപ്പിക്കും. പിന്നെ ഞാൻ പറയുന്നില്ല. അതിനുശേഷം എന്താ സംഭവിച്ചത്?" ഉപദേശവും വിശേഷാന്വേഷണവും ഒരേ താളത്തിൽ വന്നുകൊണ്ടിരുന്നു. അതു ചോദിക്കുന്നതിനിടയിൽ പകുതി വെള്ളം വായിൽ നിന്നും പുറത്തു പോയി. പെണ്ണിനെ പറ്റി സംസാരിക്കുമ്പോൾ കുടിക്കുന്ന വെള്ളം പോലും ശരിക്ക് അകത്തേക്കു പോകില്ല.

"അടുത്ത ദിവസം നാല് ഇഞ്ച് ഹീലുള്ള ഷൂ ഞാൻ വാങ്ങിച്ചു, കാലു വേദനിച്ചാണെങ്കിലും ഞാൻ ആ ഷൂ ഇട്ടാണ് ഇന്നലെ പോയത്."

"എന്നിട്ട്..?" കേണൽ ആകാംക്ഷയോടെ തല ഉയർത്തി.

"അതിടുമ്പോൾ അവളേക്കാൾ നല്ല ഉയരം തോന്നിക്കും."

"അതുകൊണ്ട്. സത്യം പറയൂ, വല്ലതും നടക്കോ?" കേണൽ നേരിട്ട് കാര്യത്തിലേക്കു കടന്നു.

"അതുകൊണ്ട് ഒന്നും ഇല്ല. പിന്നെ ഇന്ന് അവൾ ഉച്ചയ്ക്ക് ഭക്ഷണം കഴിക്കുമ്പോൾ എനിക്ക് കാണാൻ പാകത്തിൽ വന്നിരുന്നു. ഇടയ്ക്ക് അവൾ എന്നെയൊന്നു നോക്കിയതായി അഭിനയിക്കും." കുമാർ വാക്കുകൾ താളത്തിൽ ഉപയോഗിക്കാൻ തുടങ്ങി.

"എന്റെ ഇത്രയും കാലത്തെ അനുഭവ സമ്പത്ത് വെച്ച് ഞാൻ പറയുന്നു കടക്കണ്ണിലൂടെ പെൺകുട്ടി നോക്കിയാൽ നീ രക്ഷപ്പെട്ടു. പക്ഷേ... ഏതെങ്കിലും തെണ്ടികൾ അവളെ കെട്ടിയതാണോ? അത് നീ അന്വേഷിച്ചോ?" കേണൽ സംഭാഷണ രീതിയൊന്നു മാറ്റി. കേണൽ അടുത്ത പെഗ് ആത്മവിശ്വാസത്തോടെ നിറച്ചു. ആവേശം വളരെ പ്രകടമായിരുന്നു.

"അതൊന്നും എനിക്കറിയില്ല."

"നെറ്റിയിൽ ചുവപ്പ് മാരേജ് സൈൻ ഇല്ലേ?" കേണൽ പോലീസ് കളിച്ചു.

"മുടി ബോബ് കട്ടാ കേണൽ, ഒന്നും കാണാൻ ഇല്ല."

"ഇത്രയും ദിവസമായിട്ട് നീ ഇതൊക്കെ മനസ്സിലാക്കിയില്ലയെന്ന് പറഞ്ഞാൽ മോശമാണല്ലോ നിന്റെ കാര്യം. മറ്റു ഭാഗങ്ങൾ കണ്ടു നിനക്ക് മനസ്സിലാവുന്നില്ലേ? എന്താ അവളുടെ പേര്?"

"അതും അറിയില്ല." കുമാർ തന്റെ കഴിവുകേട് കേണലിനെ അറിയിച്ചു.

"ഇത്രയും ദിവസമായിട്ടും പേര് മനസ്സിലാക്കിയില്ല?" കേണലിന്റെ ആകാംക്ഷ കൂടി.

"ഞാൻ പലരോടും ചോദിച്ചു കേണൽ..." അതു പറയുമ്പോൾ കുമാറിന്റെ മുഖത്ത് ഒരു നിസ്സംഗത പ്രകടമായിരുന്നു.

"കേണൽ ആർക്കും അവളുടെ പേരറിയില്ല." കുമാർ പരാജയ ഭാവത്തിൽ പറഞ്ഞു.

“എങ്കിൽ പിന്നെ നല്ല പെൺകുട്ടിയായിരിക്കും. മിക്കവാറും നല്ല പെൺകുട്ടികളെ ആദ്യം ആരും തിരിച്ചറിയില്ല. അവർ ഒളിവിൽ മറഞ്ഞിരിക്കും.” കേണൽ തന്റെ അറിവ് പുറത്തെടുത്തു.

“മതി. കേണൽ ഇത്ര സുഖിച്ചാൽ മതി... എനിക്ക് പോകണം. പോലീസ് ചെക്കിങ് ഉണ്ടാകും. ഇടവഴിയിൽ വരെ പോലീസ് ഊതിക്കാൻ നില്ക്കും. കേണൽ ലോലിതയെ ഒന്ന് വർക്ക്ഔട്ട് ചെയ്യൂ... എന്നിട്ടാവാം ഇനി എന്റെ കമ്പനിയിലെ കഥ.” കുമാർ അവിടെ നിന്നു പുറപ്പെടാൻ തുടങ്ങി.

“പക്ഷേ, നീ അവളെ കുറിച്ചും എന്നോടു പറയണം. അല്ലെങ്കിൽ ഞാൻ ലോലിതയെ കുറിച്ച് പറയില്ല.” കേണലിന്റെ ഭീഷണി.

“ആ മീൻകാരൻ കുഴപ്പമാക്കും.” കേണൽ ആത്മഗതം ചെയ്തു.

മൂന്ന് നാല് ആഴ്ച പിന്നിട്ടു. കേണലിന്റെ എല്ലാ ശ്രദ്ധയും മീൻകാരനിൽ ആണ്. എല്ലാ ദിവസവും പതിനൊന്ന് മണിക്ക് അയാൾ ആ വഴിക്കു പോകും. പക്ഷേ, തിങ്കളാഴ്ചയും ബുധനും മാത്രം അയാൾ ലോലിതയുടെ വീട്ടിൽ കയറും. കയറിയാൽ നേരെ പിന്നിലേക്ക്. പിന്നെ അരമണിക്കൂർ അവിടെ. ഏതായാലും അവർ തെറ്റൊന്നും ചെയ്യുന്നില്ല. അല്ലെങ്കിൽ പിന്നെ എല്ലാ ദിവസവും ലോറൻസിനു അവിടെ കയറാമല്ലോ. ‘ചിലപ്പോൾ തെറ്റ് ചെയ്യുന്നത് ആരും അറിയാതിരിക്കാനുള്ള ഒരു മറയാണ് മീൻ കച്ചവടമെങ്കിലോ...’ അതാലോചിച്ചപ്പോൾ കേണലിന് വീണ്ടും ആകാംക്ഷയും ആധിയും കയറി. എന്നാലും ഒരു മീൻകാരൻ തന്റെ സ്വസ്ഥത കളഞ്ഞല്ലോ.

പിന്നെ ആലോചിച്ചു മുപ്പത് മിനിറ്റ് മാത്രം വീടിന് അകത്ത് സമയം ചെലവഴിക്കുന്നു. കൈ കഴുകി പോകുന്നു. താൻ വെറുതെ ചിന്തിക്കുന്നു. എന്തായാലും ഒരു കിലോ മീൻ മുറിക്കാനും കഴുകാനും മുപ്പത് മിനിറ്റ് വേണം. അവൾ ഒറ്റയ്ക്കാണ്. അവൾക്ക് രണ്ടു ദിവസത്തേക്ക് എന്തിനാണ് ഒരു കിലോ മീൻ. അര കിലോ മതിയാകും. അര കിലോ ആണെങ്കിൽ മുപ്പത് മിനിറ്റ് മുറിക്കാനും കഴുകാനും വേണ്ടി വരില്ല. ചെറിയ മീനാണോ വലിയ മീനാണോ. ചെറിയ മീനാണെങ്കിൽ കൂടുതൽ സമയം എടുക്കും. അവൾ വാങ്ങിക്കുന്നത് അര കിലോ ആണോ ഒരു കിലോ ആണോ? അതെങ്ങനെ അറിയും? നേരെ മീൻകാരനോട് ചോദിച്ചാലോ? വേണ്ട സംശയം തോന്നും. പക്ഷേ, ഈ പ്രശ്നം എങ്ങനെ അവസാനിപ്പിക്കും? തന്റെ ഭയം കൂടി വരികയാണെന്ന് അയാൾ മനസ്സിലാക്കി.

അതിനിടയിൽ കേണലിനെ ഭയപ്പെടുത്തികൊണ്ട് മീൻകാരൻ മുപ്പത് മിനിട്ടിനു പകരം നാല്പത്തിയഞ്ച് മിനിട്ട് സമയം എടുക്കാൻ തുടങ്ങി. എങ്ങനെ നോക്കിയാലും അത്രയും സമയം ആവശ്യമില്ല. സ്വയം സമാധാനിച്ചു ‘ചെറിയ മീനായിരിക്കും’. ചില ദിവസങ്ങളിൽ പുറത്തെ പൈപ്പിൽ നിന്നും കൈ കഴുകാറില്ല. ഇപ്പോൾ അകത്തായി അയാളുടെ ജോലി. മീൻ മുറിക്കൽ മാത്രമല്ല... വേറെ എന്തോ നടക്കുന്നുണ്ട്.

ഉറപ്പാണ്. കേണൽ വളരെയധികം അസ്വസ്ഥനായി. ഇത് വരെ ഹൃദ്രോഗം വന്നിട്ടില്ല. ഇങ്ങനെ പോയാൽ അത് ഉടനെ ഉണ്ടാകും. 'ഇത്രയും സുന്ദരിയായ പെണ്ണ് ഒറ്റയ്ക്ക് താമസിക്കുന്ന സ്ഥലത്ത് ഒരു മീൻകാരൻ നാല്പത്തിയഞ്ച് മിനിറ്റ് സമയം അടുക്കളയിൽ. ഇത് അവളുടെ ഭർത്താവിനോട് പറയണം. ഛെ... അയാൾ ഒരു മരമണ്ടനാകും. അവൾ എന്ത് പറഞ്ഞാലും അവളുടെ ഭർത്താവ് വിശ്വസിക്കും. നുണ പറഞ്ഞു പറഞ്ഞു ഭർത്താവിനെ പറ്റിക്കാം. പക്ഷേ, നാട്ടുകാരെ പറ്റിക്കാം എന്ന് വിചാരിക്കേണ്ട.' അയാൾ എന്തൊക്കയോ മനസ്സിൽ പറഞ്ഞു.

ഒരു ദിവസം കുപ്പിയുമായി കയറി വന്ന കുമാർ കേണലിനെ സമാധാനിപ്പിച്ചു "സാറു പേടിക്കേണ്ട. നമ്മൾ ഈ നാട്ടിൽ ജീവിച്ചിരിക്കുമ്പോൾ ഒരു മീൻകാരൻ ഒരു സുന്ദരിപ്പെണ്ണിനെ... സമ്മതിക്കില്ല... ഞാൻ സമ്മതിക്കില്ല."

"നീ ആൺകുട്ടി... നമുക്ക് ഇത് പൊളിക്കണം." കേണൽ ശബ്ദമുയർത്തി.

"അതാണ് സാർ, നമുക്ക് ഇത് പൊളിച്ചടക്കണം." കുമാറും അതേ ശബ്ദത്തിൽ മുദ്രാവാക്യം വിളിച്ചു.

രണ്ടു പേരും മദ്യ ഗ്ലാസ്സുകൾ കൂട്ടിയിടിച്ചു. ആ ശക്തിയിൽ ഗ്ലാസ്സുകൾ പൊട്ടിപ്പോയി. മദ്യം പുറത്തു പോയാൽ മിക്കവാറും കുടിയന്മാരുടെ ഹൃദയം നിലക്കും. പക്ഷേ ഇവിടെ അവർ അതു ആഘോഷമാക്കി. ആവേശത്തിന്റെ കൊടുമുടിയിൽ ഗ്ലാസ്സുകൾ തകർത്തത് നല്ല ലക്ഷണമായി രണ്ടു പേരും ഉദ്ഘോഷിച്ചു.

"പക്ഷേ, എങ്ങനെ പൊളിക്കും?"

"അതാണ് എങ്ങനെ?" കുപ്പി ചില്ലുകൾ പെറുക്കിയെടുത്തു മാറ്റുന്നതിനിടയിൽ കേണൽ ചോദിച്ചു.

"സാറ് നമ്മുടെ കിഴക്കമ്പലം ചായക്കടയിൽ ഒന്ന് വിളമ്പു. ബാക്കി ഞാൻ ഏറ്റു."

"എങ്ങനെ?"

"എന്റെ പിള്ളേർ ആധുനിക ക്യാമറയുമായി വരും." കുമാർ വലിയ ഒരു സഹായം വാഗ്ദാനം ചെയ്തു.

"നിന്റെ പിള്ളേരോ?"

"അതെ. എന്റെ ചില കൂട്ടുകാർക്കു റ്റീവി ചാനൽ ഉണ്ട്."

"അതൊക്കെ വലിയ ചിലവല്ലേ?"

"സാർ, ഇത് സിംഗപ്പൂരല്ല... ഇവിടെ ചാനലുകാർ തീരുമാനിക്കും എന്ത് മലയാളികൾ ചിന്തിക്കണം, എന്ത് കാണണം എന്ത് സംസാരിക്കണം... അവർ എന്തും ചെയ്യും... വേണ്ടി വന്നാൽ നമ്മൾ ആ ചാനലിലെ കുട്ടാപ്പിയെ വിളിക്കും, അല്ലെങ്കിൽ ഈ ചാനലിലെ മുകേഷിനെ..."

"പറയുന്നത് കേട്ടാൽ തോന്നും അവരുടെ ജോലി ആരാച്ചാരുടേതാണെന്ന്." കേണൽ താടി ചുളിച്ചു നെറ്റി ചുളിച്ചു സംശയഭാവത്തോടെ കുമാറിനെ നോക്കി.

"ആരാച്ചാർ എത്രയോ പാവങ്ങൾ ആണ്. ആരോ പറയുന്നു. അവർ ഒരു യന്ത്രം വലിക്കുന്നു. കഴുത്തിൽ കയർ വീഴുന്നു. മിനിറ്റുകൾക്കുള്ളിൽ കുറ്റവാളി മരിക്കുന്നു. ഇവർ വർഷങ്ങളോളം മനുഷ്യനെ ഇഞ്ചിഞ്ചായി കൊല്ലും. നിയമത്തിനു വിട്ടു കൊടുക്കരുത്. സാറിനു വേണ്ടി ഞാൻ അവരെ വരുത്തും." കുമാർ തന്നിലെ ബുദ്ധിജീവിയെ പുറത്തെടുത്തു.

"ടാ നീ എന്നെ ഊതല്ലേ.... അവരൊന്നും ഈ നിലവാരത്തിലേക്ക് താഴില്ല. സിംഗപ്പൂരുകാരൻ ആണെന്ന് കരുതി നീ എനിക്ക് വിവരം ഇല്ലെന്നു കരുതരുത്. അല്ലെങ്കിലും നിങ്ങൾ മലയാളികൾക്ക് ഞങ്ങൾ പ്രവാസികളോട് ഒരു പുച്ഛം ഉണ്ട്. ഞങ്ങൾക്കൊന്നും വിവരം ഇല്ല എന്ന് വിചാരിക്കേണ്ട." അയാൾ കുറച്ച് ഊന്നൽ കൊടുത്തു പറഞ്ഞു.

"അങ്ങനെയല്ല കേണൽ. ശരി കുട്ടാപ്പി വേണ്ട. കുട്ടാപ്പി ആവാൻ വേണ്ടി നടക്കുന്ന കുറെ പേരുണ്ട്. ആരെയെങ്കിലും കിട്ടും. നമ്മൾ ഇത് പൊളിക്കും കേണൽ. ചാനലുകാർ കഥയുണ്ടാക്കാൻ മിടുക്കന്മാരാണ്. എത്ര കുടുംബങ്ങൾ ആണ് അവർ തകർത്തിട്ടുള്ളത്. അവരുടെ സഹായം നമുക്ക് ഗുണം ചെയ്യും. സാർ പൈസ എറിയാൻ തയ്യാറാണെങ്കിൽ നമുക്ക് ഒരു ചാനൽ ഉപയോഗിച്ചു അവനെ വക വരുത്താം." കുമാറിന്റെ ബുദ്ധി ഒരു നിമിഷത്തേക്ക് കുടിലബുദ്ധിയിലേക്കു വഴി മാറി.

"അതു വേണോ? അവനെ ഒഴിവാക്കണം. പക്ഷേ, അത് അവളെ ബാധിച്ചാൽ...."

"കുറ്റബോധം ഉണ്ടെങ്കിൽ വേണ്ട. ഞാൻ സാറിനെയൊന്നു മൂപ്പിച്ചു നോക്കിയതല്ലേ." കുമാർ ഒരു കള്ളച്ചിരിയോടെ പറഞ്ഞു.

കേണൽ രൂക്ഷമായി കുമാറിനെ നോക്കി. "ഞാൻ കുറച്ചു മൂപ്പ് കൂടിയതാണ്. നീ അധികം മൂപ്പിക്കേണ്ട." കേണൽ പെട്ടെന്ന് താൻ നിറച്ചു വെച്ച ഗ്ലാസ് തട്ടിത്തെറിപ്പിച്ചു. കുമാർ കുറച്ചു നേരം കേണലിനെ നോക്കി പിന്നോട്ട് രണ്ടടി വെച്ച് വീണ്ടും താളത്തിൽ രണ്ടടി പിന്നോട്ടു വെച്ച് അവിടെ നിന്നും തത്കാലത്തേക്ക് രക്ഷപ്പെട്ടു. കേണലും നെടുവീർപ്പിട്ടു. 'ഛെ, വേണ്ടായിരുന്നു ഇന്നത്തെ മൂഡ് പോയി. വയസ്സനാണെന്ന് ഓർത്തില്ല. ഗ്ലാസ്സ് കൂട്ടിമുട്ടിച്ച് പൊട്ടിച്ചപ്പോൾ സന്തോഷമായി ചിരിച്ചതാണ്. ഇത് ഇപ്പൊ വലിച്ചെറിഞ്ഞു സങ്കടമാക്കി. ഇനി ഇന്ന് മൂഡ് ഉണ്ടാക്കി കൊണ്ടുവരാൻ എളുപ്പമല്ല.' പുറത്തേക്കു നടക്കുന്നതിനിടയിൽ കുമാർ ആത്മഗതം ചെയ്തു.

ആറ്

# രാജ്യസേവനം

മറ്റൊരു ദിവസം കേണൽ വീണ്ടും ഗോപാലൻ നായരുടെ ചായക്കടയിൽ എത്തി. ചായക്കടയിൽ സ്ഥിരം പറ്റുകാർ ഉണ്ട്. ആ ചായക്കട ചെറിയ ഒരു ലോകം തന്നെയാണ്. ഈയിടെയായി അവിടുത്തെ പ്രധാന ചർച്ച ക്ലിപ്പുകൾ (മറ്റുള്ളവരുടെ കിടപ്പറ രംഗങ്ങളുടെ ഇന്നത്തെ കാലത്തെ ഓമന പേര്) ഇറങ്ങുന്നതും സിഡിയുമൊക്കെ തന്നെ. പണ്ടൊക്കെ കേരളത്തിന്റെ മുഖ്യമന്ത്രി ആരാണെന്ന ചർച്ച നടക്കുന്ന സ്ഥലത്ത് ഇന്ന് ക്ലിപ്പുകളെ കുറിച്ച് മാത്രമാണ് ചർച്ച. അതിൽ കുറ്റം പറഞ്ഞിട്ട് കാര്യമില്ല. ഇന്ന് ക്ലിപ്പുകൾ മുഖ്യമന്ത്രിയെ തീരുമാനിക്കുമ്പോൾ അതിനെകുറിച്ച് ചർച്ച ചെയ്യുന്നതിൽ പരാതി പറയാൻ കഴിയില്ല. ഇവിടെ പുതിയ ക്ലിപ്പ് ഉണ്ടാക്കാൻ നടക്കുന്ന കേണൽ തന്റെ മനഃസമാധാനത്തിനു വേണ്ടി ചില കാര്യങ്ങൾ സംസാരവിഷയമാക്കാൻ തീരുമാനിച്ചു. കേണൽ കോഴി വർക്കിയോട് കാര്യം പറഞ്ഞു. ഏറ്റവും നല്ല ക്ലിപ് ഉണ്ടാക്കി സിനിമാക്കാർ മന്ത്രിമാർ തൊട്ട് ആരെ വേണമെങ്കിലും തേജോവധം ചെയ്യുക എന്നത് പുതിയ കാലത്തിന്റെ വിധിയാണ്. കോടതിക്ക് പുറത്തെ വിധി. അതുകൊണ്ടും രക്ഷയില്ലാതായി. ഇതൊക്കെ ശീലമായിത്തുടങ്ങി പുതിയ സമൂഹത്തിന്. മറ്റുള്ളവരുടെ വ്യക്തി ജീവിതങ്ങളിലേക്ക് ക്യാമറ വെക്കുന്ന വേട്ടക്കാർ. വേട്ടക്കാരുടെ നിയമങ്ങൾ അടങ്ങിയ സമൂഹവും. ശിലായുഗത്തിൽ തുടങ്ങിയ വേട്ടകൾ ഇന്ന് വേറെ രൂപത്തിൽ. അന്ന് ഭക്ഷണത്തിനുവേണ്ടി. ഇന്നും ഭക്ഷണത്തിന് വേണ്ടിയെന്നാണ് പ്രമുഖരായ എല്ലാ വേട്ടക്കാരും പറയുന്നത്. ആരാണീ വേട്ടക്കാർ? എല്ലാ വേട്ടക്കാരും പറയുന്നത് അവരെല്ലാരും സാഹചര്യത്തിന്റെ ഇരകൾ ആണെന്നാണ്. മനുഷ്യരായാലും മാധ്യമങ്ങളായാലും ഒരേ അഭിപ്രായം. മനുഷ്യർ മാധ്യമങ്ങളാൽ നിറയ്ക്കപ്പെടുന്നു. മാധ്യമങ്ങൾ മനുഷ്യരാൽ നിറയ്ക്കപ്പെടുന്നു. വേട്ടക്കാർ ഇരകളെയും ഇരകൾ വേട്ടക്കാരെയും വേട്ടയാടും നവമാധ്യമ ലോകം. അവസാനം ഇങ്ങനെ ചിന്തിക്കും 'ജീവിക്കാൻ വേണ്ടിയല്ലേ കുഴപ്പമില്ല.'

"വർക്കി നിങ്ങൾ കോഴിക്കച്ചവടക്കാർ ഇതൊന്നും അറിയുന്നില്ലേ?" കേണൽ സംഭാഷണം തുടങ്ങി വെച്ചു.

“എന്ത് പറ്റി?” വർക്കി എന്താണെന്നറിയാതെ നെറ്റി ചുളിച്ചു.

“ഇനി എന്ത് പറ്റാൻ?” കേണൽ നീട്ടി. കേണൽ ഒരു നിമിഷത്തെ നിശ്ശബ്ദതക്ക് ശേഷം തുടർന്നു.

“ആ മീൻകാരൻ ലോറൻസ് എപ്പോഴും ലോലിതയുടെ അടുത്താണല്ലോ?”

“പോരട്ടെ പോരട്ടെ കാര്യങ്ങൾ ഓരോന്നായി പോരട്ടെ. അവൾക്ക് കോഴി വീട്ടിൽ കൊടുക്കാമെന്ന് ഞാൻ പറഞ്ഞതാ. അവൾക്കു മീനേ വേണ്ടു. കോഴിയിൽ ഹോർമോൺ കുത്തിവെച്ചിട്ടുണ്ട് പോലും; എന്നിട്ട് ടൗണിലെ സൂപ്പർ മാർക്കറ്റിൽ നിന്നും പോയി കോഴി വാങ്ങിക്കും.”

“മീൻ മാത്രം അവന്റെ കയ്യിൽ നിന്നും...” വർക്കി പരാതി പറയുന്ന ഭാവത്തിൽ പറഞ്ഞു.

“അപ്പൊ അങ്ങനെയാണ് കാര്യങ്ങളുടെ കിടപ്പ്...”

“എന്താ ചെയ്യാ... ഭർത്താവ് വിദേശത്തല്ലേ.. അവൾക്കു മീൻ കഴിക്കണമെങ്കിൽ ഇവിടുത്തെ കടയിൽ നിന്ന് വരി നില്ക്കാൻ പറ്റുവോ? സൂപ്പർ താര സുന്ദരിയല്ലേ... ഭൂലോക സുന്ദരി.” വർക്കി നീട്ടി പറഞ്ഞു.

കുറച്ചു നേരം മുകളിലേക്ക് നോക്കിയ വർക്കി വീണ്ടും സംശയ ഭാവത്തിൽ തുടർന്നു. “എന്നാലും അവൻ അവളെ..എങ്ങനെ...?”

“ചില സുന്ദരികൾ അങ്ങനെയാണ്. അവർക്ക് മീൻ കഴിക്കുന്നതാ കൂടുതൽ ഇഷ്ടം.” കേണൽ കോഴി വർക്കിയെ പിരി കയറ്റി.

തന്റെ കടമ നിറവേറ്റാൻ ശ്രമിച്ചു എന്നല്ലാതെ മറ്റു ഉദ്ദേശ്യങ്ങളൊന്നും ഇതിൽ ഇല്ല എന്ന രീതിയിൽ തന്നെ കോഴി വർക്കി സംസാരം തുടർന്നു. “എനിക്ക് എല്ലാം കച്ചവടമാണ്. എനിക്ക് നാലു കാശു കിട്ടുന്ന കാര്യം. അതിന് കോഴി എത്തിച്ചു കൊടുക്കേണ്ട സ്ഥലങ്ങളിൽ അതു ചെയ്യുന്നു. മീൻകാരനെ പോലെ സിൽക് വസ്ത്രം ധരിച്ചു കോഴി വിൽക്കാൻ എനിക്കു കഴിയില്ല.” വേണ്ടെങ്കിൽ വേണ്ട എന്ന മനോഭാവം. തന്റെ തലയിലെ ഒരു ഭാരം കുറഞ്ഞു എന്നതാണ് വർക്കിയുടെ ശരീരഭാഷ.

ഇതെല്ലാം കേട്ട് അവിടെ മൂലയിൽ പന്നി ബെന്നി ഇരുന്ന് ഊറി ഊറി ചിരിക്കുന്നുണ്ട്. പന്നി ബെന്നി എന്ന് പറയുന്നതിൽ ബെന്നിക്ക് തന്നെ അഭിമാനമാണ്. പന്നി കച്ചവടമാണ് ബെന്നിക്ക് പന്നി ബെന്നിയെന്ന പേര് വീഴാൻ കാരണം. കുളിക്കാതെ നടക്കുന്നത് കൊണ്ടാണ് ആ പേര് കിട്ടിയതെന്ന് ഗോപാലൻ നായർ പറയാറുണ്ട്. നടക്കുമ്പോൾ അടിയിൽ ഇട്ടിരിക്കുന്ന ട്രൗസർ പുറത്തു കാണും. ഏതാണ്ട് ഒരു പന്ത് പോലെ ഉരുണ്ട ശരീരം. നടക്കുന്നതും ബോൾ ഉരുളുന്നതു പോലെ തന്നെ. ദിവസവും കുളിച്ചിട്ട് എന്താ കാര്യം എന്ന് ചോദിക്കുന്ന ആ ചായക്കടയിലെ ഒരേ ഒരാൾ. മറ്റൊരാൾക്കും അങ്ങനെ ഒരു ചോദ്യം ചോദിക്കാൻ കഴിയില്ല. ബെന്നിക്ക് എന്തോ പറയണം എന്നു തോന്നുന്നു. എരിതീയിൽ

എണ്ണ ഒഴിക്കാൻ വെമ്പിക്കൊണ്ടിരുന്ന പന്നി ബെന്നിക്ക് ഗോപാലൻ നായർ ബാറ്റൻ കൈമാറി.

“അല്ലാ ബെന്ന്യേ, നിനക്കവിടെ കുറേ ഇടപാടൊക്കെ ഉണ്ടായിരുന്നില്ലേ.... അവൾ ഈ തരക്കാരിയാണോ?”

“അവള് എന്നെയൊന്നു വലിപ്പിച്ചുനോക്കി. ഞാൻ ഒരു വിധത്തിലാ അവളുടെ കയ്യിൽ നിന്നും രക്ഷപ്പെട്ടത്. ഞാൻ സമ്മതിച്ചില്ല. ഹോ അവളൊരു മുതല് തന്നെയാണേ.”

അതും പറഞ്ഞ് പന്നി അവിടെനിന്നും പോയി.

ഗോപാലൻ നായർ കണ്ണടച്ചു കാണിച്ചു.

“സംഗതി അതല്ല. അവൻ ബസ്സിൽ വെച്ച് ഒന്ന് തോണ്ടാൻ നോക്കി. അവള് ബഹളം വെച്ചു. നാട്ടുകാർ അവനെ പെരുമാറി. അതിന്റെ ദേഷ്യം മാറിയിട്ടില്ല. അവനു സാധിക്കാത്തത് മീൻകാരൻ നേടിയതിലുള്ള വിഷമം. അത്രേയുള്ളൂ. ഒരു കുശുമ്പ്, അത് കുറ്റം പറഞ്ഞു തീർക്കുന്നു.” ഗോപാലൻ നായർ കടയിലെ കാണികളോടായി പറഞ്ഞു.

ഏതായാലും ചായക്കടയിലെ മറ്റ് മൂന്ന് കാണികൾ കഥകൾ മുഴുവൻ കേട്ടു. അവർ നാട്ടിലെ മാന്യൻമാരാണ്. അവർ മൂന്ന് പേരും ഉടനെ തന്നെ അവരുടെ ഭാര്യമാരെ വിഷയം അറിയിച്ച് ടെൻഷൻ അകറ്റി. ലോറൻസും ലോലിതയും തമ്മിലുള്ള കഥ നാട് മുഴുവൻ പാട്ടായി. കേട്ടവർ കേട്ടവർ അതിന്റെ കാരണങ്ങളെ കുറിച്ച് താത്ത്വിക അവലോകനങ്ങളും ഇക്കിളിപ്പെടുത്തുന്ന അവലോകനങ്ങളും നടത്തി. ആ നാട് വലിയൊരു വിഷയം ഏറ്റെടുത്തു. ഇതറിയാത്ത മൂന്ന് പേര് മാത്രമേ അവിടെ ഉണ്ടായിരുന്നുള്ളു. ലോലിതയും ലോറൻസും പിന്നെ ലോലിതയുടെ ഭർത്താവും.

മുവായിരം കുടുംബങ്ങൾ ഉള്ള ആ നാട്ടിൽ എന്നും ഒരു മണിക്കൂർ ടീ.വി പരിപാടിക്കുവേണ്ടി സ്ത്രീകൾ നീക്കിവെയ്ക്കും. പിന്നെ അര മണിക്കൂർ ലോലിതയെ കുറിച്ച് സംസാരിക്കാൻ; അവരുടെ പ്രശ്നം തീർക്കാൻ. നാട്ടിലെ പുരുഷൻമാർക്കും സ്ത്രീകൾക്കും ആകെ ഒരു വിഷയം മാത്രം. ഇത് എങ്ങനെ അവസാനിപ്പിക്കും. പൂച്ചക്ക് ആര് മണി കെട്ടും. അവളുടെ ഭർത്താവ് മാസത്തിലെ അവസാനത്തെ ശനിയും ഞായറും വരും. അത് വരെ എങ്ങനെ തള്ളി നീക്കും. അങ്ങനെ മുവായിരം കുടുംബങ്ങൾ അര മണിക്കൂർ ദിവസവും വെച്ച് മാസത്തിൽ മുപ്പത് ദിവസം. ആകെ മൊത്തം 3000 * 30 * 0.5 = 45000 മണിക്കൂർ സമയം ലോലിതക്കുവേണ്ടി ചിലവാക്കിക്കൊണ്ടിരുന്നു. എന്തായാലും സംഗതി പുറത്തു പറഞ്ഞതോടെ കേണലിന്റെ ടെൻഷൻ പകുതി മാറി. പഞ്ചായത്ത് പ്രസിഡന്റ് പല തവണ കേണലിന്റെ വീട്ടിൽ ഉന്നത തല ചർച്ചകൾ നടത്തി. സംഗതി രാഷ്ട്രീയമായി പരിഹരിക്കാൻ ഒരു ശ്രമം നടത്താം എന്ന് കേണൽ കരുതി. പഞ്ചായത്ത് പ്രസിഡന്റ് അഞ്ച് വട്ടം ചർച്ചക്കായി കേണലിനെ കണ്ടു. പല വട്ടം ഡിന്നർ കഴിച്ചത് മാത്രം മിച്ചം. ഒരു പരിഹാരം

കണ്ടില്ല. പതുക്കെ പഞ്ചായത്ത് പ്രസിഡന്റ് സർവകക്ഷിയോഗം വിളിച്ചു. എല്ലാ പാർട്ടിക്കാരും ഒന്നിച്ച് ആക്രമിച്ചാലോ? എങ്കിലും ലോലിതയുടെ അടുത്തു പോയി വിഷയം അവതരിപ്പിക്കാനുള്ള ധൈര്യം ഒരു രാഷ്ട്രീയ ക്കാരനും ഇല്ല. മാനഹാനി തന്നെ പ്രധാന വിഷയം.

കേണലിന് ദേഷ്യം വന്നു "താൻ വലിയ വിപ്ലവ പാർട്ടിക്കാരനായിട്ട് തനിക്കൊന്നും ധൈര്യമില്ലെടോ?"

"എന്റെ കേണൽ, പെണ്ണുകേസിൽ ഇടപെടാൻ ഞങ്ങൾക്ക് പരി മിതികൾ ഉണ്ട്. കേരളത്തിന്റെ മന്ത്രിസഭ വരെ താങ്ങി നിർത്തുന്നത് ഒരു പെണ്ണിന്റെ നാവായിരുന്ന കാലമുണ്ട്. അവരൊക്കെ വിചാരിച്ചാൽ കേരളം കുലുക്കാൻ പറ്റും. ഞങ്ങൾ വിചാരിച്ചാൽ ഈ പഞ്ചായത്ത് പോലും നന്നാക്കാൻ പറ്റില്ല. ഒരു സ്റ്റേറ്റ് ഭരിക്കുന്ന മുഖ്യമന്ത്രിക്കു വരെ തലവേദന ഉണ്ടാക്കിയവരാണ്. കേണൽ സൂക്ഷിക്കണം. കേരളത്തിലെ മാത്രം പ്രശ്നമല്ലല്ലോ."

"ഇത് പറയാനാണോടോ തനിക്കു ഞാൻ ഡിന്നർ ഉണ്ടാക്കി തന്നത്. ആണുങ്ങൾ ആണെന്ന് പറഞ്ഞ് മീശേം വെച്ച് നടക്കുന്നു." കേണൽ പഞ്ചായത്ത് പ്രസിഡന്റിനെ ഒന്ന് ചൊറിഞ്ഞു.

"അതിന്റെ പൈസ ഞാൻ തിരിച്ചു തരാം. പക്ഷേ, ലോലിതയുടെ അടുത്തുപോയി സുവിശേഷം പ്രസംഗിക്കാൻ എന്നെ കിട്ടില്ല."

ശരിവെച്ച് കൊണ്ട് വലതനും ഇടതനും ദേശഭക്തനും മറ്റെല്ലാവരും പതുക്കെ സ്ഥലം കാലിയാക്കി. "പെണ്ണിനെ ഭയപ്പെടുന്ന രാഷ്ട്രീയം. നാവാണ് പെണ്ണിന്റെ ആയുധം. ആണിന് യുദ്ധത്തിന് കത്തീം തോക്കും വേണം. പിന്നെ ഇവിടുത്തെ മാത്രം പ്രശ്നമല്ലല്ലോ. ക്ലിന്റൺ വരെ പ്രശ്ന ത്തിൽ പെട്ടില്ലേ." പിന്നെയാണ് ഈ പഞ്ചായത്ത്. പഞ്ചായത്ത് പ്രസി ഡണ്ട് നടത്തത്തിനിടയിൽ ആത്മഗതം ചെയ്തു. കേണൽ ഒറ്റയ്ക്കായി. അയാൾ വീണ്ടും കുമാറിനെ വിളിച്ചു.

"തന്റെ റ്റീ.വി പിള്ളേർ എവിടെ? ഇത് ഒന്ന് അവസാനിപ്പിക്കേണ്ടേ?"

"സാറ് ഒരു വാക്ക് പറഞ്ഞാൽ മതി. നാട്ടിൽ ഒരു വിധം ന്യൂസ് എത്തിച്ചില്ലേ. ഇനി ഞാൻ ഏറ്റു."

"നാലാംകിട ചാനലുകാരാവുമ്പോൾ നാണവും മാനവും ഉണ്ടാകില്ല. എന്തിനും നല്ല ധൈര്യം ആയിരിക്കും. തെറ്റ് പറ്റിയാലും മാപ്പ് പറഞ്ഞു രക്ഷപ്പെടാൻ അവർക്കുള്ള കഴിവ് ആർക്കും ഈ ലോകത്ത് തന്നെ കാണില്ല. അവർ അത് ഉത്തരവാദിത്വം പോലെ ഏറ്റെടുക്കും." കേണൽ സ്വയം ആശ്വാസം കണ്ടെത്തി.

റ്റീ.വി ചാനൽ കാര്യങ്ങൾ കുമാർ വെറുതെ കേണലിനെ പ്രോത്സാ ഹിപ്പിക്കാൻ പറഞ്ഞതായിരുന്നു. ഇനിയൊരിക്കൽ കൂടി പറഞ്ഞു പ്രശ്നം ഉണ്ടാക്കേണ്ടെന്നു കരുതി അയാൾ മൗനം പാലിച്ചു. ഇത്തരം ഒരു വിഷയം ഇതിൽ കൂടുതൽ പ്രശ്നത്തിലേക്ക് എത്തരുതെന്നു കുമാർ

ICE

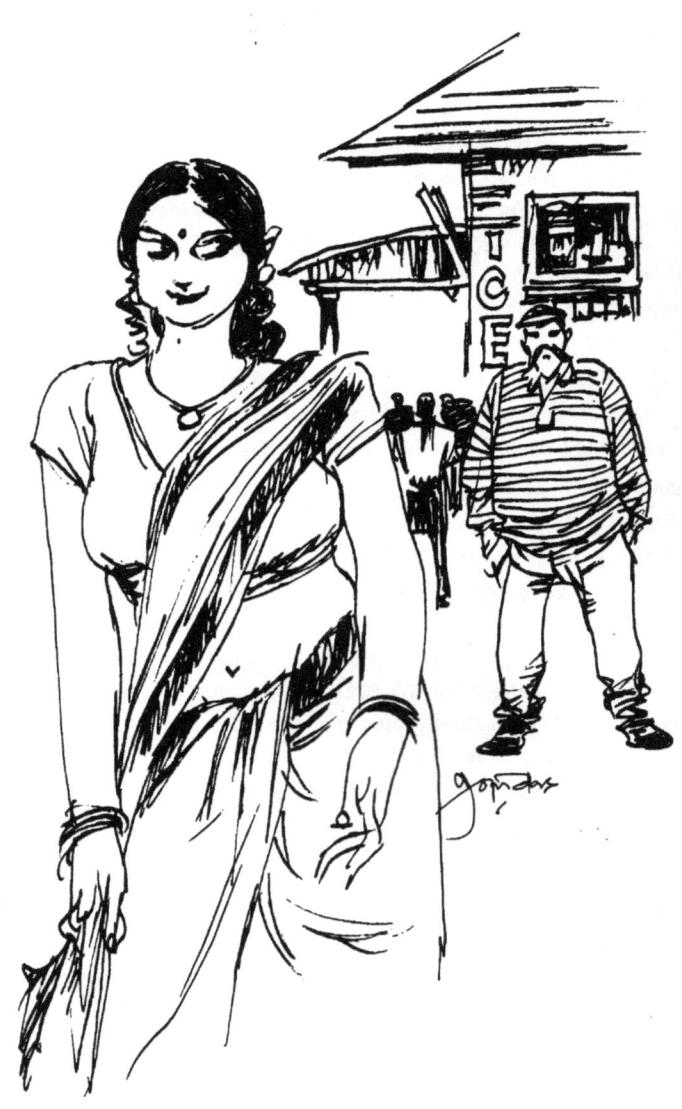

ആത്മാർത്ഥമായി ആഗ്രഹിച്ചിരുന്നു. എങ്ങനെയാണ് കേണലിനെ ഈ വിഷയത്തിൽ നിന്നും ശ്രദ്ധ തിരിക്കുക എന്നാലോചിച്ച കുമാറിന്റെ തലയിൽ പെട്ടെന്ന് ആശയങ്ങൾ ഒന്നും വന്നില്ല. 'വെറുതെ പ്രോത്സാഹിപ്പിച്ചു. ഇതിന്റെ ഉള്ളിൽ നിന്നും എങ്ങനെയെങ്കിലും തലയൂരണം. ആ ജേർണലിസ്റ്റ് നന്ദനുണ്ടെങ്കിൽ കേണലിനെ, അയാളുടെ തലയിൽ വെച്ച് കൊടുക്കാമായിരുന്നു. നാട്ടിലെ മറ്റു പ്രധാനികളോട് പറഞ്ഞിട്ട് ആരും ഒരു പരിഹാരം പറയുന്ന ലക്ഷണമില്ല.'

'കുറച്ചു ഉപദേശം കൊടുത്താലോ. പ്രായമായ ആൾക്കാരെ ഉപദേശിക്കരുത് എന്നൊക്കെയാണെങ്കിലും ഒരുപക്ഷേ ശ്രദ്ധയൊന്നു തിരിച്ചു വിട്ടാൽ പിന്നെ ലോലിതയെ കുറിച്ചുള്ള പ്രശ്നങ്ങൾ തീരുമായിരിക്കും. അല്ലെങ്കിലും ഇയാൾ നോക്കിയിരുന്ന് ഉണ്ടാക്കിയ പ്രശ്നങ്ങൾ ആണല്ലോ കൂടുതലും. കേണലിന്റെ മാനസിക പ്രശ്നങ്ങൾ തന്റെയും പ്രശ്നമായി മാറുന്ന അവസ്ഥ. സ്വയം കുഴിച്ച കുഴിയിൽ എന്നു പറഞ്ഞപോലെ താൻ കുടുങ്ങിപ്പോയി. എന്നാലും എന്തെങ്കിലും ചെയ്ത് കൊണ്ടിരിക്കുന്ന ഒരു സുഖം ഉണ്ട്. ഈ പ്രശ്നം തീർന്നാൽ തന്റെ ജീവിത സുഖം അവസാനിക്കും എന്ന തോന്നൽ ചില സമയങ്ങളിൽ കുമാറിനെ കുഴക്കിക്കളഞ്ഞു.

ലോലിതയെ പിടി വിടണമെങ്കിൽ ഷോക്ക് തന്നെ കൊടുക്കേണ്ടി വരും. അങ്ങനെ വരാൻ സാധ്യതയില്ല. അയാൾക്ക് സംശയ രോഗം ഇല്ല. മറ്റു സമയങ്ങളിൽ ബുദ്ധിപരമായി സംസാരിക്കുന്നുണ്ട്. ചില കിറുക്കൻമാർ അങ്ങനെയാണ്. 'ഇത് മനുഷ്യനെ വെറുതെ ഉപദ്രവിക്കുന്നതിൽ സന്തോഷം കണ്ടെത്തുന്ന വർഗം തന്നെയാണ്. സംശയ രോഗം വെറുതെ അഭിനയമാണ്.' കുമാർ ചിന്തിച്ചു. 'എന്നാലും ഇങ്ങനെ ഉപദ്രവിക്കാമൊ? ഒരുപക്ഷേ ലോലിത സുഖിച്ചു ജീവിക്കുന്നു എന്ന തോന്നലാണോ അതിനു കാരണം. ഓരോ മനുഷ്യർക്കും അവരുടെതായ പ്രശ്നങ്ങൾ ഉണ്ടെന്ന കാര്യം ഇത്രയും പ്രായമായ കേണലിന് ഞാൻ പറഞ്ഞു കൊടുക്കേണ്ട കാര്യമില്ല.' കുമാർ ചിന്തിച്ച് കാട് കയറി.

**ഒ**രിക്കൽ അവളുടെ നീക്കങ്ങൾ അറിയാൻ കേണൽ അവളെ പിന്തുടരാൻ തീരുമാനിച്ചു. എവിടേക്കാണ് അവൾ പോകുന്നതെന്ന് കണ്ടുപിടിച്ചാൽ എന്തെങ്കിലും വഴി കിട്ടാതിരിക്കില്ല. ഇവളുടെ പോക്കുവരവ് കണ്ടെത്താൻ ആരെയെങ്കിലും ഏല്പിച്ചാലും കുഴപ്പമില്ല. പിന്നെ ആലോചിച്ചപ്പോൾ ശരിയായ വിവരം കിട്ടാൻ സാധിക്കുകയില്ല എന്ന തോന്നലിൽ നിന്നു നേരിട്ട് കൈകാര്യം ചെയ്യുന്നതാണ് ബുദ്ധിയെന്ന വിവേകം കേണലിനെ സ്വയം ഉണർത്തി. ഒരു ദിവസം നാട്ടിലെ അടുത്ത ഐസ്ക്രീം പാർലറിൽ കയറിയ ലോലിതയെ കണ്ട് കേണൽ കടയുടെ വശത്തു ഒളിച്ചു നിന്നു. അവളുടെ അടുത്ത നീക്കം അറിയണം. ഈ പ്രായത്തിലും ഐസ്ക്രീം ഇങ്ങനെ കഴിക്കുമോ? കടക്കാരൻ വലിയ ഒരു ഐസ്ക്രീം പാക്ക് അവൾക്കു കൈമാറുന്നത് കേണൽ ശ്രദ്ധിച്ചു.

വീട്ടിൽ അവൾ മാത്രമേയുള്ളൂ. മക്കൾ ഇവിടെയില്ല. പിന്നെ ഇത്രയും വലിയ ഐസ്ക്രീം പാക്ക് വാങ്ങിക്കേണ്ട കാര്യമില്ല. അയാൾ തീരുമാനിച്ചു. ഇതു അവനു തന്നെ. ദുഷ്ടൻ. അപ്പോൾ മീൻ മുറിക്കൽ മാത്രമല്ല ഐസ്ക്രീം തീറ്റയുമുണ്ട്. കേണലിനു സഹിക്കാൻ കഴിഞ്ഞില്ല.

അവൾ അവിടെ നിന്ന് ഇറങ്ങിയപ്പോൾ കേണൽ അവിടെ കയറി. പെട്ടന്നാണ് ശ്രദ്ധിച്ചത് അവൾ കടയിൽ വെച്ചു രുചി നോക്കിയ ചെറിയ ഐസ്ക്രീം കപ്പ് വെയ്സ്റ്റ് ബോക്സിൽ എറിഞ്ഞിട്ടില്ല. ഒരുപക്ഷേ, വേഗത്തിൽ ഇറങ്ങിപ്പോയപ്പോൾ ശ്രദ്ധിക്കാതിരുന്നതാവാം. കേണൽ പതുക്കെ ആ കപ്പ് ആരുമറിയാതെ ഒരു വശത്തേയ്ക്ക് നീക്കി വെച്ചു. അതിനു ശേഷം ഐസ്ക്രീം കടക്കാരനോട് ഒരു ചെറിയ വാനില പാക്ക് എടുക്കാൻ ആവശ്യപ്പെട്ടു.

"നിങ്ങൾ അയൽവാസികൾക്ക് ഇന്ന് ഐസ്ക്രീം ദിവസമാണോ?"

"മനസ്സിലായില്ല." ഒന്നുമറിയാത്ത പോലെ കേണൽ ചോദ്യമെറിഞ്ഞു.

ഇതിനിടയിൽ കടക്കാരൻ ഐസ്ക്രീം എടുക്കുന്നതിന് ഫ്രിഡ്ജിൽ കുനിഞ്ഞു. ഈ സമയത്തിനുള്ളിൽ ലോലിത ബാക്കി വെച്ച ഐസ്ക്രീം ആ കപ്പിൽ നിന്നും കേണൽ നുണഞ്ഞു. തനിക്കു അവൾ കഴിച്ചതിന്റെ ബാക്കി കഴിക്കാൻ കഴിഞ്ഞതിൽ നിർവൃതി കൊണ്ടു. മീൻകാരൻ മുഴുവൻ ഐസ്ക്രീം കഴിക്കുമെന്നത് അയാളെ വീണ്ടും നിരാശനാക്കി. അവൾ നടന്നു പോകുന്നതിനിടയിൽ കാലുവെച്ചു വീഴ്ത്തിയാണെങ്കിലും അവരുടെ ഐസ്ക്രീം തീറ്റ നടക്കാതിരിക്കാൻ കേണൽ പോംവഴി ആലോചിച്ചു. 'ഐസ്ക്രീമിൽ കൈവിഷം വെച്ച് അവളെ കുഴിയിൽ വീഴ്ത്താം എന്നാണ് അവന്റെയൊക്കെ ധാരണ. തന്റെ ഉറക്കം കളഞ്ഞ മീൻകാരൻ തെണ്ടി'. മനസ്സിൽ ആലോചിച്ചത് പുറത്തു ശബ്ദമായി വന്നില്ല.

"നിങ്ങളുടെ അയൽക്കാരി സുന്ദരിപെണ്ണ് ഇപ്പൊ തന്നെ ഒരു പാക്ക് വാങ്ങിച്ചു. അതുകൊണ്ട് ഞാൻ ഒരു താളത്തിൽ ചോദിച്ചതാ."

"ഏതു പെണ്ണ്? ആ അവൾ. മനസ്സിലായി മനസ്സിലായി." സംഭാഷണം അധികം ദീർഘിപ്പിക്കാതെ അയാൾ കാശും കൊടുത്തു അവിടെ നിന്നും പുറത്തിറങ്ങി.

ഏഴ്

# ചുവന്ന മനുഷ്യരും ചുവന്നലോകവും

**വീ**ടിന്റെ പിന്നിലെ കായലാണ് കേണലിന്റെ മറ്റൊരു നേരം പോക്ക്. കുമാരിയമ്മയുടെ വീട് കാണാം. കുമാറിനൊപ്പം ഇടയ്ക്കു കുപ്പിയും രണ്ടു ഗ്ലാസ്സുമായി ഇറങ്ങും. ഒരു ക്ലബ്ബിന്റെ ബോട്ട് അവിടെ വെറുതെ കിടക്കുന്നത് അവർക്ക് സഹായമാണ്. കേണൽ ബോട്ട് ഡ്രൈവറെ വിളിച്ചു. പക്ഷേ ഡിസംബർ മാസമായതുകൊണ്ട് കായൽ പായൽ കൊണ്ട് മൂടിയിരിക്കുകയാണ്. പായലിനെ തള്ളിനീക്കിക്കൊണ്ട് പോകുന്ന ബോട്ടിന്റെ പിറകുവശത്തേക്ക് കുമാർ നോക്കി. ബോട്ട് പോകുന്ന വഴി ചെറിയ തോടായി മാറുന്നത് പോലെ അയാൾക്കു തോന്നി. പുതിയ തോട് ഉണ്ടായികൊണ്ടിരിക്കുമ്പോൾ വെള്ളത്തുള്ളികൾ തോട്ടിലേക്ക് തുള്ളിച്ചാടുന്നുണ്ട്. വശങ്ങളിൽ കുളവാഴ പൂക്കൾ പൂത്തുനിൽക്കുന്നു. പൂക്കൾക്ക് ഇളം വയലറ്റ് നിറമാണ്. അതിന്റെ ഇതളുകൾ തിരിനാളം പോലെയാണ്. ഇതളുകൾക്കു നടുവിൽ മഞ്ഞ നിറത്തിലുള്ള ഒരു ചെറിയ ഇതൾ കാണാം. പുണ്യ സ്ഥലങ്ങളിൽ ഒരു തിരി കത്തിച്ചു വെച്ച പോലെ. വയലറ്റ് ഗ്ലാസിനുള്ളിൽ നിന്നും ഒരു സ്വർണ്ണ പ്രകാശം. ആഫ്രിക്കയിൽ നിന്നും പലായനം ചെയ്ത തുമ്പികൾ പറന്നുനടക്കുന്നത് കാണാം. തുമ്പികൾക്ക് കേരളം ഇഷ്ടപ്പെട്ടു എന്ന് തോന്നുന്നു. പിന്നെ പത്രത്തിൽ വായിച്ചത് ഓർത്തു. ആഗോള താപനത്തിന്റെ ഭാഗമായി പല തുമ്പികളും കാലം കഴിഞ്ഞിട്ടും തിരിച്ചുപോയിട്ടില്ല. കേണലും സിംഗപൂരിലേക്ക് തിരിച്ചു പോകുമെന്ന് തോന്നുന്നില്ല.

ടി.വി ചാനൽക്കാരുടെ കയ്യിലേക്ക് ഈ വിഷയം ഇട്ടു കൊടുത്താലുള്ള പൊല്ലാപ്പ് ചിന്തിച്ച് കുമാറിന്റെ തലയിൽ തീ കത്തിത്തുടങ്ങി. എങ്കിലും തന്റെ ഉറ്റ വയസൻ സുഹൃത്തിനെ സഹായിക്കണം. അയാളുടെ സംശയമെങ്കിലും തീർത്തു കൊടുക്കണം. ഇത്രയും പ്രായമായി. ഇപ്പോഴും അയാൾ അടുത്ത വീട്ടിലെ പെണ്ണിനെ നോക്കിയിരിക്കുകയാണ്. കുമാർ വീണ്ടും ആത്മഗതം ചെയ്തു. സ്നേഹത്തിലോ പ്രണയത്തിലോ അയാൾക്ക് വിശ്വാസം ഇല്ല. കാമം. അത് മാത്രമാണ് ശരി.

കേണലിനെ ഉപദേശിച്ചിട്ട് കാര്യമില്ല എന്നറിയാം. ഒരു നേരംപോക്കിന് പിരി പിടിപ്പിച്ചതാണ്. അഴയുന്ന ലക്ഷണമില്ല. ആരോ പറഞ്ഞു കേട്ടിട്ടുണ്ട് നാല്പത്തിയഞ്ച് വയസു കഴിയുന്നവർക്ക് ഈ അസുഖം വളരെ കൂടുതൽ ആണെന്ന്. എന്നാലും ഒരു ശ്രമം നടത്തി നോക്കാം. ആരെയും ഉപദേശിക്കരുത് എന്നാണ്. എന്നാലും ഒരു ശ്രമം. ഉപദേശം കൊടുക്കുന്നത് ഒരു ശീലമായി. ജോലിയുടെ ഒരു സ്വഭാവം ജീവിതത്തിലും കടന്നു വരുന്നതാണ്.

"കേണൽ സാർ നിങ്ങൾക്ക് പ്രായമായതിന്റെ കുഴപ്പം ആണ്. ഞാൻ ഒരു തമാശക്ക് ചാനൽക്കാരെ കുറിച്ചു പറഞ്ഞതാണ്." കുമാർ പറഞ്ഞു.

"ഓ  പിന്നെ നീ ഒരു മധുരപതിനേഴുകാരൻ..."

"ഞാൻ സമ്മതിക്കുന്നു. നിങ്ങളുടെ ലോലിത ഒരു സുന്ദരിയായ സ്ത്രീ തന്നെ. പക്ഷേ, അവൾ അവളുടെ ഭർത്താവുമായി പ്രണയത്തിൽ ജീവിക്കുന്ന ഒരു സ്ത്രീയാണ്. അവൾ പരിശുദ്ധയാണ്. മീൻകാരനുമായി അവൾക്ക് യാതൊരു ബന്ധവും ഇല്ല. എനിക്ക് ഉറപ്പാണ്."

"ഞാൻ സമ്മതിക്കില്ല. അവളെ നന്നാവാൻ ഞാൻ സമ്മതിക്കില്ല. പ്രണയം  അതും ഇത്രയും സുന്ദരിയായ സ്ത്രീ. അവൾ..." കേണൽ ആക്രോശത്തോടെ പറയാൻ തുടങ്ങി.

"എന്താ നിർത്തിയത്?" കുമാർ കേണലിനെ പ്രോത്സാഹിപ്പിച്ചു.

"ഇല്ല. ഇല്ല.. ഞാൻ സമ്മതിക്കില്ല അവൾ  പരിശുദ്ധയല്ല. അവൾ അവന്റെ കൂടെ ജീവിക്കുന്നത് അവന്റെ പൈസ കണ്ടു മാത്രമാണ്. ഗൾഫിൽ നിന്നും വരുന്ന അവന്റെ സമ്പാദ്യം. അത് മാത്രമാണ് അവളുടെ ലക്ഷ്യം. ഗൾഫിൽ പിന്നെ പൈസ ഉണ്ടാക്കുന്ന യന്ത്രം എല്ലാവരുടെ കയ്യിലുമുണ്ടല്ലോ. അവൾക്ക് അവൻ ഒരു മണി മെഷീൻ മാത്രമാണ്. യഥാർത്ഥ പ്രണയം സ്ത്രീക്ക് സാധ്യമല്ല." കേണൽ രോഷത്തോടെ സ്ത്രീകളെ മുഴുവൻ ആക്ഷേപിച്ചു. കണ്ണാടിയിൽ നോക്കി. വളരെ പെട്ടെന്ന് തന്റെ ടൂൾ ബോക്സിൽ ഇരുന്ന കത്രിക എടുത്ത് മീശയുടെ മുകൾ ഭാഗം കിരി കിരി ശബ്ദത്തിൽ വെട്ടി.

ബോട്ടിന്റെ എൻജിൻ ശബ്ദത്തിനിടയിലും കത്രികയുടെ കിരികിരി ശബ്ദം കേട്ടപ്പോൾ കുമാറിന് സംശയം തോന്നി. 'ഇയാൾ സത്യത്തിൽ പട്ടാളത്തിൽ ബാർബർ ആയിരുന്നോ?' ഇയാൾ തന്നോട് പണ്ട് പറഞ്ഞ നുണകളെ കുറിച്ച് കുമാർ ഓർത്തു. 'എന്തൊക്കെയാ പറഞ്ഞത്. റിട്ടയേർഡ് ഐ.എ.സ്, മിലിട്ടറി ഇന്റലിജെൻസ്, യു.ൻ.ഒ...ഇങ്ങനെ എന്തൊക്കെ വലിയ ജോലി അയാൾ പറഞ്ഞു.'

"അസംബന്ധം. എനിക്ക് തോന്നുന്നു അവൾ പരിശുദ്ധ തന്നെയാണ്. തൂവെള്ള നിറത്തോളം പരിശുദ്ധ. തൂവെള്ള നിറത്തോളം." കുമാറും ശബ്ദം ഉയർത്തി.

"ഉവ്വേ.." കേണൽ പുച്ഛത്തോടെ കൂവി. മീശയോന്നു പിരിച്ചു.

"ഞാൻ വീണ്ടും പറയുന്നു; കേണലിന്റെ പ്രായമാണ് പ്രശ്നം."

"നിന്റെയും പ്രായമാണ് പ്രശ്നം."

"എനിക്ക് ചുവപ്പ് മാത്രമേ കാണാൻ കഴിയുന്നുള്ളൂ. അവളുടെ ശരീരത്തിന്റെ നിറം. ചുവപ്പ്. അത് തന്നെയാണ് പ്രണയത്തിന്റെ നിറം."

"എനിക്ക് അവൾ പരിശുദ്ധയാണ്. അവളുടെ കണ്ണിന്റെ വെള്ള യോളം."

"അതിനു നടുവിൽ കൃഷ്ണമണിയുണ്ട്. അതും വെള്ളയാണോ? നീ എത്ര പരിശുദ്ധയാക്കിയാലും ഞാൻ അവളെ ചുവപ്പായി മാത്രമേ കാണുകയുള്ളൂ. എന്റെ മനസ്സ് മാറ്റാൻ നിന്നെ പോലെയുള്ള കുട്ടികൾ ശ്രമിക്കേണ്ട. നിന്റെ കമ്പനിയിലെ ബോബ് ചെയ്ത ആ കുട്ടി ചിലപ്പോൾ വെള്ളയായിരിക്കാം. പക്ഷേ, ഇവളെ വെള്ള പൂശാൻ ഞാൻ സമ്മതി ക്കില്ല. ആ മീൻകാരനറിയാം യഥാർത്ഥ നിറം. അവൾ ആരാ മോൾ."

"നിങ്ങൾക്ക് സെക്സ് പെർവേർഷൻ എന്ന ലഘു മനോരോഗം ആണ്. ശരിയായ സ്നേഹം മനസ്സിലാക്കാത്തതിന്റെ പ്രശ്നം. പ്രായം എത്രയായാലും തെറ്റ് തെറ്റ് തന്നെയാണ് കേണൽ."

"നീ ഒരു ആൺകുട്ടിയാണോ?"

"ഞാൻ ആൺകുട്ടിയാണ് പ്രണയത്തിന്റെ നിറം വെള്ളയാണെന്ന് വിശ്വസിക്കുന്ന ആൺകുട്ടി."

"പക്ഷേ, നീ പെണ്ണിനെ പോലെയാണ് സംസാരിക്കുന്നത്. ഈ കാലഘട്ടത്തിൽ സ്നേഹം ഒരു മാനസിക രോഗമാണ്. കാമം മാത്രമാണ് സത്യം." കേണൽ തിരിച്ചടിച്ചു.

"അവളുടെ ശരീരത്തിന്റെ ഒരു ഭാഗം മാത്രം ആണ് ചുവപ്പ്." കുമാർ വാദം തുടർന്നു.

"അത് ഞാൻ ഒരു വാദത്തിനു വേണ്ടി സമ്മതിക്കാം."

"കേണൽ എന്തിനു കൂടുതൽ നോക്കുന്നു. അവളുടെ നിറം എന്താണ് എന്ന് മനസ്സിലാക്കാൻ അവിടെ അവളുടെ ഭർത്താവ് ഉണ്ട്. താങ്കൾ എന്തിനു തല പുകയ്ക്കുന്നു? കേണലിന് എവിടെയെങ്കിലും തലയിടാതെ ജീവിക്കാൻ കഴിയില്ലേ?"

"അയാൾ ഗൾഫിൽ അല്ലേ. അയാൾക്ക് എവിട്യാ സമയം...? തിര ക്കോടു തിരക്ക്... എനിക്കാണെങ്കിൽ ഒരു പണിയുമില്ല."

"അതുകൊണ്ട്?"

"എനിക്ക് ആ മീൻകാരനെ പേടിയാണ്. അവളുടെ ചുവപ്പ് നിറം, ആ മീൻകാരൻ നശിപ്പിക്കും എന്നാണ് എന്റെ ഭയം." കേണൽ മനസ്സിലെ ഭയം വെട്ടിത്തുറന്നു പറഞ്ഞു.

"അസൂയ. എന്റെ ദൈവമേ റിട്ടയേർഡ് ഐ.എ.സ്കാരന് മീൻകാര നോട് അസൂയ."

“അതെ അസൂയ. മീൻകാര് പെണ്ണുങ്ങളെ വേഗം കയ്യിൽ എടുക്കും, മീനാണ് അവരുടെ ആയുധം. എനിക്കാ കച്ചവടം അറിയില്ല.” കേണലിന്റെ മനസ്സ് വീണ്ടും കൊച്ചുകുട്ടിയെ പോലെ പരിഭവിച്ചുകൊണ്ടിരുന്നു.

“കേണൽ നിങ്ങളുടെ മനസ്സിന്റെ നിറമാണ് ചുവപ്പ്. കാമത്തിന്റെ നിറം. അതുകൊണ്ടാണ് പ്രണയം എന്താണെന്ന് നിങ്ങൾക്ക് മനസ്സിലാവാത്തത്.”

“എനിക്ക് മനസ്സിലാവേണ്ട. എന്നെ നന്നാക്കാൻ നോക്കേണ്ട. അവൾ സ്നേഹിക്കുന്നത് പണത്തെയാണ്. അവളുടെ ഭർത്താവിനെയല്ല.” കേണൽ ആവർത്തിച്ചു.

“നന്നാവില്ല അല്ലേ?”

“ഇല്ല. ഈ പ്രായത്തിൽ എനിക്ക് നന്നാവേണ്ട.”

“കേണൽ നിങ്ങളുടെ നിറം ചുവപ്പാണ്. ഞാൻ സമ്മതിച്ചു.”

“പോര. അവളുടെ നിറവും.” കേണലിന്റെ ആക്രോശം.

“എന്നെയങ്ങ് കൊല്ലു കേണൽ. ഞാൻ വെള്ള നിറം ഉള്ള ബോബ് കട്ട് ചെയ്ത എന്റെ സുന്ദരിയെ കാണാൻ പോകട്ടെ.”

“പിന്നേ നീ നന്നാവില്ല.. അവളും ചുവപ്പ് തന്നെയായിരിക്കും. രണ്ടു ദിവസം കൊണ്ട് നിന്നെ കടക്കണ്ണ് കൊണ്ട് നോക്കുന്ന സ്ത്രീ ചുവപ്പ് തന്നെ. അവൾ ആരാ മോൾ. അവളും ശരിയല്ല.”

“കേണൽ അവളെ കണ്ടിട്ടില്ല.” കുമാർ കള്ളച്ചിരിയോടെ പറഞ്ഞു.

“കാണേണ്ട കാര്യമില്ല.” പെണ്ണിനെ കുറിച്ച് ആധികാരികമായി പറയാൻ എനിക്ക് ഒരു പ്രത്യേക കഴിവുണ്ട്. അതിനു ബോബ് കട്ട് ചെയ്ത മുടി കാണണം എന്നില്ല.

“നീ ന്യൂ ജനറേഷൻ തന്നെയാണോ? വെറുതെ അവരുടെ പേര് കളയരുത്. ഐ.ടി ഫീൽഡിൽ വെറുതെ കോട്ടും സൂട്ടും ഇട്ടു നടക്കും. ഒരു കാര്യവും ഇല്ല. നീ വല്ല പള്ളിയിലും പോയി ചേരൂ.” കേണൽ കൂട്ടിച്ചേർത്തു.

“എന്റെ ചുവപ്പ് കേണൽ...”

“എനിക്ക് വയസ് 65 ആയി നീയും നിന്റെ ജനറേഷനും പെണ്ണിന്റെ നിറം എന്നെ പഠിപ്പിക്കേണ്ട.”

“ചുവന്ന ലോകം ഞാൻ സ്വപ്നം കാണുന്നു. എന്റെ കാഴ്ച എന്റെ ലോകം. എന്റെ ലോകം എന്റെ കാഴ്ച. തായ്ലാൻഡ് പോലെ. ഭൂമിയിലെ സ്വർഗ്ഗം.”

“പലരും. ഈ രാജ്യത്തെ കൂട്ട് പിടിച്ചാണ് സ്വന്തം സ്വഭാവം ന്യായീകരിക്കുന്നത്.” കുമാർ കേണലിനെ ചൊടിപ്പിച്ചു.

“ഇവിടെ തായ്ലാൻഡ് പോലെയായിരുന്നെങ്കിൽ പല പ്രശ്നങ്ങളും ഉണ്ടാകുമായിരുന്നില്ല.”

“അത് ശരിയാ ഇങ്ങനെ ഇരുട്ട് മുറിയിൽ കയറി ഇരുന്ന് പ്രകാശത്തിലേക്ക് നോക്കേണ്ടി വരില്ലായിരുന്നു.” കുമാർ ചിരിച്ചു.

“എന്നാൽ നിനക്ക് ഒറ്റ അവസരം തരാം. എന്താണ് പ്രണയം എന്ന് ഒറ്റ ശ്വാസത്തിൽ ഒറ്റ വരിയിൽ പറയൂ.” കേണൽ കുമാറിനെ പ്രോത്സാഹിപ്പിച്ചു.

“ആഴക്കടലിന്റെ അഗാധതയിലുള്ള മുത്തുച്ചിപ്പി കണ്ടെത്തുന്ന കാഴ്ച പോലെ, ശൂന്യാകാശത്തിന്റെ അതിർവരമ്പ് തേടുന്ന മഞ്ഞുപാളികളുടെ ആവേശം പോലെ, ജന്മാന്തരങ്ങൾക്ക് അതീതമായി, കാലഭേദങ്ങൾക്കും അതീതമായി, ദേശാതിർത്തികൾക്കും മീതെ പറക്കാൻ ആഗ്രഹിക്കുന്ന രണ്ട് ആത്മാക്കൾ, ഹൈഡ്രജൻ ബലൂൺ പോലെ പറന്നുനടക്കും കാലത്തിൽ, മനസ്സിന്റെ ഒരു പ്രത്യേക സഞ്ചാരപഥത്തിൽ എത്തുന്ന നിമിഷം, സ്വയം തിരിച്ചറിയും, ഒരുമിച്ചു പറക്കേണ്ടവർ ഒരുമിച്ചു പറക്കേണ്ടവർ .ചരിത്രാതീത കാലത്തിനു മുമ്പേ ആരംഭിച്ച ഈ അന്വേഷണം ഇങ്ങനെയുള്ള മനസ്സിന്റെ സഞ്ചാരപഥത്തിൽ എത്തുമ്പോൾ, ഭൂമിയുടെ ആകർഷണ വലയത്തിൽ നിന്നും പറന്നകലുന്ന ഉപഗ്രഹമായി മാറുന്ന അവസ്ഥ. അങ്ങനെയുള്ള അവസ്ഥയിൽ മാത്രം രണ്ടു ശരീരങ്ങൾ സന്ധിക്കുമ്പോൾ പ്രണയത്തിന്റെ മൂർത്തമായ അവസ്ഥയെ പ്രകടിപ്പിക്കാൻ കാമം ജനിക്കുന്നു. പ്രണയത്തിന്റെ ഏറ്റവും സുന്ദരമായ പ്രകടനം അങ്ങനെയുള്ള ആത്മബന്ധത്തിൽ നിന്നും ഉടലുകളിൽ ഉടലെടുക്കും.” കുമാർ ഒറ്റശ്വാസത്തിൽ പറഞ്ഞവസാനിപ്പിച്ചു.

“ഇത് തന്നയല്ലേ പച്ച മലയാളത്തിൽ ഞാൻ നേരത്തെ പറഞ്ഞത്. നീ അത് വളഞ്ഞു ചുറ്റി പറഞ്ഞു, അവസാനം കാമത്തിൽ എത്തി. ഞാൻ അനുഭവം ഉള്ള ആളായതിനാൽ കാമത്തിൽ തുടങ്ങി, പിന്നെ ഉപഗ്രഹം വേണമെങ്കിൽ ആവാം. ഒരു ഉപഗ്രഹം, മഞ്ഞും, കടലും എന്നെയാ പഠിപ്പിക്കാൻ വരുന്നത്. ജന്മാന്തരങ്ങൾ എന്ന വാക്ക് നീ ഇനി ഉപയോഗിക്കരുത്.” കേണൽ പുച്ഛസ്വരത്തിൽ കുമാറിനെ ഉപദേശിച്ചു.

കേണൽ തുടർന്നു. “ആരാ നിന്നെ ഇത്ര വലിയ വിഡ്ഢിത്തം പഠിപ്പിച്ചത്?”

“എന്റെ സുഹൃർത്ത് നന്ദൻ. അയാൾ ഒരു ഇന്റർനാഷണൽ ജേർണലിസ്റ്റ് ആണ്. അയാളുടെ ഫിലോസഫി ആണ്.” കുമാർ പറഞ്ഞു.

“നീ ഒരു മണ്ടൻ തന്നെ. പത്രക്കാരനും, ഒരു ഫിലോസഫിയും. പത്രക്കാർ പലതും പറയും. അത് അവരുടെ മാധ്യമത്തിന് വായനക്കാരെ ലഭിക്കാൻ പറയുന്ന സൂത്രമാണ്. നീ സൂക്ഷിച്ചോ, നിന്റെ ആ ബോബ് കട്ട് ചെയ്ത പെണ്ണിനെ ആ ഫിലോസഫർ കാണേണ്ട. ഉപദേശം കൊടുത്തു പറ്റിക്കുന്ന വർഗ്ഗം.”

“ഹേ... അയാൾ നല്ല മനുഷ്യനാണ്...”

“ഉവ്വേ...ഒരു ഫിലോസഫർ നന്ദൻ.. അവനൊന്നും ശരിയല്ല.. പെൺകുട്ടികൾക്ക് ഏറ്റവും ഇഷ്ടമുള്ള ഒരു വർഗമാണ് ഈ ഫിലോസഫിക്കാർ... നീ അവളെ അയാൾക്ക് പരിചയപ്പെടുത്തരുത്, ഞാൻ പറഞ്ഞില്ല എന്ന് വേണ്ട...”

“അറിയാത്ത ആളെ കുറിച്ച് ഇങ്ങനെ പറയരുത്. നേരെത്തെ പറഞ്ഞു മീൻകാര് പ്രശ്നമെന്ന്, ഇപ്പൊ പറയുന്നു ഫിലോസഫിക്കാർ പ്രശ്നമാണെന്ന്.”

“ഈ ജേർണലിസ്റ്റുകൾക്ക് ഒരു വിചാരമുണ്ട് അവരാണ് ലോകത്തെ മുന്നോട്ട് തള്ളിക്കൊണ്ടിരിക്കുന്നതെന്ന്.... അഹങ്കാരികൾ... അത് തന്നെ രാഷ്ട്രീയക്കാർക്കും എഴുത്തുകാർക്കും എഞ്ചിനീയർമാർക്കും വക്കീലൻമാർക്കും സിനിമക്കാർക്കും ഡോക്ടർമാർക്കും കച്ചവടക്കാർക്കും... അവരില്ലെങ്കിൽ സൂര്യൻ ഉദിക്കില്ല എന്നാണ് വിചാരം. സൂക്ഷ്മമായി നോക്കിയാൽ ഞാൻ വളർത്തുന്ന പട്ടികൾക്ക് വരെ അഹങ്കാരമുണ്ട്. എല്ലാവരും പ്രശ്നക്കാരാണ്. പ്രത്യേകിച്ചു നമ്മുടെ വർഗത്തിൽപ്പെട്ട ഒന്നിനെയും വിശ്വസിക്കരുത്.” കേണൽ ശബ്ദമുയർത്തി.

“ആരെയെങ്കിലും വിശ്വസിക്കേണ്ടേ? നമ്മുടെ വർഗ്ഗം എന്ന് പറഞ്ഞാൽ?”

“പുരുഷ വർഗ്ഗം.” കേണൽ ശബ്ദം കനപ്പിച്ചു.

“നമ്മൾ പുരുഷൻമാർ തന്നെ നമ്മളെ കുറ്റം പറയാൻ പാടുണ്ടോ?”

“എന്താ കുഴപ്പം? ഒരു സ്വയം വിമർശനം ആയി കണ്ടാൽ മതി.” കേണലിന്റെ രോഷം പ്രകടമാണ്.

“നീ ജേർണലിസ്റ്റ് നന്ദനെ എനിക്ക് പരിചയപ്പെടുത്തി താ... ഞാൻ അവനെ പഠിപ്പിക്കാൻ പ്രണയം...” കേണൽ പരിഹാസത്തോടെ പറഞ്ഞു.

“നിനക്ക് ഈ ലോലിത പ്രശ്നം തീർക്കാൻ വല്ല പോംവഴി ഉണ്ടെങ്കിൽ പറയ്. അല്ലാതെ എന്നെ നന്നാക്കാൻ നോക്കേണ്ട.” കേണൽ തുടർന്നു.

“ഞാൻ ആ നന്ദനെ കൊണ്ടുവരാം ഒരു ദിവസം. ഇപ്പോൾ കൽക്കത്തയിൽ ഉണ്ട്. അത് കഴിഞ്ഞു ഒരു വിദേശ യാത്ര. അതിനു ശേഷം അയാൾ ഇവിടെ എത്തും. ഞങ്ങളുടെ കമ്പനിയിൽ ഒരു മീഡിയ സെമിനാർ പറഞ്ഞിട്ടുണ്ട്. അയാൾ മീഡിയ കൺസൾട്ടിങ് വിഭാഗത്തിനു വേണ്ടി ഒന്ന് രണ്ടു മാസം ഞങ്ങളുടെ കമ്പനിയിൽ സംസാരിക്കാൻ വരുന്നുണ്ട്. കേരളത്തിൽ ജോലി തേടി തിരിച്ചു വരവാണ്. ഇനിയുള്ള കാലം കേരളത്തിൽ ജോലി ചെയ്യും. മിക്കവാറും ട്രെയിനിങ്ങും കൺസൾട്ടിംഗും പിന്നെ പുതിയ സ്റ്റാർട്ടപ്പ് കമ്പനികളെ സഹായിക്കുന്ന ചില പരിപാടികൾ.”

“വിദേശി നന്ദനെ കൊണ്ട് എന്നെ ഒതുക്കാം എന്ന് നോക്കേണ്ട. ആ മീൻകാരന്റെ അഹങ്കാരം അവസാനിപ്പിക്കണം. അവന്റെ ഒരു കൊഞ്ചലും

കൊഴയലും. പത്രക്കാർ ഉപദേശിച്ചാലോന്നും ഞാൻ നന്നാവില്ല. പത്രക്കാർ നമ്മളെ വെറുതെ കളിപ്പിക്കും. ഇത് തീർക്കാൻ അയാൾക്ക് കഴിയില്ല." കേണൽ ചുണ്ടിന്റെ മൂല കോട്ടി.

"ഒരു ഇന്റർനാഷണൽ ജേർണലിസ്റ്റ്... ഞാൻ പറഞ്ഞില്ലേ നിന്നോട്.. എനിക്ക് വിശ്വാസം ഇല്ല ...വലിയ ബുദ്ധിമാന്മാരെന്നു സ്വയം വിശ്വസിച്ചു നടക്കുന്ന അഹങ്കാരികൾ. അവർ എല്ലാവരെയും കുറ്റം പറയും. നമ്മൾ നമ്മുടെ മുന്നിൽ ഉള്ളവരെ പറ്റി മാത്രമേ സംസാരിക്കുകയുള്ളൂ. നിനക്ക് അവരുടെ സ്വഭാവം മനസ്സിലാകണമെങ്കിൽ മറ്റു പത്രക്കാരുടെ ജോലിയെ കുറിച്ച് അവരോടു സംസാരിച്ചു നോക്ക്.  അപ്പൊ കാണാം അവരുടെ പുച്ഛം. അവർക്ക് അവരുടെ ജോലി മാത്രമാണ് കേമം. ലോകത്തെ എല്ലാ കാര്യങ്ങളും അവരുടെ തലയിലാണെന്നാണ് അവരുടെ ഭാവം. പല്ലികളുടെ പോലെ. എന്നിട്ട് വീടിന്റെ തട്ടിൽ കയറി താഴെയുള്ളവരുടെ മീതെ കാഷ്ഠിക്കും. മുകളിലേക്ക് നോക്കി ദൈവത്തെ വിളിക്കാൻ നോക്കിയാൽ പലതരം പല്ലികളാണ്." കേണൽ മാധ്യമ പ്രവർത്തകരെ മൊത്തമായി വിധിച്ചു.

"പക്ഷേ, നന്ദൻ അങ്ങനെയല്ല. ചില നല്ല പ്രവർത്തകരുമുണ്ട്. വളരെ ലളിതമായി ജീവിക്കുന്ന ഒരു മാധ്യമപ്രവർത്തകനാണ്."

"വേണ്ട വേണ്ട. അത് തന്നെയാണ് പ്രശ്നം. അഹങ്കാരികൾ ഏറ്റവും ലളിതമായി  ജീവിക്കുന്നവർ ആണ്." കേണൽ കുമാറിന്റെ വക്കാലത്തിനെ കളിയാക്കിക്കൊണ്ടു തുടർന്നു.

"അല്ലെങ്കിൽ നമ്മളെ പോലെ തന്നെ നടന്നൂടെ? അഹങ്കാരം മൂത്തിട്ടാണ് വളരെ ലളിതമായി ജീവിക്കുന്നത്. നമ്മളെ പോലെയല്ല അവർ എന്ന് കാണിക്കാൻ വേണ്ടി. പ്രത്യക മനുഷ്യർ ആണെന്ന് മറ്റുള്ളവരെ ബോധ്യപ്പെടുത്താൻ, മനഃപൂർവം ചെയ്യുന്നതാ... ലോകത്തെ ഏറ്റവും വലിയ അഹങ്കാരികൾ പത്രക്കാരും ടീ.വിക്കാരും മീൻകാരും ആണ്..."

"ഹ ഹ ഹ" കുമാർ പൊട്ടിച്ചിരിച്ചു... ചിരിച്ചു എന്ന് പറയുന്നതിനേക്കാൾ. ചിരിച്ച് ചിരിച്ചു, ബോട്ടിൽ നിന്നും കായലിൽ വീണില്ല എന്ന് പറയുന്നതായിരിക്കും കൂടുതൽ ശരി. വീണാലും മുങ്ങില്ല. അത്രയും പായലുണ്ട്.

"എന്തിനാ, ആ മീൻകാരനെ വെറുതെ ഇതിലേക്ക് കൊണ്ടുവരുന്നത്.. മീൻകാരനെ വിടാൻ ഭാവമില്ല അല്ലേ?"

"സ്ത്രീകൾ ഇഷ്ടപ്പെടുന്ന എല്ലാ ചെറ്റകളെയും ഞാൻ അഹങ്കാരികൾ എന്നു വിളിക്കും."

"ഞാൻ നന്ദനെ ഇവിടെ കൊണ്ടുവരും. അയാൾ നാട്ടിൽ ഒന്ന് വരട്ടെ, കുറച്ചുകൂടി കാത്തിരിക്കു."

"നീ ആരെ വേണമെങ്കിലും കൊണ്ടു വന്നോളൂ. ഇത് ഇവിടം കൊണ്ടു തീരില്ല. എന്നെ നന്നാക്കാൻ ആരും ശ്രമിക്കേണ്ട. അതു ഞാൻ

പറഞ്ഞേക്കാം. എനിക്കു സൗകര്യമുള്ളത് ആരെ കുറിച്ചും ഞാൻ പറയും."

"എന്നാലും സത്യം മനസ്സിലാക്കിയിട്ട് പോരെ ഒരു പാവം മീൻ കാരനെ കുറ്റപ്പെടുത്തുന്നത്."

"എനിക്കു സത്യം അറിയണം എന്നാഗ്രഹമില്ല. അവനെ ഒതുക്കുക. എന്റെ കാര്യം നടത്താൻ ഒരു സാഹചര്യം ഒരുക്കുക. അല്ലാതെ അവനെ നന്നാക്കൽ എന്റെ ജോലിയല്ല."

"അവനെ ഒതുക്കിയാലും അവൾ മറ്റു തമാശകൾക്കു വഴങ്ങി യില്ലെങ്കിലോ?"

"എന്നാലും അവൻ ഇവിടെ വരാതായാൽ എനിക്ക് ഒരു സമാധാന മാണ്. ഏറ്റവും പ്രശ്നം അവൻ പെണ്ണുങ്ങളുടെ അടുത്തു മാത്രമേ മീൻ വിൽക്കുന്നുള്ളൂ."

"അതു പിന്നെ അവരല്ലേ അതിന്റെ പ്രധാന..." കുമാർ അവസാനി പ്പിക്കുന്നതിനു മുമ്പ് തന്നെ കേണൽ ഇടയിൽ കയറി.

"വേണ്ട. ഈ കളി ശരിയാവില്ല. ഞാൻ എന്റെ മക്കളെ വരെ മീൻ നുറുക്കാൻ പഠിപ്പിച്ചിട്ടുണ്ട്. അവൾക്കു സ്വന്തമായി നുറുക്കിയാലെന്താ? മീൻ വാങ്ങിക്കുക. പോകുക. അതിൽക്കൂടുതൽ അയാളുമായി സംസാ രിക്കേണ്ട ഒരു വിഷയവും ഇവിടെയില്ല."

"സംസാരിക്കുമ്പോൾ ഒന്ന് ഒതുങ്ങിനിന്നു സംസാരിച്ചൂടെ? ഏതു മീൻകാരനായാലും ഒരു കയ്യകലം പാലിച്ചു സംസാരിച്ചാൽ കുഴപ്പമില്ല." കേണൽ ഉച്ചത്തിൽ പറഞ്ഞു.

"അതിനു കേണൽ എന്നെ എന്തിനാ ചീത്ത പറയുന്നത്? മീൻ കാരനെ കാണുമ്പോൾ ഈ വക കാര്യങ്ങൾ സാറിനു മുഖത്തു നോക്കി പറഞ്ഞൂടെ?"

"അതു പിന്നെ ഞാൻ."

"അതേ പറയൂ എന്താ മടിച്ചത്?"

"അവൻ എന്റെ മനസ്സിന് വല്ലാത്ത ഒരു ഭാരം തന്നെയാണ്."

"സാറേ, അവനുമായി ചങ്ങാത്തത്തിൽ ആവാൻ നോക്കു."

"അവന് എന്റെ ഉദ്ദേശ്യത്തിൽ സംശയം തോന്നും."

"എന്തു സംശയം?"

"സംശയം സാറിന്റെ മനസ്സിൽ മാത്രമാണ്. സാർ അയാളുടെ മേൽ സാറിന്റെ സംശയരോഗം അടിച്ചേല്പിക്കുകയാണ്. ഞാൻ ഒരു കാര്യം മുഖത്തു നോക്കി പറയട്ടെ. സാർ ഒരു സംശയ രോഗിയാണ്."

കേണൽ കുറച്ചു നേരം കുമാറിനെ നോക്കി. "നീ പറഞ്ഞത് ശരിയാ യിരിക്കാം. പക്ഷേ, ഇങ്ങനെ എന്റെ മുഖത്തടിക്കുന്ന പോലെ പറയേ ണ്ടിയിരുന്നില്ല."

"പിന്നെ എങ്ങനെ പറയാതിരിക്കും. അതല്ലേ സത്യം." കുമാർ തന്റെ അഭിപ്രായം തുറന്നടിച്ചു.

"നിനക്ക് അതു പതുക്കെ പതുക്കെ പറഞ്ഞ് എന്നെ മനസ്സിലാക്കിപ്പിച്ചാൽ മതിയായിരുന്നു." അതു പറഞ്ഞപ്പോൾ ഒരു കൊച്ചുകുട്ടിയുടെ നിഷ്കളങ്കത കേണലിന്റെ മുഖത്ത് പ്രകടമായിരുന്നു.

ഒരു നിമിഷത്തെ നിശ്ശബ്ദതയ്ക്കു ശേഷം കേണൽ ആരോടോ എന്ന പോലെ പറഞ്ഞു. "എന്നാലും"

"ഒന്നു മുട്ടി നോക്ക്."

"വേണ്ട അതു ശരിയാവില്ല. എനിക്ക് കഴിയില്ല. അവനോടു സംസാരിച്ചിട്ട് വേണ്ട." കേണൽ കട്ടായമായി പറഞ്ഞവസാനിപ്പിച്ചു.

കുമാർ കേണലിന്റെ മുഖ ഭാവം ശ്രദ്ധിച്ചു.

"ഒരു മീൻകാരന്റെ സംസാരഭാഷ എന്നെ പോലെയുള്ളവർക്കു താങ്ങില്ല. എനിക്കു വഴങ്ങില്ല. വേണ്ട." കേണൽ ശൂന്യതയിലേക്കു നോക്കി ചിരിക്കാൻ തുടങ്ങി. 'പുതിയ എന്തെങ്കിലും തരികിട പദ്ധതി മനസ്സിൽ വന്നു കാണണം. ആ ചിരിയിൽ പുതിയ ഊർജവും കള്ളത്തരവും അടങ്ങിയിട്ടുണ്ട്' കുമാർ ഊഹിച്ചു.

എട്ട്

# കുമാരിയമ്മയും ലോലിതയും

**പ**ടി തുറക്കുന്ന ശബ്ദം കേട്ട് കേണൽ ചാരുകസേരയിൽ നിന്ന് ചാടി എഴുന്നേറ്റു. അതിനിടയിൽ കയ്യിലുണ്ടായിരുന്ന ന്യൂസ് പേപ്പർ വലിച്ചെറിഞ്ഞ്, കൈലി അഴിഞ്ഞത് വാരിക്കുത്തി, കേണൽ വീണ്ടും വീടിന്റെ മുന്നിലെ ജനാലയ്ക്കരികിൽ വന്നു നിന്നു. ലോലിതയുടെ വീട്ടിലേക്കു കുമാരിയമ്മ വരുന്നുണ്ട്. കേണൽ പഴയ കാര്യങ്ങൾ ഓർത്തു. "വയസ്സ് 60. പക്ഷേ, ചരക്കായിരുന്നു, ഒരുപാട് നോക്കിയിരുന്നിട്ടുണ്ട് ചെറുപ്പത്തിൽ. ഇവൾക്ക് ലോലിതയുമായി എങ്ങനെയാണ് അടുപ്പം? എന്തോ വശപിശകുണ്ടല്ലോ." അറുപതു വയസ്സായെങ്കിലും ഇപ്പോഴും സുന്ദരി തന്നെ. കേണലിന്റെ വായിൽ വെള്ളം വന്നു. പതുക്കെ ജനലിന്റെ വശത്തേക്കു മാറി നിന്നു. ലോലിതയും കുമാരിയമ്മയും അകത്തേക്ക് കയറിപ്പോയി.

"ഏതാ അടുത്ത വീട്ടിലെ താമസക്കാരൻ?" അകത്തേക്ക് കയറുമ്പോഴേക്കും കുമാരിയമ്മ ലോലിതയെ ചോദ്യം ചെയ്തു.

"എന്താ ചേച്ചി ചോദിക്കാൻ കാരണം? അയാൾ രണ്ടു വർഷമായി ഇവിടെ താമസം തുടങ്ങിയിട്ട്."

"ഞാൻ പടി തുറന്നു വരുമ്പോൾ ഒരാളുടെ നിഴൽ ജനാലയ്ക്കരികിൽ മാറുന്നത് കണ്ടു. സൂക്ഷിക്കണം." കുമാരിയമ്മ ലോലിതയ്ക്ക് താക്കീത് കൊടുത്തു.

"അതാ കേണലാണ്. എന്നെ കണ്ടു സുഖിക്കൽ അയാൾക്ക് ഒരു ജോലിയാ." ലോലിത വളരെ നിഷ്കളങ്കമായി തന്നെ പറഞ്ഞു.

"ദേ ഭർത്താവ് അടുത്തില്ല ഓരോന്ന് ഉണ്ടാക്കി വെക്കല്ലേ."

"അയാളുടെ ഞെരമ്പ് രോഗത്തിന് ഒരു മരുന്ന്, അത്ര മാത്രം." ലോലിത പറഞ്ഞു.

"എന്നാലും നീ എന്തിനാ ഞെരമ്പ് രോഗിയെ പ്രോത്സാഹിപ്പിക്കുന്നത്."

"നാണമില്ലാത്ത വർഗം. അസുഖത്തിന് ഒരു ശമനം കിട്ടിക്കോട്ടേ എന്നു കരുതി." ലോലിത പറഞ്ഞു.

"എന്താ നിങ്ങൾ തമ്മിൽ ഇടപാട്?" കുമാരിയമ്മ നെറ്റി ചുളിച്ചു പോലീസ് ചമഞ്ഞു.

"ഇടപാട് ഒന്നും ഇല്ല."

"പിന്നെ."

"ഇടയ്ക്ക് ഞാൻ കാലിന്റെ മുട്ടിനു താഴെ ഒന്ന് കാണിച്ചു കൊടുക്കും. ചെടിക്ക് വെള്ളം നനക്കാൻ ഞാൻ ഇറങ്ങുമ്പോ അയാളുടെ നോട്ടം കണ്ടാൽ സഹിക്കില്ല. പാവമല്ലേ എന്ന് കരുതി. ചില സമയത്ത് അയാൾ സ്ത്രീകളുടെ മാറത്തേക്കു നോക്കുന്നത് കുഴൽ കിണറിൽ വെള്ളമുണ്ടോ യെന്നു നോക്കുന്ന പോലെയാണ്." ലോലിത തുടർന്നു.

"ഒരു ദിവസം അയാൾ വായ തുറന്നിരിക്കുന്നത് ഞാൻ കണ്ടു ചേച്ചി. നാവ് പട്ടികളുടെ പോലെ പുറത്തിട്ടു, വെള്ളം ഒലിക്കുന്നുണ്ടായിരുന്നു. നാവിൽ നിന്നും ഇങ്ങനെ കൊതി വെള്ളം ഒലിക്കുന്നതു കണ്ടാൽ പിന്നെ ആരായാലും."

"അപ്പോൾ അയാൾ അവിടെ നിൽക്കുന്നത് നീ കണ്ടിട്ടുണ്ട്."

"അയാൾ എന്നും അവിടെ നിൽക്കാറുണ്ട്. ഞാൻ അറിയുന്നില്ല എന്നാ അയാളുടെ ഭാവം..." കുമാരിയമ്മ സംശയം തീർത്തു.

"എന്നാലും ഒരു വയസനെ ഇങ്ങനെ കൊതിപ്പിക്കേണ്ട കാര്യം ഉണ്ടോ. ഒരു സുന്ദരി. നിന്നെപ്പോലെയുള്ളവർ സൂക്ഷിച്ചില്ലെങ്കിൽ ആപത്തു വിളിച്ചു വരുത്തും. മറക്കേണ്ട."

"അയാൾ ആളൊരു സുന്ദരനല്ലേ? പക്ഷേ അയാളുടെ സ്വഭാവം ശരി യല്ല." ലോലിത പറഞ്ഞു.

"പിന്നെ  നിന്റെ സ്വഭാവം.. എന്നെ കൊണ്ട് ഒന്നും പറയിപ്പിക്കേണ്ട. നീ അയാളുടെ സ്വഭാവം ശരിയാക്കാൻ നോക്കേണ്ട." കുമാരിയമ്മ ദേഷ്യ പ്പെട്ടു.

"എനിക്കു ബോറടിച്ചാൽ ഞാൻ എന്ത് ചെയ്യും? പട്ടികളെ പോലെ ഇങ്ങനെ നോക്കി നിൽക്കുമ്പോൾ എന്താ ചെയ്യാ ചേച്ചി? അയാളുടെ നാവിൽ നിന്നും വെള്ളം വരുന്നത് കാണുന്നതാണ് സഹിക്കാൻ വയ്യാ ത്തത്." ലോലിത അസഹനീയതയോടെ പറഞ്ഞു.

"ഭർത്താവില്ലാത്ത സമയത്ത് തന്നെ വേണം നിനക്ക് ഈ നേരം പോക്ക്. ഞാൻ ഒരു സംശയം ചോദിക്കട്ടെ. അയാളുടെ വായിൽ വെള്ളം വരുന്നത് ഇത്ര അകലെ ഇരുന്നുകൊണ്ട്  നീ എങ്ങനെ കണ്ടു?"

"എനിക്കും അത് ഒരു  സുഖം. ഞാൻ ഇടയ്ക്കു ബൈനാക്കുലേ ഴ്സ്  വെച്ച് നോക്കും." ലോലിത പറഞ്ഞു.

"ദേ പെണ്ണേ വെറുതെ ഓരോ..."

"അത് കുഴപ്പം ഇല്ല. ചേച്ചി മുട്ടിനു താഴെയല്ലേ. ഒന്ന് കാണിച്ചു കൊടുക്കുക അത്ര മാത്രം ഉദ്ദേശിക്കുന്നു. കണ്ടു രസിക്കട്ടെ. അങ്ങനെ

യെങ്കിലും എനിക്ക് ശാപം കിട്ടാതിരിക്കട്ടെ." ലോലിത തമാശ രൂപേണ പറഞ്ഞു.

"അപ്പോൾ, അയാൾ നിന്നെ കാണില്ലേ?"

"ഇല്ല്യ. ഇവിടെ ഇരുട്ടല്ലേ ചേച്ചി... ഈ ഇരുട്ട് മുറിയിൽ നിന്ന് പ്രകാശത്തിലേക്ക് നോക്കി നിൽക്കുക. അത് എന്റെ ഹോബിയാണ്."

"ഓ അത് പിന്നെ നമ്മുടെ ആകയുള്ള ഹോബി ആണല്ലോ."

"പ്രകാശത്തെ പറ്റി പഠിക്കാൻ ഇരുട്ടിനെ അറിയേണ്ടേ?" ലോലിത വാചാലയായി.

"ഹും. അയാളും അത് തന്നെ ചെയ്യുന്നു." കുമാരിയമ്മ നെടുവീർപ്പിട്ടു.

"നീ നോക്കുന്നത് അയാൾ കാണുന്നില്ല... അയാൾ നോക്കുന്നത് നീയും കാണുന്നില്ല." കുമാരിയമ്മ തുടർന്നു.

"ഏറ്റവും രസം ഒരു മീൻകാരൻ ലോറൻസ് വരുമ്പോൾ ഉള്ള അയാളുടെ വെപ്രാളം ആണ്. ലോറൻസുമായി എനിക്ക് അവിഹിത ബാന്ധവം ഉണ്ടെന്നാ അയാളുടെ വിചാരം. അയാളെ പിരി കേറ്റാൻ ഞാൻ പല പരിപാടികൾ ചെയ്തു നോക്കി. ഈ നിലയ്ക്കു പോയാൽ അയാൾ ഭ്രാന്താശുപത്രിയിൽ എത്തും. അതെനിക്ക് ഉറപ്പാണ്. ഇടയ്ക്കു പൊട്ട് സ്ഥാനം തെറ്റിച്ചു അലങ്കോലമാക്കി മുറ്റത്ത് വേഗത്തിൽ നടക്കും. പിന്നെ വേഗം ഇരുട്ടുമുറിയിൽ കയറി ബൈനാക്കുലെർസ് വെച്ച് അയാളുടെ വെപ്രാളം കാണും. അയാൾ അസ്വസ്ഥനായി തലങ്ങും വിലങ്ങും നടക്കുന്നത് കാണാം. ഇടയ്ക്ക് അയാളുടെ ചുമരിൽ തന്നെ കൈ കൊണ്ട് ഇടിക്കും. മീൻകാരൻ ലോറൻസിനാണ് ആ ഇടി കിട്ടുന്നത്." ലോലിത കുലുങ്ങിച്ചിരിച്ചു.

"എന്തിനാ മീൻകാരനെ അകത്തേക്ക് കയറ്റുന്നത്?" കുമാരിയമ്മ അസഹനീയ ഭാവത്തിൽ തലയാട്ടിക്കൊണ്ട് ചോദിച്ചു.

"ചേച്ചി അയാൾ ഒന്നും ചെയ്യില്ല... അയാൾ എനിക്ക് മീൻ കഴുകി നുറുക്കി കറി വെച്ച് തരും. അല്ലാതെ കുഴപ്പം ഒന്നും ഇല്ല."

പെട്ടെന്ന് കുമാരിയമ്മ എന്തോ ശ്രദ്ധിച്ചു. കുറച്ചു നേരം കുമാരിയമ്മ ജനാലയിലൂടെ കേണലിന്റെ വീടിനെ നിരീക്ഷിച്ചു. ഒരു പോലീസ് രഹസ്യാന്വേഷണകന്റെ എല്ലാ വിധ ചേലകളോടും കൂടി കുമാരിയമ്മ സംസാരം തുടർന്നു.

"ആ കേശു വക്കീൽ എന്തിനാ ഇവിടെ കറങ്ങി നടക്കുന്നത്. ആടിനെ പട്ടിയാക്കുന്ന ഇനമാണ്. അയാൾ ഇവിടെ ചുറ്റിക്കറങ്ങി നടക്കുന്നു എന്നു പറഞ്ഞാൽ അയാൾക്ക് ഇവിടെ ഒരു ഇരയെ കിട്ടി എന്നാണ് അർത്ഥം." കുമാരിയമ്മയുടെ അനുഭവത്തിൽ നിന്നും തന്ത്രപരമായ അറിവ് പുറത്തെടുത്തു.

"ചേച്ചി ആരെ കുറിച്ചാണ് പറയുന്നത്?"

“ദെ കണ്ടോ... ദെ അയാൾ... ഞാൻ അയാളെ കുറിച്ചാണ് പറയുന്നത്.” കേണലിന്റെ വീട്ടിലേക്കു കേശു വക്കീൽ കയറി പോകുന്നത് രണ്ടു പേരും ശ്രദ്ധിച്ചു.

“അയാളാരാണെന്ന് എനിക്കറിയില്ല.”

“പക്ഷേ, എനിക്കറിയാം” കുമാരിയമ്മ തുടർന്നു.

“നിനക്ക് എന്തോ പ്രശ്നം വരാൻ പോകുന്നു. അയാൾ ശരിയല്ല.” കുമാരിയമ്മ സൂചന കൊടുത്തു.

“അയാൾ അവിടെ പോകുന്നതുകൊണ്ട് എനിക്ക് എന്ത് പ്രശ്നം?”

“എന്റെ കല്യാണം കഴിഞ്ഞ സമയത്ത്, എനിക്ക് കെട്ടിയവനേക്കാൾ പ്രായം കൂടുതാലാണെന്നു പറഞ്ഞുനടന്ന് എന്റെ ഭർത്താവിന്റെ വീട്ടിൽ വരെ പ്രശ്നം ഉണ്ടാക്കിയവനാ അവൻ.” കുമാരിയമ്മ പഴയ അനുഭവം പങ്കുവെച്ചു.

“പ്രായം കൂടിയാൽ എന്താ കുഴപ്പം?”

“പഴയ കാലത്ത് അതൊക്കെ കുഴപ്പം തന്നെ... ആൺ മേൽക്കോയ്മ. അതു തന്നെ.. സ്ത്രീ ഒരു പടി താഴെ നിൽക്കാൻ കണ്ടുപിടിച്ച വിദ്യകൾ.” കുമാരിയമ്മ തുടർന്നു.

“പിന്നീട് വിവാഹശേഷം പഞ്ചായത്ത് വഴിയിൽ നിൽക്കുന്ന സ്ത്രീകളെ കൊണ്ട് മുഴുവൻ അതു നടന്നു പറയിപ്പിച്ചു. ഞാൻ ഗവൺമെന്റ് സർവ്വീസിൽ നിന്നും വൊളണ്ടറി റിട്ടയർമെന്റ് എടുക്കണം എന്നു പല വട്ടം ആലോചിച്ചിട്ടും എടുക്കാതിരുന്നത് എനിക്ക് ഭർത്താവിനേക്കാൾ പ്രായം കുറവാണ് എന്ന് അറിയിക്കാൻ വേണ്ടി മാത്രമാണ്. എന്നെ ഏറ്റവും അധികം കുത്തി നോവിച്ചത് ഈ വക്കീലായിരുന്നു. അയാൾ ജീവിച്ചിരിക്കുമ്പോൾ തന്നെ ഞാൻ അതു തെളിയിച്ചു. അതിനു മുപ്പതു വർഷം ജോലി ചെയ്യേണ്ടി വന്നു. ഭർത്താവിന്റെ കൂടെ ഡൽഹിയിൽ ജീവിക്കേണ്ട സമയത്ത് ഞാൻ ഇവിടെ കൊച്ചിയിൽ ഒറ്റപ്പെട്ടു. എന്റെ പ്രായം തെളിയിക്കാൻ വേണ്ടി മാത്രം.” കുമാരിയമ്മയുടെ കണ്ണുകൾ നിറഞ്ഞു.

“വെറുതെയല്ല കൊല്ലാനുള്ള ദേഷ്യം. ശരിയായ പ്രായം തെളിയിക്കാൻ മുപ്പതു വർഷം ഗവൺമെന്റ് ജോലി ചെയ്ത ലോകത്തെ ആദ്യത്തെ ആൾ ചേച്ചിയായിരിക്കും.” ലോലിത ചിരി തുടങ്ങി.

“റിട്ടയർമെന്റ് പ്രായം കൂട്ടാതിരുന്നത് എനിക്കു നന്നായി. അല്ലെങ്കിൽ ആ വക്കീൽ അത് പറഞ്ഞു മറ്റുള്ളവരെ തെറ്റിദ്ധരിപ്പിക്കും. എന്തിനാണ് അവർ എന്നെ കുറിച്ച് മുപ്പതു വർഷം മുമ്പ് ഇങ്ങനെ പറഞ്ഞത് എന്ന് എനിക്ക് മനസ്സിലായിട്ടില്ല.” കുമാരിയമ്മ കണ്ണ് തുടച്ചു.

“ചേച്ചിയൊന്നു ക്ഷമിക്ക്..” കുമാരിയമ്മയുടെ ചുമലിൽ കൈകൾ അമർത്തി ലോലിത സമാധാനിപ്പിച്ചു.

“വക്കീൽ ജോലിചെയ്യുന്നവർ ജീവിക്കുന്നത് പ്രശ്നങ്ങൾ തീർത്തു എന്ന് വരുത്താനാണ്. അപ്പോ പ്രശ്നം ഇല്യാണ്ടായ അവർക്ക് ജീവിക്കാൻ പറ്റ്വോ?” ലോലിത കൂട്ടിച്ചേർത്തു.

“അത് തന്നെയാണ് പറഞ്ഞത് വക്കീലിനെ സൂക്ഷിക്കണമെന്ന്.” രണ്ടു കൈയും ഉയർത്തി കുമാരിയമ്മ ശാസന സ്വരത്തിൽ പറഞ്ഞു.

“എന്നാലും ഒരു പുരുഷൻ സ്ത്രീകളെ പോലെ പെരുമാറും എന്ന് കരുതിയില്ല.” കുമാരിയമ്മ നെടുവീർപ്പിട്ടു.

“അയാൾക്ക് ചേച്ചിയെ നോട്ടമുണ്ടായിരുന്നു. എനിക്കുറപ്പാണ്. അയാൾ കുശുമ്പ് തീർക്കാൻ ആൾക്കാരെകൊണ്ട് പ്രായത്തിന്റെ കാര്യം പറഞ്ഞ് ഒരു കളി നടത്തി നോക്കിയതാവും.”

“എന്നെ ഇഷ്ടമാണെങ്കിൽ പിന്നെ എന്തിന് എന്നെക്കുറിച്ചു മോശമായി സംസാരിക്കണം? പിന്നെ എന്തിനു കുശുമ്പ്?”

“ചില പുരുഷൻമാർ അങ്ങനെയാണ്. നിങ്ങളെ തമ്മിൽ തെറ്റിക്കാൻ ചില വഴികൾ കണ്ടെത്താൻ ശ്രമിച്ചതായിരിക്കും. പാവം. എന്ത് ചെയ്തിട്ടും നിങ്ങൾ തമ്മിലുള്ള കല്യാണം നടന്നു.” ലോലിത ചിരിച്ചു.

ഒമ്പത്
# കേശു വക്കീലിന്റെ തനിനിറം

വയസ്സായെങ്കിലും വക്കീൽ നാട്ടുകാരെ തമ്മിൽ തല്ലിപ്പിക്കുന്ന വിനോദ പരിപാടികൾ തുടർന്നുകൊണ്ടിരുന്നു. ചില മനുഷ്യർ അങ്ങനെയാണ്. അവർക്ക് എന്തെങ്കിലും ചെയ്തുകൊണ്ടിരിക്കണം എന്നു മാത്രമേ ആഗ്രഹമുള്ളൂ. നിയമങ്ങളുടെ ലോകത്തു ജോലി എടുക്കുന്നത് കൊണ്ടു മനുഷ്യരെ വക്കീൽ വിശ്വസിക്കുന്നില്ല. നിയമത്തിൽ മാത്രം വിശ്വാസം. ഒന്നുകിൽ തന്റെ മാത്രം വഴി. അല്ലെങ്കിൽ എല്ലാം നശിപ്പിക്കുന്ന വഴി. മനുഷ്യരിൽ വിശ്വാസം നഷ്ടപ്പെടുന്ന അവസ്ഥ ഉണ്ടായതിന് വക്കീൽ തന്റെ പിതാവിനെ കുറ്റപ്പെടുത്തുകയും ചെയ്യും. കോടതി ഭാഷ ഒരു മനുഷ്യന്റെ സ്വാഭാവം തന്നെ മാറ്റിയെടുക്കുമെന്ന് അയാൾ തന്നെ പല തവണ തന്റെ ചെറുപ്പത്തിൽ പറഞ്ഞിട്ടുണ്ട്.

അയാളുടെ ഭാഷയിൽ മൂന്നു തരത്തിലുള്ള മനുഷ്യരുണ്ട്. ഒന്നാ മത്തെ കൂട്ടർ നല്ല കുളം കുഴിച്ചു മീൻ വളർത്തുന്നവർ. മീൻ ഉണ്ടായ തിനു ശേഷം അതു ചുറ്റുപാടുമുള്ള മനുഷ്യർക്ക് ഭക്ഷിക്കാൻ കൊടു ക്കുന്നവർ.

രണ്ടാമത്തെ കൂട്ടർ ആരെങ്കിലും മീൻ വളർത്തുന്നത് കണ്ടാൽ കുളം കലക്കുന്നവർ. എന്നിട്ട് കലക്കിയ വെള്ളത്തിൽ നിന്നും മീൻ പിടി ക്കുന്നവർ.

മൂന്നാമത്തെ ഇനം കലക്കിയ വെള്ളത്തിൽ നിന്നും ആരെങ്കിലും മീൻ പിടിച്ച് നിൽക്കുന്ന സമയത്ത് ആ മീൻ വേറെ കുളത്തിലേക്കു കൊണ്ടുപോയി വളർത്തുന്നവർ.

അയാളുടെ ഭാഷയിൽ രണ്ടാമത്തെ ഇനമാണ് പല വക്കീൽ പണി കളും. വക്കീൽ പണിയെ മുഴുവനായി ആക്ഷേപിക്കാൻ അയാൾ തയ്യാറല്ല. അയാളുടെ ഭാഷയിൽ മിക്കവാറും ജോലികൾ അങ്ങനെയാണ്. വക്കീലിന് കുറ്റബോധമില്ല. എല്ലാം ജോലിയുടെ ഭാഗമാണ്. ജീവിക്കാൻ വേണ്ടി ചെയ്യുന്ന കസർത്തുകൾ. ജീവിക്കാൻവേണ്ടി എന്ന പദംകൊണ്ട് എന്തിനെയും ന്യായീകരിക്കുന്നവൻ.

കേശുവക്കീലിന്റെ വരുമാനം "എത്ര പ്രശ്നങ്ങൾ ഉണ്ടാകുന്നു, എത്ര പ്രശ്നങ്ങൾ തീർക്കാൻ താൻ സഹായിക്കുന്നു" എന്ന ചിന്തയിൽ നിന്നും മാത്രമുള്ളതാണ്. ഏതാണ്ട് ആറടി ഉയരം കാണും. കൂടുതൽ സമയവും നെഞ്ച് വിരിച്ചു നടക്കുന്നത് കാണാം. "എനിക്ക് തീർക്കാൻ കഴിയാത്ത പ്രശ്നങ്ങൾ ഒന്നുമില്ല ഈ ലോകത്ത്, ഞാൻ ഇടപ്പെട്ടില്ലെങ്കിൽ ലോകം മുന്നോട്ടു പോയില്ലെങ്കിലോ". കേശുവക്കീലിന്റെ നടത്തത്തിന് എല്ലായ്പ്പോഴും ആ താളമാണ്. കൂടുതലും കറുത്ത ഷർട്ടും ക്രീം നിറത്തിലുള്ള പാന്റ്സും ധരിക്കുന്നത് കാണാം. കേശു വക്കീലിന്റെ യുണിഫോം എന്ന രീതിയിൽ അവിടെ അത് പ്രശസ്തമായി കഴിഞ്ഞു. കേണലിന്റെ വീടിന്റെ ഗേറ്റ് തുറന്ന് അകത്തേക്കുകടന്ന കേശുവക്കീൽ ഉടനെ തന്റെ പോക്കറ്റിൽ കിടന്ന ചെറിയ ഒരു കണ്ണാടി എടുത്തുനോക്കി മീശയുടെ സ്ഥാനം ശരിയാക്കി. മീശയ്ക്ക് കത്രിക വെച്ചു ശരിയാകുന്നത് കേണലിന്റെ ഹോബി. മീശ ചീകുന്നത് വക്കീലിന്റെ ഹോബി. രണ്ടു മീശക്കാരും ഒത്തുകൂടി.

"അല്ല, ഇതാര് കേശു വക്കീലോ?" കേണലിന്റെ ചോദ്യം കേശു വക്കീലിന്റെ ശ്രദ്ധ തിരിച്ചു.

"അതെ ഞാൻ തന്നെ."

"താൻ എന്നെ മറന്നു എന്നാണ് ഞാൻ കരുതിയത്."

"തന്റെ സുഖവാസത്തിനു ഞാൻ ഒരു ശല്യാവേണ്ട എന്ന് കരുതി." വക്കീൽ വെറുതെ ഒരു കാരണം കണ്ടെത്തി.

"പിന്നേ, എന്താ ഇങ്ങോട്ട് വരാൻ തോന്നാൻ... പ്രത്യേകിച്ച്."

"തനിക്ക് എന്തോ വലിയ പ്രശ്നം തീർക്കാനുണ്ടെന്ന് പ്രസിഡന്റ് പറഞ്ഞു..." വക്കീൽ നേരെ വിഷയത്തിലേക്കു കടന്നു.

"അവൻ അത് പറയും, പഞ്ചായത്ത് പ്രസിഡന്റ് ആയിട്ട് ഇത്ര ചെറിയ കാര്യം പോലും... വേണ്ട അവനെ കുറിച്ച് പറയേണ്ട. ഒരു പഞ്ചായത്ത് പ്രസിഡന്റ്." കേണൽ നിരാശയോടെ തലയാട്ടി.

"ഇതൊക്കെ വക്കീലൻമാർ ഇടപെടേണ്ട വിഷയം ആണ്. എന്നെ പോലെ ഇത്രയും കഴിവുള്ള വക്കീൽ ഇവിടെ ഉള്ളപ്പോ തന്നെ പോലെ ഒരു പട്ടാളക്കാരൻ വിഷമിക്കാൻ പാടില്ല." വക്കീൽ സഹായ ഹസ്തം നീട്ടി.

"തന്റെ അയൽവാസി കാരണം തനിക്ക് ഇത്രമാത്രം ടെൻഷൻ." വക്കീൽ തുടർന്നു.

"ടെൻഷൻ... നിനക്ക് ആ കുമാരിയമ്മയെ അറിയില്ലേ...?" കേണൽ ചോദ്യമെറിഞ്ഞ് വക്കീലിന്റെ പ്രതികരണത്തിനായി മുഖത്തേക്ക് സൂക്ഷ്മമായി നോക്കി.

"കുമാരിയമ്മ ആരാന്നാ വിചാരം...?"

"അപ്പൊ തനിക്കറിയാം, ആരായാലും... അവളുടെ ഭർത്താവ് ഇപ്പോഴില്ല." വളരെ പ്രധാനപ്പെട്ട എന്തോ വിവരം ഗൗരവം ചോരാതെ അവതരിപ്പിച്ചു. കേണൽ സംസാര രീതി മാറ്റി.

"എന്റെ കേണൽ, ഒരു  വയസായ സ്ത്രീയുടെ ഭർത്താവ് ജീവിച്ചിരിപ്പില്ല എന്നതും നോക്കി ഇരിക്കുകയാണോ?"

"എനിക്ക് വേണ്ട. ഞാൻ പറഞ്ഞു വരുന്നത് അതല്ല."

"പിന്നെ?" കേണൽ തുടരുന്നതിനു മുമ്പ് തന്നെ വക്കീൽ തമാശയോടെ ഇടപ്പെട്ടു.  ആ ഇടപെടൽ വക്കീലിന് കൂടുതൽ സംസാരം കേൾക്കുക എന്ന ഉദ്ദേശ്യത്തോടെയാണ്.

"പണ്ടൊരിക്കൽ അവളുടെ ഭർത്താവ് പറയുന്നത് കേട്ടിട്ടുണ്ട്."

"കേണൽ വീണ്ടും കഥ പടച്ചുണ്ടാക്കരുത്."

"അല്ലെടോ. ഇത് ശരിക്കും നടന്ന കഥയാണ്."

"എന്നാ പിന്നെ പറഞ്ഞു തുലയ്ക്ക്." വക്കീൽ മനസ്സില്ലാമനസോടെ എന്ന ഭാവത്തിൽ ചെവി കൊടുക്കാൻ തയ്യാറായി.

"അവളുടെ ഭർത്താവ് കോന്തൻ പറയാറുണ്ടായിരുന്നു. സുന്ദരികൾ ആയ പെൺമക്കൾ ഉണ്ടായാൽ പിന്നെ എന്നും അയാൾക്ക് ടെൻഷൻ ആണത്രേ ടെൻഷൻ."

"അത് എല്ലാവർക്കും ഒരു ടെൻഷൻ തന്നെയല്ലേ?"

"അയാളുടെ പ്രശ്നം അതുമാത്രമായിരുന്നില്ല." കേണൽ തന്റെ ഭാഷയിൽ ചില രാസ വാകൃങ്ങൾ കൂട്ടി ചേർത്തു.

"പിന്നെ ഇത്." കേണൽ ഒന്നു നിർത്തി. അടുത്ത വരി ഒറ്റ ശ്വാസത്തിൽ പറയണമെന്നത് ഒരു തീരുമാനത്തിൽ അയാൾ തുടർന്നു. "ഇത് ഇപ്പൊ സുന്ദരികളായ നാലു പെൺമക്കളെയും സൂക്ഷിക്കണം... അമ്പത് വയസായ ഭാര്യയെയും സൂക്ഷിക്കണം..."

വക്കീൽ ചിരി തുടങ്ങി. "അമ്പത് വയസായ ഭാര്യ വേലി ചാടിപ്പോകും എന്ന സംശയം അയാൾക്ക് ഉണ്ടായിരുന്നോ? ഈ കാലത്ത് അതും ഫാഷനല്ലേ."

"അയാൾക്ക് ആ സംശയം ഉണ്ടായിട്ടല്ല... വെറുതെ കുറെ തെണ്ടികൾ വീടിന്റെ ചുറ്റും ഏതു നേരും വായനോക്കി നിൽക്കും. മക്കളെയും അമ്മയെയും വായ്നോക്കിനില്ക്കുന്ന തെണ്ടി പിള്ളേരെ കാണുമ്പോൾ അവളുടെ കോന്തൻ ഭർത്താവിന് കലിയിളകും. കുറെ കാലം ഡൽഹിയിൽ ജോലി ചെയ്തിരുന്നു. അപ്പോൾ ഇവർ തനിച്ചായിരുന്നു. പിന്നെ ടെൻഷൻ ഉണ്ടാവാതിരിക്കോ?" കേണൽ വിവരിച്ചു.

"അത്രേയുള്ളൂ?" വക്കീൽ പ്രശ്നത്തെ ലഘൂകരിച്ചു.

"അതെന്താ ചെറിയ കാര്യാ...?" കേണൽ പ്രശ്നത്തെ വീണ്ടും വലുതാക്കാൻ ശ്രമം നടത്തി.

“പിന്നെ വലിയ കാര്യാ?”

“നാല് സുന്ദരികളായ പെണ്മക്കൾ പിന്നെ സുന്ദരിയായ കുമാരിയമ്മയും.” പ്രശ്നത്തിന്റെ ഭീകരത വക്കീലിനെ ഒരിക്കൽകൂടി പറഞ്ഞു മനസ്സിലാക്കാൻ ശ്രമിച്ചു.

“അതുകൊണ്ട്?”

“അതുകൊണ്ട് ഒന്നുമില്ല. അയാൾ 55 വയസ്സ് ആയപ്പഴേക്കും ഹാർട്ട് അറ്റാക്ക് വന്നു മരിച്ചു.”

“ഓ പിന്നേ... അവള് പണ്ടേ പ്രശ്നക്കാരിയാണല്ലോ.” വക്കീൽ ഒരു താളത്തിൽ വലിച്ചു നീട്ടി.

“പീച്ചി ഡാമിൽ പോയി പ്രശ്നം ഉണ്ടായ കഥയൊക്കെ നാട്ടിൽ പാട്ടല്ലേ? അവളാണ് മറ്റവളെ ഇപ്പൊ ഉപദേശിക്കാൻ നടക്കുന്നത്... പിന്നെ എങ്ങിന്യാ നന്നാവാ?” കേണൽ പഴയൊരു പുതിയൊരു വിവരം കൂടി പുറത്തെടുത്തു.

“പീച്ചി ഡാമിൽ പോകാറുള്ളത് കേണലിന് അറിയോ?” വക്കീൽ അദ്ഭുതത്തോടെ കേണലിനെ നോക്കി. അയാൾ തുടർന്നു.

“വക്കീലായ എനിക്ക് മാത്രം അറിയുന്ന രഹസ്യം, താങ്കളെ പോലെ അന്തസും ആഭിജാത്യവും ഉള്ള കേണൽമാർ ഓർത്തിരിക്കേണ്ട കാര്യം ഉണ്ടോ?”

“എന്താ ഞാൻ ആണല്ല എന്ന് തോന്നുന്നുണ്ടോ?” കേണൽ ദേഷ്യം ഭാവിച്ചു.

“എന്നാലും കേണൽ.”

“ഓ..അങ്ങനെയൊന്നും കാര്യമായിട്ടൊന്നുമറിയില്ല. പീച്ചിയിൽ പോയെന്നോ വന്നെന്നോ കീറിയ സാരി കണ്ടെന്നോ.. എന്തൊക്കെയോ ആൾക്കാർ അന്ന് പറഞ്ഞത് ഓർക്കുന്നു.. അത്ര മാത്രം.... ഞാൻ ഒന്നും ശ്രദ്ധിക്കാൻ പോയില്ല. എനിക്ക് വേറെ പണിയുണ്ട്.”

“അല്ല. ഈ പ്രശ്നത്തിന് ഒരു പരിഹാരം കാണണം. ആ മീൻകാരനെ നമുക്ക് പോലീസിനെ കൊണ്ട് പിടിപ്പിച്ചാലോ?”

“താൻ എന്ത് വിഡ്ഢിത്തം ആണ് ഈ പറയുന്നത്? ഐ.പി.സി പ്രകാരം അയാൾ എന്തെങ്കിലും തെറ്റു ചെയ്യേണ്ടേ? തെളിവ് വേണം കോടതിക്ക് തെളിവ് വേണം.”

“എന്ത് തെളിവ്? എന്തെങ്കിലും പറഞ്ഞ് അകത്തിടണം. എന്റെ മനസിൽ ഒരു വഴിയുണ്ട്. അവനെ നാടുകടത്താനുള്ള വഴി.” കേണൽ എന്തോ തന്ത്രം പറയുന്ന രൂപത്തിൽ സംസാരിക്കാൻ തുടങ്ങി.

“ഇവളൊക്കെ എന്താ മുതല്. തനിക്ക് ഇവളുടെ ശരിക്കുള്ള സ്വഭാവം അറിയില്ല.” ചിന്തിക്കുന്നതിനിടയിൽ അയാൾ പലതും പുലമ്പിക്കൊണ്ടിരുന്നു.

"കേണൽ സാറേ അവളാണോ പ്രശ്നം? അതോ മീൻകാരനോ? വിഷയത്തിൽ നിന്നും വഴിമാറല്ലേ." വക്കീൽ കാര്യങ്ങളെ നേരെയാക്കാൻ ഒരു ശ്രമം നടത്തി.

"എന്റെ വക്കീലേ താൻ ആ ജാനു പറയുന്നതൊക്കെ കേട്ടിട്ടുണ്ടോ?" കേണൽ പുതിയ ഒരു ആരോപണം എടുത്തിട്ടു.

"ആരാ ഈ ജാനു?"

"അവളുടെ വീട്ടിൽ അടിച്ചു തുടക്കാൻ വരുന്ന പെണ്ണ്."

"കേണൽ എന്തിനാ ഈ പണിക്കാർ പറയുന്നത് കേൾക്കുന്നേ? സാറിന്റെ ലെവൽ വിട്ട് അഭിപ്രായങ്ങൾ പറയുന്നതും കേൾക്കുന്നതും ശരിയാണോ?"

"താൻ ഒന്ന് കേൾക്കൂ. അപ്പൊ മനസ്സിലാവും. ഇതു കേൾക്കാൻ മാത്രം ഉണ്ടെടോ?"

"എന്നാൽ പറഞ്ഞു തുലയ്ക്ക്." ആ ശബ്ദത്തിൽ താത്പര്യം ഇല്ല എന്നതാണ് ഭാവം. കൂടുതൽ കേൾക്കാനുള്ള വക്കീലിന്റെ സ്ഥിരം തന്ത്രം ഉപയോഗിച്ചു. അത് കേണലിനു നന്നായി അറിയാവുന്നതുകൊണ്ട് സംസാരം നിർത്തിയില്ല.

"അവളുടെ വസ്ത്രം അലക്കൽ ഒരു വലിയ തോട്ടിപ്പണിയാണ്. അതാണ് ഇതിലെ പ്രത്യേകത. അല്ലെങ്കിൽ ഞാൻ ഈ വിഷയം തന്നോടു പറയില്ല." കേണൽ ഒരു തുടക്കം കൊടുത്തു.

"തോട്ടി പണിയോ?" വക്കീൽ ആകാംക്ഷയോടെ നെറ്റി ചുളിച്ചു.

"ഇങ്ങനെ ഒരു കാര്യം കേൾക്കുന്നത് ആദ്യമായിട്ടാണ്. കേണൽ കാര്യം തെളിച്ചു പറയൂ." വക്കീൽ തുടർന്നു.

"ജാനുവിന്റെ പ്രശ്നം ലോലിതയുടെ അടിവസ്ത്രമാണ്." കേണൽ കുറച്ചു ശബ്ദം താഴ്ത്തി പറഞ്ഞു.

വക്കീൽ കേണലിനെ സംശയഭാവത്തിൽ നോക്കി.

"അതെ അടി വസ്ത്രം."

"അതെനിക്ക് മനസ്സിലായില്ല. ജാനുവും അവളുടെ അടിവസ്ത്രവും തമ്മിൽ എന്താ ബന്ധം?"

"എടോ, അതും പണിക്കാർക്ക് അലക്കാൻ ഇട്ടുകൊടുക്കും നാണം ഇല്ലാത്ത ജാതി." കേണൽ വല്ലാതെ നീട്ടി പറഞ്ഞു.

"അതിനു തനിക്ക് എന്താ കുഴപ്പം?"

"എനിക്ക് കുഴപ്പമില്ല. എന്നാലും പണിക്കാര് പറയുമ്പോ.."

"എന്താ ഇനി തനിക്കു അടിവസ്ത്ര പ്രശ്നത്തിലും ഇടപെടണം എന്നു തോന്നുന്നുണ്ടോ?"

"അയ്യോ വേണ്ടായേ... ഇത് വരെ ഒരുത്തനെ ഒഴിപ്പിക്കാൻ പറ്റിയിട്ടില്ല.

ഇനി ഇപ്പൊ അടിവസ്ത്ര പ്രശനത്തിൽ ഇടപെടാൻ ഞാൻ ഇല്ല. എനിക്ക് വയ്യ."

"തന്റെ സ്വഭാവം വെച്ച് താൻ അതും ചെയ്യും. തനിക്ക് ഇതല്ലേ വലിയ സുഖം? പുതിയ പല വാർത്താ നവമാധ്യമങ്ങൾക്കും തന്റെ സ്വഭാവം തന്നെയാണ്."

"എടോ ഞാൻ പറഞ്ഞെന്നേ ഉള്ളു." കേണൽ ഒന്ന് സംസാര ശ്രുതി മാറ്റിപ്പിടിച്ചു.

"താൻ നന്നാവില്ല."

"എന്ന് പറഞ്ഞാ എങ്ങനാ ചിരിക്കാതിരിക്കാ മാങ്ങ പൊട്ടിക്കണ വലത്തോട്ടി കൊണ്ടാ അവളുടെ ഷെഡി ജാനു വെള്ളത്തിൽ നിന്നും പോക്കിയെടുക്കുക അതിനു ശേഷം അരി ഊറ്റുന്ന പോലെ ആ വല യിൽ ഇട്ടു ഇളക്കും, എന്നിട്ട് കൈകൊണ്ടു തൊടാതെ വെയിലത്ത് പ്രത്യേകം ഉണ്ടാക്കിയ സ്ലാബിൽ കൊണ്ട് വെക്കും. ആ സ്ലാബ് ജാനു തന്നെ ആവശ്യം അറിഞ്ഞുകൊണ്ട് വന്നതാണ്." കേണൽ വിസ്ത രിച്ചു.

"താൻ ഇതൊക്കെ ചോദിച്ചു മനസ്സിലാക്കാനും... താൻ സത്യത്തിൽ സിംഗപൂർ തന്നെയായിരിന്നോ?"

"ഇതൊക്കെ ജാനു പറഞ്ഞതാ."

"താൻ ജാനുവിനെ വിശ്വസിച്ചു." അതും പറഞ്ഞ് വക്കീൽ ചിരിച്ചു.

"ഞാൻ വേണമെങ്കിൽ കാണിച്ചു തരാം." കേണൽ ആവേശത്തോടെ ഇരുന്ന് സ്ഥലത്തുനിന്നും ചാടിയെഴുന്നേറ്റു.

"ഓ എന്തൊരു സാധനം... വേണ്ട വേണ്ട... കേൾക്കാൻ തന്നെ അറ യ്ക്കുന്നു. തനിക്ക് അതു നോക്കിയിരിക്കലാണ് പണി. കാര്യങ്ങൾ മുഴു വനായി എനിക്ക് മനസ്സിലായിത്തുടങ്ങി."

"തനിക്ക് ഒരു ചുക്കും മനസ്സിലായിട്ടില്ല. പിന്നെ അവനെ പുറത്താ ക്കാൻ എന്റെ തലയിൽ ചില വഴികൾ തെളിഞ്ഞു വരുന്നുണ്ട്." കേണൽ തന്റെ തലയുടെ പിന്നാമ്പുറങ്ങളിൽ നിന്നും പുതിയ ആശയങ്ങൾ ചി കഞ്ഞെടുത്തു.

"കേണലിനും വഴികൾ കിട്ടിത്തുടങ്ങിയോ?"

"പക്ഷേ,, എന്റെ വഴി കുറച്ചു ക്രൂരമാണ്." അതു പറഞ്ഞപ്പോൾ കേണലിന്റെ മുഖം രൗദ്ര ഭാവങ്ങൾ ഏറ്റെടുത്തു.

"കേൾക്കട്ടെ തന്റെ വഴി." വക്കീൽ കേണലിന്റെ ഉപായം കേൾക്കാൻ കാതോർത്തു ഒരു കസേരയിൽ ഇരുപ്പുറപ്പിച്ചു.

"അവനെ ഭീകരാവാദിയാക്കി ചിത്രീകരിക്കുക." കേണലിന്റെ രൗദ്ര ഭാവത്തിനു ഒരു മാറ്റവുമില്ല. ശബ്ദവും കനത്തു.

"ജനം വിശ്വസിക്കേണ്ടെ? അതാണ് പ്രധാനം."

"ഒരു ചെറിയ ബോംബ്. അതു പോരെ?"

"സാർ, അയാൾ ഒരു മീൻകാരനാണ്."

"അതു കൊണ്ട്?"

"അതു മാത്രമല്ല..."

"മീൻകാരന് ബോംബ് വെക്കാൻ പാടില്ലേ...? ബോംബ് ഒരു വിഭാഗ ക്കാരുടെയും കുത്തകയല്ല. തനിക്ക് ലോക ചരിത്രം അറിയില്ലേ? പല യുദ്ധങ്ങളിലും പല രാജ്യങ്ങളെയും നയിച്ചിരുന്നത് ആരൊക്കെയാണ്?" കേണൽ വക്കീലിനെ ഓർമ്മിപ്പിച്ചു.

"അത് ആണുങ്ങളെ പോലെ പ്രഖ്യാപിച്ച് നടത്തുന്ന മിലിട്ടറിയുടെ യുദ്ധം."

"ഇതും യുദ്ധം തന്നെ."

"അതു തീക്കളിയാണ് കേണൽ. വർഗീയ കലാപം ഉണ്ടാകാൻ സാധ്യതയുണ്ട്. അങ്ങനെ ഉണ്ടായാൽ കേണലിന് പിന്നെ ലോലിതയെ കണി കാണാൻ കിട്ടില്ല."

"എന്നാൽ വല്ല പന്നിപ്പടക്കം ഏതെങ്കിലും അമ്പലത്തിന്റെ പള്ളി യുടെയോ അടുത്തു വെച്ചാൽ മതി. അവനെ ഇവിടുന്നു ഓടിക്കണം. അത് അവൻ വെച്ചതാണെന്നു തെളിവ് ഉണ്ടാക്കണം. പന്നിപ്പടക്കം ആവുമ്പൊ ആർക്കും അപകടം പറ്റില്ല. അതേ സമയം ബോംബാണ് എന്നു പറഞ്ഞു നടക്കുകയും ചെയ്യാം."

"കേണൽ തമ്പുരാനെ.. പന്നിപ്പടക്കം വെച്ചാലൊന്നും ജനങ്ങൾ വിശ്വസിക്കില്ല. നല്ല ബുദ്ധിയുള്ളവരാ ഇവിടെ."

"എന്നാലും അവനെ പിടിച്ച് ജയിലിൽ ഇടാൻ അതുപോരെ?"

"അവൻ ഇറങ്ങിപ്പോരും." വക്കീൽ മറുപടി പറഞ്ഞു.

"ഭീകരവാദ കേസാവുമ്പോ വിചാരണയില്ലാതെ തടവിൽ പാർപ്പി ക്കാൻ വകുപ്പുണ്ടല്ലോ?"

"അതു വേണ്ട. ഭീകരവാദ കേസ് വേണ്ട. സിവിൽ കേസ് പോരെ?" വക്കീൽ കേണലിനെ മയപ്പെടുത്തി.

"എന്നെക്കൊണ്ട് ഒരു ആശയം നീ പറയിപ്പിക്കില്ല. വീര്യം ഇല്ലാത്ത വക്കീൽ. ഇപ്പൊ കാശുകൊടുത്താൽ ബ്രാൻഡഡ് കലാപം ഉണ്ടാക്കി തരാൻ കമ്പനികൾ വരെ തുടങ്ങുന്ന കാലമാണ്. എനിക്ക് അടിയുണ്ടാ ക്കുന്ന ആശയങ്ങൾ മാത്രമേ അറിയൂ."

"വർഗീയ കലാപമുണ്ടായാൽ പിന്നെ കേണലിന് എളുപ്പത്തിൽ കാര്യങ്ങൾ നടക്കില്ല. ഞാൻ അതു ചിന്തിച്ചു. പ്രശ്നങ്ങൾ ആലോചി ച്ചപ്പോൾ അത്ര വലിയ പണി വേണ്ട എന്നു തോന്നി. ലോലിതയെ ഒരു വർഗീയ കലാപത്തിൽ നഷ്ടപ്പെട്ടാൽ ആർക്കാ നഷ്ടം?" വക്കീൽ വീണ്ടും ബുദ്ധി ഉപയോഗിച്ചു.

"എന്നാൽ പിന്നെ താൻ പറയ്."

"ആ മീൻകാരൻ അവളോട് സംസാരിക്കുന്നത് എനിക്കിഷ്ടമില്ല. എന്തു പണി കൊടുത്തായാലും അതു അവസാനിപ്പിക്കണം." കേണൽ തലയാട്ടിക്കൊണ്ട് ദീർഘനിശ്വാസം വിട്ടു.

പെട്ടെന്ന് വക്കീൽ ഒരു അഭിനയം നടത്തി. കേണലിന്റെ വികാരത്തെ ശമിപ്പിക്കാൻ ആ അമിതാഭിനയം ആവശ്യമായിരുന്നു. അത്രയും ശക്തമായ വൈരാഗ്യം പ്രകടമായിരുന്നു.

"കിട്ടിപ്പോയി. ഒരു ആത്മഹത്യ ശ്രമം... ഐ.പി.സി 303. പിന്നെ അവൻ അതിന്റെ പിന്നാലെ നടക്കട്ടെ. പിന്നെ അവന്റെ സ്വസ്ഥത നഷ്ടപ്പെടും. അങ്ങനെ അവന്റെ ജീവിതം തുലയുമ്പോൾ അവൻ ഇവിടെ വരുന്നത് അവസാനിപ്പിക്കും." വക്കീൽ കൊച്ചു കുട്ടികളെ സമാധാനിപ്പിക്കുന്നതു പോലെ കേണലിനോട് സംസാരിച്ചു.

"നമുക്ക് ആ ഹാജിയാരുടെ ജീപ്പ് വാടകയ്ക്ക് എടുക്കാം. ഒരു ഡ്രൈവറെ ചട്ടം കെട്ടാം. ജീപ്പിന്റെ മുമ്പിൽ ചാടി ആത്മഹത്യ ശ്രമം. അത് മതി." വക്കീൽ കൂട്ടിച്ചേർത്തു.

"അവൻ ഇനി മീൻ വിൽക്കരുത്." കേണൽ മന്ത്രം ഉരുവിടുന്നതു പോലെ പറഞ്ഞുകൊണ്ടിരുന്നു.

"ലോക്കൽ പോലീസിൽ എനിക്ക് നല്ല പിടിയാ." വക്കീൽ ഉറപ്പു കൊടുത്തു.

"നീ കൊള്ളാമെടാ. അതെനിക്ക് ഇഷ്ടപ്പെട്ടു. അതു മതി. നല്ല 'നൈസ്' പണി എന്ന് ഇതിനെയൊക്കെ തന്നെയാണ് പറയുന്നത്." ആ വാചകത്തിന്റെ അവസാനം എന്തോ ചിന്തിച്ച് കേണൽ ശ്രുതി താഴ്ത്തി.

"സത്യത്തിൽ ഇവൻ എന്ത് തെറ്റാ ചെയ്തത്?" വക്കീൽ പീലാത്തോസിന്റെ ശബ്ദത്തിൽ ചോദിച്ചു.

"ഞാൻ പോയി നോക്കിയില്ല. എന്റെ പണി അതല്ല. പക്ഷേ, ഞങ്ങൾ അയൽവാസികൾക്ക് ഇവിടെ താമസിക്കേണ്ടേ. ഇങ്ങനെയുള്ള ആളുടെ വീടാണെന്ന് ജനം അറിഞ്ഞാൽ ഞങ്ങളുടെ വീടിന്റെ സ്ഥലത്തിന്റെ വില കുറയും." അയാൾ തുടർന്നു.

"അവളെ കുറിച്ച് ലോകം അറിഞ്ഞാൽ പിന്നെ ആരെങ്കിലും ആ സ്ഥലം വാങ്ങിക്കോ? ഈ സ്ഥലത്തിന്റെ സാമൂഹിക സാംസ്കാരിക സാമ്പത്തികമേഖലയിൽ അത് ഉണ്ടാക്കുന്ന ചലനം വളരെ മോശമായ രീതിയിൽ എന്നെയും എന്റെ സ്ഥലത്തിനേയും ബാധിക്കും." കേണൽ സാമ്പത്തിക ശാസ്ത്രം പുറത്തെടുത്തു.

"ഓ അങ്ങനെ... അല്ലാതെ തന്റെ മോഹം നടക്കാത്തത് കൊണ്ടല്ല." വക്കീൽ കേണലിനെ ചൊടിപ്പിച്ചു.

"അതെ അസൂയ തന്നെ. അങ്ങനെയെങ്കിൽ അങ്ങനെ. മീൻകാരനെ ഒരു പാഠം പഠിപ്പിക്കണം."

“താങ്കളെ പോലെ ഉയരത്തിൽ ചിന്തിക്കുകയും പ്രവർത്തിക്കുകയും ചെയ്യുന്ന ആൾ ഒരു മീൻകാരനെ ഉപദ്രവിക്കേണ്ട കാര്യം ഉണ്ടോ?”

“ഞാൻ എത്ര വലിയ ആൾ എന്നതല്ല. അങ്ങനെ അവൻ സുഖിക്കേണ്ട.” കേണൽ വാശി പിടിച്ചു.

“ഏതായാലും ഞാൻ ഹാജിയാരുടെ ജീപ്പ് പറയാം. അവൻ ലോലിതയുടെ വീടിനു പുറത്തേക്കു കടക്കുമ്പോൾ ഒരു അപകട നാടകം പ്ലാൻ ചെയ്യാം.” വക്കീൽ സംസാരം തുടർന്നു.

“ആ സമയത്ത് താൻ കേറി ആളാവണം. മീൻകാരനെ സഹായിക്കുന്നു എന്ന തോന്നൽ ഉണ്ടാക്കി എടുക്കണം. വളരെയധികം മീൻകാരന്റെ ജീവൻ രക്ഷിക്കാൻ ബുദ്ധിമുട്ടണം. അങ്ങനെ അവളുടെ സ്നേഹം പിടിച്ചുപറ്റണം. പിന്നെ അവളുടെ വീട്ടിൽ കേണലിന് കയറാം. തന്റെ ആഗ്രഹവും നടക്കും അയാളെ ഒഴിവാക്കുകയും ചെയ്യാം. വേണമെങ്കിൽ താൻ മീൻ വാങ്ങി കൊണ്ട് വരാം എന്ന് വാക്ക് കൊടുത്തോളു. എങ്ങനെയെങ്കിലും അവളെ വീഴ്ത്തി മീൻകാരനെ ഒഴിവാക്കു. മീൻ ആയിരിക്കും അവളുടെ വീക്നെസ്, അതിൽത്തന്നെ കയറിപ്പിടിക്കൂ.”

**പ**തിവില്ലാതെ വീടിനു മുന്നിൽ തടിച്ചു കൂടിയ ജനത്തെ കണ്ട് ലോലിത പുറത്തിറങ്ങി. ചെടികളുടെ മറവിൽ നിന്ന് പുറത്തേക്ക് വീക്ഷിച്ചു. കേണൽ ഓടി വരുന്നുണ്ട്. “കേശു വക്കീൽ പറഞ്ഞ പോലെ പണി പറ്റിച്ചു.” കേണൽ ഓടുന്നതിനിടയിൽ ഓർത്തു. കേണൽ തന്റെ അധികാര സ്വരം ഉപയോഗിച്ച് ജനത്തെ നിയന്ത്രിച്ചു.

പക്ഷേ കാഴ്ച കണ്ട് കേണൽ നിരാശനായി. വണ്ടി ഇടിച്ചു കിടക്കുന്നത് കുടിയൻ ഭാസ്കരൻ. എന്താണ് ചെയേണ്ടത് എന്ന് ആലോചിക്കുമ്പോഴേക്കും കൂടിയ ജനകൂട്ടം പിരിഞ്ഞുപോയി. കുടിയൻ ഭാസ്കരന്റെ കാര്യത്തിൽ ശ്രദ്ധിച്ചു. ആർക്കും വലിയ ഗുണം ഉണ്ടാവില്ല എന്ന് ജനത്തിന് അറിയാം. സഹായിക്കാൻ ഓടി വന്ന കേണലിനെ ലോലിത കണ്ടുവെന്ന് അയാൾ തിരിച്ചറിഞ്ഞു. “ഇനി തിരിച്ചു പോയാൽ നാണക്കേടാവും. എന്തെങ്കിലും ചെയ്തു എന്ന് വരുത്തി രക്ഷപ്പെടാം.”

“ഭാസ്കരാ നിനക്ക് കുഴപ്പം ഒന്നും ഇല്ലല്ലോ?”

“ഇല്ല സാറേ...”

“ഇത് കേസൊന്നും ആക്കേണ്ട. നമുക്ക് ശരിയാക്കാം. അല്ലെങ്കിൽ താൻ വെറുതെ പ്രശ്നത്തിൽ പെടും.”

കുടിയൻ ഭാസ്കരൻ എന്തോ നിലത്തു തപ്പിക്കൊണ്ടിരുന്നു. പുല്ലുകൾക്കിടയിൽ കൈ പരതിക്കൊണ്ടിരുന്നു. കേണലിനെ ശ്രദ്ധിക്കാതെ ഭാസ്കരൻ ജീപ്പിന്റെ അടിയിലേക്ക് നോക്കിക്കൊണ്ടിരുന്നു. എന്തു ചെയ്യണമെന്നറിയാതെ ഭാസ്കരൻ വീണ്ടും തന്റെ നോട്ടം തുടർന്നു. വാറ്റു കേന്ദ്രത്തിന്റെ താക്കോൽ നഷ്ടപ്പെട്ടതാണ് ഭാസ്കരന്റെ പ്രധാന പ്രശ്നം. കേണൽ പറഞ്ഞത് കേട്ടുവെന്ന് വരുത്തി അയാൾ പറഞ്ഞു.

"എനിക്ക് ഹോസ്പിറ്റൽ ചെലവ് മാത്രം തന്നാൽ മതി."

ഡ്രൈവർ സലിമിനെ നോക്കി ഹാജിയാരെ വിവരം അറിയിക്കാൻ കേണൽ പറഞ്ഞു.

"ഹോസ്പിറ്റൽ ചെലവിലേക്ക് ഒരു പതിനായിരം രൂപ ഏർപ്പെടുത്തിക്കോ. ഹാജിയാരോട് സ്വകാര്യമായി പറഞ്ഞാൽ മതി." കേണൽ ശബ്ദം താഴ്ത്തിയാണ് പറഞ്ഞതെങ്കിലും ഭാസ്കരൻ കേൾക്കുക എന്ന ഉദ്ദേശ്യം അതിലൂടെ നടന്നു.

"അയ്യോ  അത്രയൊന്നും വേണ്ട."

"അത് പറഞ്ഞാൽ പറ്റില്ല... താൻ അത് കൈയിൽ വയ്ക്ക്... കൈക്ക് ഒരു ചെറിയ പരിക്ക്... പേടിക്കേണ്ട മൂന്ന്  ആഴ്ച പ്ലാസ്റ്റർ ഇട്ടാൽ മതി."

ഇതു പറയുന്നതിനിടയിൽ ഭാസ്കരന് കളഞ്ഞുപോയ താക്കോൽ കിട്ടി. ഋഷിരാജ്സിങ് ഭരിക്കുന്ന കാലമാണ്, സൂക്ഷിക്കണം. വാറ്റുകേന്ദ്രത്തിന്റെ താക്കോൽ കിട്ടിയ സന്തോഷത്തിൽ ഭാസ്കരൻ അടങ്ങി.

"സമാധാനമായി  ഹോസ്പിറ്റൽ ചെലവ് മതി... വേറെ ഒന്നും വേണ്ട." ഭാസ്കരൻ ന്യായമായി തന്നെ സംസാരിച്ചു.

"എന്നാൽ അങ്ങനെ... ഞാനും വരാം ഹോസ്പിറ്റലിൽ." മീൻകാരൻ പിന്നെയും രക്ഷപ്പെട്ടു. ദുഷ്ടൻ... ചക്കിനു വെച്ചത് കൊക്കിനു കൊണ്ടു." കേണൽ ഓർത്തു.

ഹാജിയാർ കാശുമായി ഹോസ്പിറ്റലിൽ എത്തി. എല്ലാം ഒതുക്കി ത്തീർത്തു. കുറച്ചു ദിവസത്തിനു ശേഷമാണ് ഭാസ്കരന് ബോധം ഉദിച്ചത്. ഹാജിയാരെ പിഴിയാൻ കിട്ടിയ അവസരം. എല്ലാം നശിച്ചു. എന്നാൽ പിന്നെ കേണലിനെ ഒന്ന് തോണ്ടി നോക്കാം എന്ന് കരുതി ഭാസ്കരൻ കേണലിന്റെ വീട്ടുമുറ്റത്ത് എത്തി.

"ഡോക്ടർ പറയുന്നത് തുടർചികിത്സ വേണം എന്നാണ്."

"ഓ... അത്രയ്ക്കൊന്നും തനിക്കു പറ്റിയിട്ടില്ല." കേണൽ നിസ്സാരവൽക്കരിച്ചു.

"എന്റെ വേദന സാറിനു മനസ്സിലാവില്ല."

"ഞാൻ അന്ന് പറഞ്ഞില്ലേ ഹാജിയാരുടെ കൈയിൽ നിന്നും കാശ് വാങ്ങിക്കാൻ... താൻ അപ്പൊ കേട്ടില്ല..."

"സാർ ഇടപെട്ടതുകൊണ്ടാ.. ഞാൻ വേണ്ട എന്നു കരുതിയത്. സാറിന്റെ പേര് മോശാക്കേണ്ട എന്ന് കരുതി."

"അപ്പൊ തനിക്കു കുഴപ്പം ഒന്നും ഇല്ല." കേണൽ ചിരിച്ചു.

"കുഴപ്പം ഉണ്ട്..."

"തനിക്ക് എത്രയാണ് വേണ്ടത്... പറഞ്ഞോ."

"ഒരു പതിനായിരം. പിന്നെ ഞാൻ ചോദിക്കില്ല."

"ശരി.. ഞാൻ ഹാജിയാരോട് വിളിച്ചു പറയാം. നാളെ കാലത്തു തന്നെ പോയി വാങ്ങിച്ചോളു."

കേണൽ കണക്കുകൂട്ടി. 'തന്റെ വികൃതിക്ക് ഹാജിയാർക്ക് ചെലവ് ഹോസ്പിറ്റലിൽ 2200 രൂപ. പിന്നെ ഇപ്പൊ ഒരു 10,000. എന്തായാലും ഒരാളുടെ കൈയിൽ ഉള്ള പൈസ ഇങ്ങനെ വട്ടംചുറ്റുന്നത് രാജ്യത്തിന്റെ വികസനത്തിന് ആവശ്യം ആണ്.' കുറ്റബോധം ഒഴിവാക്കാൻ കേണൽ ചിന്തിച്ചു.

കുറച്ചു ദിവസങ്ങൾക്കു ശേഷം, അതിരാവിലെ ഹാജിയാരുടെ ഡ്രൈവർ കേണലിന്റെ വീട്ടുമുറ്റത്തെത്തി. കേസ് ഒതുക്കി തീർത്തല്ലോ എന്ന സമാധാനത്തിൽ കഴിഞ്ഞ കേണൽ വീണ്ടും അതേ പ്രശ്നത്തിലേക്കു വലിച്ചിഴക്കപ്പെടുകയാണെന്ന് മനസ്സിലായി. ഹാജിയാർ ഉടനെ കേണലിനെ കൂട്ടിക്കൊണ്ടുചെല്ലാൻ അറിയിച്ചിരിക്കുകയാണ്. താമസിയാതെ കേണൽ ഹാജിയാരുടെ വീട്ടിലേക്കു പുറപ്പെട്ടു. ഡ്രൈവർ സലിം ഒന്നും മിണ്ടുന്നില്ല. കേണൽ അയാളോട് പ്രശ്നം എന്താണെന്ന് ചോദിച്ചില്ല. എങ്കിലും രണ്ടു പേരും നിശ്ശബ്ദമായി സംസാരിച്ചു. ഹാജിയാരുടെ വീട്ടിലേക്കു കാർ ഓടിച്ചു കയറുമ്പോൾ രണ്ടു പൊലീസു കോൺസ്റ്റബിൾമാർ മുറ്റത്തു നിന്ന് സല്ലപിക്കുന്നുണ്ട്. കാക്കിയിട്ട രണ്ടു മാടപ്രാവുകൾ. കാറിൽ നിന്നും ഇറങ്ങി നടക്കുന്നതിനിടയിൽ മാടപ്രാവുകൾ ഒരേ സ്വരത്തിൽ കേണലിനെ താക്കീത് ചെയ്തു.

"സാർ ഇതിൽ ഇടപെടേണ്ട. എസ്.ഐ ഹാജിയാരെ സ്റ്റേഷനിലേക്കു വിളിപ്പിച്ചിട്ടുണ്ട്. ഞങ്ങൾക്ക് കുറച്ചു കാശ് കിട്ടുന്ന കേസ് ആണ്. സാർ ഇടപെട്ട് ഇല്ലാതാക്കരുത്. ഇപ്പൊ തന്നെ പറയാം. രണ്ടായിരം രൂപ എസ്.ഐക്ക്. ഞങ്ങൾക്ക് രണ്ടു പേർക്കും കൂടി രണ്ടായിരം. ആകെ നാലായിരം രൂപ. പൊലീസ് കേസ് രജിസ്റ്റർ ചെയ്യാതെ പോകാൻ ആരാ ഇയാളോട് പറഞ്ഞത്."

കാര്യം മനസ്സിലായ കേണൽ ഹാജിയാരെ വേഗം ഒതുക്കിത്തീർക്കാൻ ഉപദേശിച്ചു.

"കാശ് കൊടുക്കുന്നതിലല്ല സങ്കടം. ഇത് ഒന്ന് അവസാനിപ്പിക്കാൻ ഇനി എത്ര കൊടുക്കണം എന്ന് അറിയാത്തതിലാണ്. സലിം ഒന്ന് ചായ കുടിക്കാൻ ഇറങ്ങിയതിന് ഞാൻ ഇപ്പൊ എത്ര രൂപയായി ചെലവാക്കുന്നു. സാധാരണയായി അവൻ ഇവിടെ നിന്നാണ് ചായ കുടിച്ചിരുന്നത്."

കേണൽ കണക്കുകൂട്ടി 2200 രൂപ, പിന്നെ ഒരു 10000, ഇപ്പോ ഒരു 4000. 'എന്തായാലും ഹാജിയാർക്ക് സത്യം മനസ്സിലായില്ല. ഡ്രൈവർ സലിം ചായ കുടിക്കാൻ പോയി എന്നു മാത്രമേ ഹാജിയാർ ചിന്തിച്ചിട്ടുള്ളൂ.' കേണൽ ഡ്രൈവറുടെ മുഖത്തേക്ക് ഒന്ന് സൂക്ഷ്മമായി നോക്കി. അറിഞ്ഞ ഒരു ഭാവവും അയാൾ കാണിക്കുന്നില്ല. കേണൽ മനസ്സിൽ പറഞ്ഞു, 'ടോ ഡ്രൈവറെ, തനിക്കു വല്ല സിനിമ അഭിനയത്തിന്

പോയിക്കൂടെ? എന്നാലും വക്കീലിന്റെ കണ്ടുപിടിത്തം കൊള്ളാം. കൊടുത്ത കാശിനു നല്ല അനുസരണയുള്ള ഡ്രൈവർ. സത്യനും മമ്മൂട്ടിയും ദുൽക്കറും ഇവന്റെ പോലെ അഭിനയിക്കില്ല. എന്നാലും എന്റെ സലിമേ.'

ദിവസങ്ങൾ കഴിഞ്ഞു. ഡ്രൈവറുടെ അഭിനയം കേണലിന്റെ മനസ്സിൽ എന്തോ ഒരു വല്ലായ്മ ഉണ്ടാക്കിയിരുന്നു. ഒരു ഡ്രൈവർ ഇങ്ങനെ അഭിനയിക്കുകയാണെങ്കിൽ താൻ എത്ര മോശമാണെന്ന് ചിന്തിച്ചു പോയതാണ്. എന്തായാലും അയാളുടെ ചിന്ത ശരി വെക്കുംവിധം ഒരു ദിവസം ഡ്രൈവർ കേണലിന്റെ വീട്ടിൽ എത്തി.

കേണലിനെ കണ്ടതും ഡ്രൈവർ നേരെ വിഷയത്തിലേക്കു കടന്നു. "എനിക്ക് തന്റെ അസുഖം മനസ്സിലായില്ല എന്ന് വിചാരിക്കേണ്ട."

കാര്യം മനസ്സിലായ കേണൽ ഉടനെ ചോദിച്ചു "ഞാൻ എന്താ നിനക്കു ചെയ്യേണ്ടത്?"

"ആ ഹാജിയാർ നാട്ടുകാർക്ക് മുഴുവൻ പൈസ വാരിക്കോരി കൊടുക്കും, ഡ്രൈവർ ആയ എനിക്കു മാത്രം ഒന്നും തരില്ല..."

"അതുകൊണ്ട്..."

"എനിക്ക് ഒരു പതിനായിരം രൂപ വേണം."

"ഇല്ലെങ്കിൽ"

"ഞാൻ പറയണോ?" ഡ്രൈവർ ഭീഷണി ഇറക്കി.

"വേണ്ട."

"നീ ഇവിടെ നിൽക്ക്...ബഹളം വെക്കല്ലേ."

കേണൽ അകത്തു പോയി പതിനായിരം രൂപ അതിവേഗം കൊണ്ട് വന്നു. ഡ്രൈവർ ബഹുദൂരം പോകുന്നതും നോക്കി കേണൽ ആശ്വാസം കൊണ്ടു."അതിവേഗം ബഹുദൂരം എല്ലാവരും ഇപ്പൊ ഇതാ ലൈൻ. എന്നാലും എന്റെ ചെറിയ ഒരു വികൃതിക്ക് ഇങ്ങനെ."

2200 + 10,000 + 4000

ഹാജിയാരുടെ നഷ്ടം = 16,200. പതിനാറായിരത്തി ഇരുനൂറ് രൂപ.

തന്റെ നഷ്ടം = 10,000. വെറും പതിനായിരം രൂപ.

തന്റെ അയൽവാസി സുന്ദരി വരുത്തി വെച്ച വിന. "കനകം മൂലം കാമിനി മൂലം..." ആ വക്കീലിന്റെ ഓരോ ബുദ്ധി. അല്ല അയാളെ കുറ്റം പറഞ്ഞിട്ട് കാര്യം ഇല്ല. തന്റെ അസൂയ ശമിപ്പിക്കാൻ ഇറങ്ങി പുറപ്പെട്ട അയാളെ കുറ്റം പറഞ്ഞത് കൊണ്ട് ഒരു ഫലവും ഇല്ല. കുറച്ചു ദിവസങ്ങൾ കൂടി കേണലിനെ ഈ നഷ്ടബോധം പിൻതുടർന്നു. എങ്കിലും ചെറിയ ഒരു വിഷമം. കേണൽ കേശുവക്കീലിനോടു മാത്രം പങ്കു വെച്ചു. നമ്മുടെ നാട്ടുകാരൻ സുകുമാരൻ കോൺസ്റ്റബിൾ അവിടെ ഉണ്ടായിട്ട്

തന്റെ ഒരു കാര്യം വന്നപ്പോൾ സുകുമാരനും തന്നെ കൈ വിട്ടു. ഇപ്പോൾ അവനെ ചായക്കടയിലും കാണുന്നില്ല.

കേശു വക്കീൽ കേണലിനെ താക്കീതു ചെയ്തു. "ദേ വിവര ദോഷം പറയല്ലേ. ഇത് തന്റെ പ്രശ്നമല്ല. ഹാജിയാരുടെ കേസിന്റെ പ്രശ്നം ആണ്. വെറുതെ നാട്ടുകാരെ അറിയിക്കേണ്ട. തനിക്കു ഇതുമായി ഒരു ബന്ധവുമില്ല."

"ആ അതും ശരിയാ..."

അവർ സംസാരിച്ചു ഫോൺ വെച്ചതും വീടിന്റെ മുന്നിൽ സുകുമാരൻ കോൺസ്റ്റബിൾ പ്രത്യക്ഷപ്പെട്ടു. ഇത് ടെലിപതി തന്നെ.

"എന്താ സുകുമാരാ  ഈ  വഴി...?"

ചോദ്യം കഴിയുമ്പോഴേക്കും സുകുമാരൻ കരച്ചിൽ തുടങ്ങി.

"സാറേ ഒന്നും പറയേണ്ട..മൂത്ത മോനെയും കൊണ്ട് കറക്കമാണ് സാറേ... എന്താ സൂക്കേട് എന്ന് മനസ്സിലാവുന്നില്ല. ഹോസ്പിറ്റൽ  ആയ ഹോസ്പിറ്റൽ  മുഴുവൻ കയറി ഇറങ്ങി."

"നീ കരയാതെ കാര്യം പറയു..."

"ഒരു പനിയിലാ തുടങ്ങിയത്. ആദ്യം പറഞ്ഞു ദങ്കിയാണ് എന്ന്."

"ദങ്കി അല്ല... ഡെങ്കി.."

"ഓ.. ഒന്നും പറയേണ്ട സാറേ. എനിക്കറിയില്ല സാറേ. ശ്രീ ചിത്തിര യിൽ കൊണ്ട് പോകാൻ പറയണ്ട് സാറേ." സുകുമാരൻ അമിതാഭിനയ ത്തിൽ  പിടിച്ചു നിന്നു.

"തന്നെ ചായക്കടയിൽ കണ്ടില്ലല്ലോ എന്നു വക്കീലിനോട് പറഞ്ഞു ഫോൺ വെച്ചിട്ട് രണ്ടു മിനിറ്റ് ആയതേ ഉള്ളു..."

"സാർ എന്തെങ്കിലും തന്നു സഹായിക്കണം... അടുത്ത മാസം ശമ്പളം കിട്ടുമ്പോൾ ഉടനെ തന്നേക്കാം... പിന്നെ തവണയായി തന്നു തീർക്കാം."

"നിനക്ക് എത്രയ വേണ്ടത്?"

"ഒരു ഇരുപത്തഞ്ചായിരം രൂപ തൽക്കാലത്തേക്ക്..."

സുകുമാരനെ പിണക്കുന്നത് ബുദ്ധിയല്ല എന്നറിയാവുന്ന കേണൽ ഉടനെ സഹായം കൊടുത്തു. ചായക്കടയിലെ സംസാരവിഷയത്തിൽ സുകുമാരൻപൊലീസ് അധികം കടന്നു വരാറില്ല. ഒരു ദിവസം ചായക്കട ക്കാരൻ ഗോപാലൻ കേണലിനെ ഒന്ന് പരീക്ഷിച്ചു. എന്താ കേണൽ സാറേ സുകുമാരനുമായി ഒരു കച്ചവടം. സാറ് അവനു കുറെ പൈസ കൊടുത്ത് സഹായിക്കുന്ന വിവരം ഒക്കെ നാട്ടുകാർ അറിയുന്നുണ്ട്. അവന്റെ ഭാര്യ ശരിയല്ല സാറേ. വെറുതെ പൈസ കൊടുത്തു കാര്യം നടക്കും എന്നു കരുതേണ്ട.

"താൻ ഇത് എന്താ ഈ പറയുന്നത്..."

“സാർ അവന് ഇരുപത്തഞ്ചായിരം രൂപ കൊടുത്ത കാര്യം ഒക്കെ നാട്ടിൽ പാട്ടാണ് സാറേ...”

“അവന്റെ കൊച്ചിന് അസുഖമാണെന്ന് പറഞ്ഞു, അവൻ എന്റെ കൈയിൽ നിന്നും കുറച്ചു രൂപ കടം വാങ്ങിച്ചിരുന്നു..”

“അവനു ആരും കടം കൊടുക്കാറില്ല... ഞാൻ വിശ്വസിക്കില്ല. അവന്റെ പെണ്ണിനെ കണ്ടു കടം കൊടുത്തു എന്ന് പറയൂ...”

“ഡാ...നീ വെറുതെ ഓരോ പ്രശ്നം ഉണ്ടാക്കല്ലേ....അവൻ കരഞ്ഞു പറഞ്ഞിട്ട.....ഞാൻ കൊടുത്തത്...”

“സാറേ, അവന്റെ കൊച്ച് ദേ നല്ല പരിപ്പ് പോലെ നടന്നു പോകുന്നത് ഞാൻ കാണിച്ചു തരാം....”

“വേണ്ട...”

“എന്തായാലും ലോലിതയെ വിട്ടു സുകുമാരന്റെ ഭാര്യ. അത്ര കുഴപ്പം ഉണ്ടാവില്ല.” ഗോപാലൻ നായർ ഒന്ന് കേണലിനെ ദേഷ്യം പിടിപ്പിച്ച് നോക്കി.

“ഞാൻ ഒരു കാര്യം പറഞ്ഞേക്കാം. വെറുതെ മാന്യന്മാരെ കുറിച്ച് അപവാദം പറഞ്ഞു നടക്കരുത്.”

“ഒരു മാന്യൻ. മീൻകാരനെ ജീവിക്കാൻ അനുവദിക്കാത്ത മാന്യൻ.” തമാശയോടെ ഗോപാലൻ പറഞ്ഞു. ഏതായാലും സുകുപോലിസിനെ അന്വേഷിച്ച് കേണൽ ഇറങ്ങി. സുകുവിന്റെ വീട്ടിൽ എത്തണമെങ്കിൽ പാടം കയറി ഇറങ്ങണം. ആരെങ്കിലും കണ്ടാൽ സംശയിക്കും എന്ന പേടി ഉണ്ടെങ്കിലും, അയാൾ സുകുവിന്റെ വീട് തന്നെ ലക്ഷ്യമാക്കി. സുകുവിന്റെ ഭാര്യയോട് കാര്യം ചോദിച്ചു മനസ്സിലാക്കി. തിരിച്ചു പോരുമ്പോൾ കനാലിന്റെ വരമ്പിൽ കേണൽ കണ്ട കാഴ്ച അയാളെ ഞെട്ടിച്ചു. കുടിയൻ ഭാസ്കരനും സുകു പോലീസും നല്ല വാറ്റു ചാരായം കുടിക്കുന്നു. അവരുടെ സംസാരം എന്തെന്ന് ഊഹിച്ച കേണൽ വഴി മാറി നടന്നു. വഴി മാറി നടന്ന കേണൽ കേൾക്കാൻ അവർ രണ്ടു പേരും ഉച്ചത്തിൽ ചിരിച്ചു.

മനസ്സില്ലാ മനസ്സോടെ പിറ്റേ ദിവസം തന്നെ കേണൽ താൻ കടം കൊടുത്ത ഇരുപത്തഞ്ചായിരം രൂപ സുകുവിനോട് തിരിച്ചു ചോദിച്ചു. സുകു പെട്ടെന്ന് ദേഷ്യപ്പെട്ടു.

“സാർ അനാവശ്യ കാര്യങ്ങളിൽ ഇടപ്പെട്ട് എനിക്ക് കിട്ടേണ്ട കാശ് മാത്രം കിട്ടിയില്ല. എസ്.ഐയും മറ്റവൻമാരും ഹാജിയാരുടെ കയ്യിൽ നിന്നും കിട്ടിയ കാശ് നക്കി തിന്നു. എനിക്ക് മാത്രം ഒന്നും തന്നില്ല. ഈ കാശ് അതിലേക്കു വരവ് വെച്ചോ സാറേ.” സുകുമാരൻ അവന്റെ യഥാർത്ഥ സുകുമാര ഭാഷയിൽ കേണലിനെ കാര്യങ്ങൾ ധരിപ്പിച്ചു.

“താൻ നാട്ടുകാരനായിട്ട് എന്നെ സഹായിക്കാതെ...”

"സാറേ, വക്കീൽ സാർ എന്നോട് പറഞ്ഞു സാറേ...സാറിന്റെ സൂക്കേട് ആ പെണ്ണിനെ ഒന്ന് വെറുതെ വിട് സാറേ..."

"പതുക്കെ...ഇനി കാശും ചോദിച്ചു എന്റെ അടുത്തേക്കു വന്നാൽ."

"എനിക്ക് ഇനി കാശ് വേണം എന്നില്ല ദൈവം ഞങ്ങൾക്ക് എവിടെ നിന്നെങ്കിലും കൂലി ഉണ്ടാക്കി തരും സാറേ. നിങ്ങളുടെ ജീവൻ സുരക്ഷിതമാക്കുന്ന പൊലീസിനു ദൈവം തരുന്ന കൂലി വേണ്ടാന്നു വെക്കാൻ എനിക്ക് പറ്റില്ല സാറേ."

"പറ്റിക്കുന്ന കാശ് തിന്നാൽ ദഹിക്കില്ല."

"അതുകൊണ്ടാ വാറ്റു തന്നെ കുടിക്കുന്നത്. ശരിക്ക് ദഹിക്കും."

കേണൽ വീണ്ടും കണക്കു കൂട്ടി.

ഹാജിയാരുടെ നഷ്ടം = 2200 + 10,000 + 4000

തന്റെ നഷ്ടം = പതിനായിരം അവിടെ. ഇരുപത്തഞ്ചായിരം ഇവിടെ.

'വക്കീലിന്റെ സഹായം ആകെ മൊത്തം നഷ്ടം 51,200. എന്നാലും ഇന്ത്യൻ സാമ്പത്തിക വ്യവസ്ഥയിൽ താൻ ഒരു ചെറിയ ചലനം ഉണ്ടാക്കി. അതെ. അതുതന്നെ. അതു മാത്രമേ വഴിയുള്ളൂ.' കേണൽ ചിന്തയിൽ മുഴുകി. ഇങ്ങനെ പോയാൽ സിംഗപൂരിൽ തിരിച്ചുപോകുന്നതാവും ബുദ്ധി.

അവിടെയുള്ളവരെ കറക്കിയുണ്ടാക്കിയ കാശ് ഇവിടെയുള്ളവർ കറക്കിയെടുക്കുന്നു. ഇടക്ക് കേണൽ ആത്മഗതം ചെയ്തു. എല്ലാം കർമ്മ ദോഷം. കപ്പൽക്കച്ചവടത്തിന്റെ പേരിൽ കോടികൾ തട്ടി കളിച്ച തനിക്ക് ഇവരുടെ തട്ടിക്കളി തീരെ ഇഷ്ടപ്പെടുന്നില്ലെന്നു സ്വയം തിരിച്ചറിഞ്ഞു. എന്നാലും സിംഗപൂരിൽ താൻ ഒരുപാട് കഷ്ടപ്പെട്ടിരുന്നു. ആരോടും പരിഭവം പറയാതെ കേണൽ പല കാര്യങ്ങളും അയവിറക്കി നെടുവീർപ്പിട്ടു. ഇനിയൊരു കപ്പൽക്കച്ചവടത്തിലേക്കു തിരിച്ചുപോക്ക് ബുദ്ധിമുട്ടാണ്. പുതിയ കുട്ടികൾ അതിൽ കളി തുടങ്ങി. കപ്പൽക്കച്ചവടം നടത്തുന്ന തിനെക്കുറിച്ചു വേണമെങ്കിൽ ഒരു ക്ലാസ്സ് എടുക്കാം. നല്ല കനത്ത ഫീ വാങ്ങിച്ചു കൺസൾട്ടൻസി നടത്താം. കപ്പൽ സ്കറാപ്പ് കൺസൾട്ടൻസിയെന്നു പേരും കൊടുക്കാം. സാധ്യതകളെ കുറിച്ചു കേണൽ ചിന്തിച്ച് ഉറക്കത്തിലേക്കു വഴുതി വീണു.

പത്ത്

# ജേർണലിസ്റ്റിന്റെ പരിഹാരക്രിയ

**പ**രാജയങ്ങൾ കേണലിനെ തളർത്തി. തന്റെ ഉന്മേഷം നഷ്ടപ്പെട്ടത് എങ്ങനെയാണെന്ന് മനസ്സിലാക്കാതെ കേണൽ വീടിന്റെ നടുത്തളത്തിൽ അലസമായി നടന്നു. ലോലിതയുടെ വീടിന്റെ ഗേറ്റ് തുറക്കുന്ന ശബ്ദ മാണ് അയാളെ വീണ്ടും ഉണർത്തിയത്. അയാൾ വീണ്ടും ഓടി; ആ ചെറിയ ഇരുട്ടുമുറിയിലേക്ക്. പെട്ടെന്ന് എവിടെ നിന്നോ ഉന്മേഷം തിരിച്ചു കിട്ടിയതുപോലെ. ആ ചെറിയ സുഷിരത്തിലൂടെ കണ്ണ് എത്തിച്ചു പിടിച്ച പ്പോൾ ലോലിതയേയും കുമാരിയമ്മയേയും കണ്ടു. ലോലിത എന്ന ചിന്ത പോലും അയാളുടെ ശരീരത്തിൽ മാറ്റങ്ങൾ ഉണ്ടാക്കി. പക്ഷേ, നേർക്കുനേർ കാണാനുള്ള ആത്മവിശ്വസം ഇപ്പോഴും കേണലിന് ഇല്ല. അതിശക്തമായ പ്രകാശ ജ്വാലയിൽ നിന്നും വരുന്ന ശക്തിപ്രവാഹം ഒരുപക്ഷേ, പൊന്നുരുക്കും ശാലയിലെ താപദീപ്തമായ ഗോളങ്ങളിൽ നിന്നും ധാര ധാരയായി ഈ ചെറിയ ഇരുട്ടുമുറിയിൽ എത്തിച്ചാൽ മതി. കൂടുതൽ പ്രകാശം താങ്ങാനുള്ള കഴിവ് കേണലിന് ഇല്ല. ഇടയ്ക്കു ചിന്തിക്കും ഈ പ്രശ്നത്തിനു പരിഹാരം ഉണ്ടാക്കാൻ ആ കുമാർ തന്നെ വേണ്ടി വരും. അയാൾക്ക് ശനിയും ഞായറും അല്ലാതെ സമയ മില്ല. തന്റെ രഹസ്യങ്ങൾ അറിയുന്ന ആകെയുള്ള ഒരു പുതുതലമുറ ക്കാരൻ.

**ഇ**തിനിടയിൽ കുമാറിന്റെ സുഹൃത്ത് നന്ദൻ ജെ.ടി.സെഡ് കൺസൽ ട്ടൻസി കമ്പനിയിൽ രണ്ടു മാസത്തെ മാധ്യമ ബിസിനസ് കൺസൾ ട്ടിങ് വിഭാഗത്തിൽ കോൺട്രാക്ടർ ആയി പ്രവേശിച്ചു. കുമാർ നന്ദനെ എല്ലാവർക്കും നന്നായി പരിചയപ്പെടുത്തി. ഇയാൾ സി.എൻ.എൻ ചാനലിനു വേണ്ടി സിറിയയിലും ഇറാഖിലും യുദ്ധമുഖം റിപ്പോർട്ടു ചെയ്ത ഇന്റർനാഷണൽ മീഡിയ താരമാണ്. മാത്രമല്ല ഒരു ഫിലോസ ഫറാണ്. ഈ പല്ലവി ഏതാണ്ട് മുപ്പത് പേരുടെ അടുത്ത് എത്തിയ പ്പോഴേക്കും നന്ദന് തന്നെ വല്ലായ്മ തോന്നിത്തുടങ്ങി.

വിദേശ മാധ്യമ കമ്പനികളിൽ നിന്നും കുറച്ചുകാലത്തെ ഒരു ഇട വേള. മറ്റൊരു ഇരിപ്പിടത്തിൽ. യുദ്ധഭൂമിയിലെ ഒളിത്താവളങ്ങളിൽ നിന്നും കൊച്ചിയിലെ ഇരിപ്പിടത്തിൽ. കുറെ കാലത്തിനുശേഷം മലയാളം സംസാരിക്കുന്നതു കേൾക്കുന്നതിലുള്ള ആഹ്ലാദം നന്ദൻ മറച്ചു വെ ച്ചില്ല. എല്ലാവരും മീഡിയ കൺസൾട്ടന്റ് ഫിലോസഫറിനെ ഒരു ആകാംക്ഷയോടെയാണ് പരിചയപ്പെടുന്നത്. കൊച്ചിയിൽ എത്തി ആദ്യ ദിവസം കൊണ്ടുതന്നെ നന്ദനെ ഓഫീസ് ജീവനക്കാർ കണ്ടിരുന്ന കാഴ്ച പ്പാട് മാറി. പുതിയ ജോലി. പുതിയ കാഴ്ചപ്പാട്.

ഇതിനിടയിൽ വിനു എന്ന ചെറുപ്പക്കാരൻ അടുത്തിരിക്കുന്ന പെൺ കുട്ടിയെ ശ്രദ്ധിച്ചു. പെൺകുട്ടിയും പുതിയതായി കമ്പനിയിൽ ജോലിക്കു ചേർന്നതാണ്. പെൺകുട്ടിയുടെ ശ്രദ്ധ ആകർഷിക്കാൻ വിനു പല വിദ്യ കളും ശ്രമിച്ചുനോക്കി. പെൺകുട്ടി മൗനത്തിൽ തുടരുന്നു എന്നു മനസ്സി ലാക്കിയപ്പോൾ വിനു നന്ദനെ പരിചയപ്പെടുത്തി.

“ദേ...ഇയാളെ പരിചയപ്പെട്ടോ.. സി.എൻ.എൻ. മീഡിയയിൽ നിന്നാണ്. ഇന്റർനാഷണൽ മീഡിയ താരമാണ്. സൂക്ഷിച്ചില്ലെങ്കിൽ ടീവിയിൽ വാർത്ത വരും...”

വീണ്ടും വീണ്ടും അതു കേൾക്കുന്നതുകൊണ്ട് നന്ദൻ അത്ര കാര്യ മായി എടുത്തില്ല. നന്ദൻ തന്റെ ജോലി തുടർന്നു. ഇതിനിടയിൽ ആ പെൺകുട്ടി ചോദിക്കുന്നത് നന്ദൻ കേട്ടു.

“ഞാൻ ടീവിയിൽ കണ്ടിട്ടില്ലല്ലോ, ടീ.വി ജേർണലിസ്റ്റ് എന്താ ഇവിടെ? എന്നെ പറ്റിക്കരുത്.”

“അതേടോ..” വിനു ശരി വെച്ചു.

“എന്നെ പറ്റിക്കരുത്.” പെൺകുട്ടി വീണ്ടും ചോദിച്ചു ഉറപ്പു വരുത്തി.

“ശരിക്കും” വിനു തലയാട്ടി.

“എന്നെ പറ്റിക്കരുത്.” പെൺകുട്ടി ആവർത്തിച്ചു.

“തന്നെ ആരോ കാര്യമായി പറ്റിച്ചിട്ടുണ്ട്.” വിനു എന്തോ ആത്മഗതം പറഞ്ഞു തന്റെ ജോലി തുടർന്നു.

ഇത്രയും കേട്ട നന്ദൻ ഇതാരാണ് ഒരു നടി എന്ന ഭാവത്തോടെ തിരിഞ്ഞു നോക്കി.

“എന്റെ മോളെ ജേർണലിസം എന്റെ ജോലിയാണ്. കുറച്ചു കാലം സിറിയയിലും ഇറാഖിലും യുദ്ധം റിപ്പോർട്ടു ചെയ്തു. അതായിരുന്നു ജോലി. ഇവിടെ അതുമായി ബന്ധപ്പെട്ട മീഡിയ ഐ.ടി. കൺസൾട്ടി ങ്ങിനു വന്നതാണ്. അല്ലാതെ ഞാൻ അത്ര വലിയ ഇന്റർനാഷണൽ ജേർണലിസ്റ്റ് അല്ല. ഇവർ എന്നെ പറഞ്ഞു പറഞ്ഞു കളിയാക്കുന്ന താണ്.”

“ശരിക്കും?”

''ദേ പിന്നെയും ഞാൻ എന്തിനാ തന്നെ പറ്റിക്കുന്നത്.. അല്ലാ ഈ ഇന്റർനാഷണൽ ജേർണലിസ്റ്റ് എന്നതുകൊണ്ട് ഇവിടെ ആകാശം ഇടിഞ്ഞു പൊളിഞ്ഞു വിഴോ... തന്നെ പറ്റിച്ചിട്ട് ഞാൻ എന്ത് നേടാൻ?"

"ഈ കുട്ടിയെ ആരോ കാര്യമായി പറ്റിച്ചിട്ടുണ്ട്." വിനു ഇത്തവണ നന്ദനോട് ചിരിച്ചു കൊണ്ടു പറഞ്ഞു.

ഒരു നിമിഷം നന്ദൻ ചിന്തിച്ചു. 'ഇത് ഈ കുട്ടിയുടെ വലിയ ആകാംക്ഷയാണ്. അതു പുറത്തു കാണിക്കാതെ അഭിനയമാണ്. എന്തെങ്കിലും കാരണം കാണും.'

വീണ്ടും ഒരു തവണ കൂടി നന്ദൻ അവരെ നോക്കി. ഏതോ ഒരു തന്മയീഭാവം അവളുടെ കണ്ണുകളിൽ അയാൾ കണ്ടെടുത്തു.

'എന്തായിരിക്കും അതിനു കാരണം. അത് വെറും ഒരു ആരാധനയല്ല. ഒരു പക്ഷേ ജേർണലിസം പഠിക്കണമെന്ന് വല്ല സ്വപ്നവും കണ്ടു കാണണം പാവം.' എന്തെങ്കിലും ആകട്ടെ എന്നു കരുതി അയാൾ ജോലി തുടർന്നു.

'സത്യം പറഞ്ഞാൽ വിശ്വസിപ്പിക്കാൻ ബുദ്ധിമുട്ടുള്ള കാലമായി.' നന്ദൻ ആത്മഗതം ചെയ്തു.

രണ്ടു മണിക്കൂർ കഴിഞ്ഞപ്പോൾ അതെ പെൺകുട്ടി നന്ദന്റെ വലതു വശത്ത് വന്ന് ഒരു ചെറിയ ഇന്റർവ്യൂ നടത്തി.

"എന്താ അടുത്ത പരിപാടി. ഇവിടെ കുറെകാലം ഉണ്ടാകുമോ?"

"ഇവിടെ രണ്ടു മാസം. ഏറിയാൽ നാലു മാസം. അതിനുള്ളിൽ ഇവിടത്തെ ജോലി തീരും. കേരളത്തിൽ ജോലി ചെയ്യണമെന്ന് വളരെ ചെറുപ്പത്തിലേ ആഗ്രഹിച്ചതാ. അത് ഇങ്ങനെ പല ഗതി മാറി ഇങ്ങനെയൊക്കെയായി."

"നല്ലപോലെ മനസ്സിൽ ആഗ്രഹിച്ചാൽ നടക്കും. ഒരു ജോലിയല്ലേ ആഗ്രഹിച്ചത്. വിദേശത്തേക്ക് ജോലിക്കു പോകേണ്ടി വന്നത് നന്ദന്റെ ആഗ്രഹത്തിന്റെ തീവ്രത കുറവുകൊണ്ടാണ്."

നന്ദൻ ഒരിക്കൽ കൂടി ആ പെൺകുട്ടിയെ നോക്കി. ഇത്ര ആധികാരികമായി ആഴത്തിൽ സംസാരിക്കുന്ന പുതിയ അവതാരം. ഒരു കാര്യം ഉറപ്പാണ്. പുസ്തകം വായിച്ചു ശീലമുള്ളവർക്കും ലോകത്തെ വളരെ വിശാലമായി കാണാൻ കഴിയുന്നവർക്ക് മാത്രം പറയാൻ കഴിയുന്ന ഒരു വാചകമാണ് അവൾ പറഞ്ഞത്. നന്ദൻ അവളുടെ കണ്ണുകളിലേക്ക് നോക്കുന്നതിനിടയിൽ അവൾ പറഞ്ഞു.

"എന്റെ ഡാഡിക്ക് ടീ.വി ചാനൽ ഉണ്ട്. എന്റെ പിന്തുണയുണ്ടാകും..."

നന്ദൻ ഒന്ന് ഞെട്ടി. "പിന്തുണയ്ക്കാം എന്നു പറഞ്ഞതിലല്ല. അതു പറഞ്ഞ താളവും നോട്ടവും. അതെ. ഇത് തന്മയീ ഭാവം തന്നെ."

"കേരളത്തിൽ ജോലി കിട്ടാൻ നന്ദന് ഒരു ബുദ്ധിമുട്ടും ഉണ്ടാവില്ല."

പെൺകുട്ടിയുടെ ആകാംക്ഷയും മനോഭാവവും കണ്ടു പുഞ്ചിരിച്ച നന്ദൻ പെട്ടെന്ന് വിഷയം മാറ്റി. "എന്താ തന്റെ പേര്?"

"ഏലീ അല്ലെങ്കിൽ എലിസബത്ത്... ഏലീ വിളിച്ചോളൂ."

"രാജകുമാരിയുടെ പേരാണ്."

ഇതിനിടയിൽ കുമാർ നന്ദനെ തേടി എത്തി.

"സെറ്റിൽ ആയില്ലേ?"

"യെസ് യെസ്."

"ഇത് കേരളമാണ്." കുമാർ ഓർമിപ്പിച്ചു.

"എന്താ അങ്ങനെ പറയണേ?"

"വല്യ ഇംഗ്ലീഷ് ജാടയൊന്നും വേണ്ട."

"ഇംഗ്ലീഷ് മലയാളം പോലെ ഒരു ഭാഷയാണ്. അതെങ്ങനെയാണ് ജാടയാവുന്നത്?" നന്ദൻ ചോദിച്ചു.

"ഇംഗ്ലീഷ് സംസാരിക്കുന്നവരെ പുച്ഛിക്കുന്നവർ ധാരാളം ഉള്ള സ്ഥല മാണ്." കുമാർ പറഞ്ഞു.

"മലയാളം സംസാരിച്ചാൽ സാറിനു കൊള്ളാം. സാറിന് ഇവിടത്തെ ആൾക്കാരെ അറിയില്ല. കേരളത്തിൽ തിരിച്ചെത്തിയെന്നു കരുതി ഞാൻ മുമ്പ് പറഞ്ഞപോലെ കസവു മുണ്ടിട്ട് ഓവറാക്കരുത്." കുമാർ കൂട്ടി ച്ചേർത്തു.

"ഈ സാറു വിളി ഒന്നു നിർത്താമോ?" നന്ദന് തുടരെയുള്ള സാർ വിളി അസഹനീയമായി തോന്നിത്തുടങ്ങി.

"ഇല്ല, ഞാൻ ആ വിളി തുടരും... ബഹുമാനം കൊണ്ടു വിളിക്കു ന്നതല്ല. പേടിക്കേണ്ട ഇവിടുത്തെ ഒരു ശൈലിയാണ് സാറ് വിളി." പിന്നെ മറ്റൊരു കാര്യം ഇവിടെത്തെ ജേർണലിസ്റ്റുകളെ നന്നാക്കാൻ നോക്കേണ്ട."

"ഞാൻ ആരെയും നന്നാക്കുന്നില്ല. പോരെ? പക്ഷേ നിങ്ങൾ പറഞ്ഞ പുച്ഛം; അതിൽ എനിക്ക് ഒരു ഭിന്നാഭിപ്രായമുണ്ട്. പുച്ഛത്തോടാണ് നമുക്ക് പുച്ഛം തോന്നേണ്ടത്." നന്ദൻ പറഞ്ഞു.

"കേരളം നന്നാവൂം എന്ന പ്രതീക്ഷിക്കേണ്ട." കുമാർ തന്റെ കാഴ്ച പ്പാട് ഒരിക്കൽകൂടി വ്യക്തമാക്കി.

"ദെ പിന്നെയും... ആയിക്കോട്ടെ."

"ഞാൻ സാറിനു ഒരു മനുഷ്യനെ പരിചയപ്പെടുത്തി തരാം. ഞാൻ പണ്ട് പറഞ്ഞില്ലേ, ടീ.വി ക്യാമറയും പിടിച്ചു നടക്കുന്ന മനുഷ്യന്റെ പിന്നിൽ സാർ ഒരു ക്യാമറ വെച്ച് കേരളത്തിലെ ചാനലിനു വേണ്ടി ഒരു ഫീച്ചർ ചെയ്യണം."

"ആരാ?"

“ഒരു റിട്ടയേർഡ് കേണൽ. ഒരു ഉഗ്രൻ മനുഷ്യൻ.”

“എന്ന് പറഞ്ഞാൽ.”

“കേരളത്തിന്റെ ഏറ്റവും പ്രിയപ്പെട്ട മനുഷ്യൻ.”

“ആരാ ആൾ?”

“കേണൽ രാജൻനായർ റിട്ടയേർഡ് ഐ.എ.സ്. മിലിട്ടറി ഇന്റേലിജൻസ് യു.എൻ.ഒ.”

“എന്നാ പിന്നെ.. ഇന്നു തന്നെ അയാളെ കാണാൻ പോകാം.”

“അയ്യോ.. സാറ് ഒന്ന് സെറ്റിൽ ആവു.“ ആകാംക്ഷ കണ്ട് കുമാർ പറഞ്ഞു.

“എന്നാ വേണ്ട.”

“എന്നെ, ടീ.വി പരിപാടിയിൽ അസിസ്റ്റന്റ് ആക്കണം” ഇടയിൽ കയറി വിനു ചോദിച്ചു.

“എന്റെ ഡാഡിയുടെ ചാനലിൽ ഞാൻ പറയാം.” ഏലീ കൂടി ച്ചേർന്നു.

“ഇവിടെ സ്വന്തമായി ചാനൽ ഇല്ലാത്ത ആരെങ്കിലും ബാക്കിയുണ്ടോ. ഞാൻ കളിയാക്കുന്നതല്ല. ന്യൂസ് ചാനൽ പ്രളയമാണല്ലോ. ഇതൊക്കെ എങ്ങനെ ഓടുന്നു?”

“അതൊന്നും എനിക്കറിയില്ല. ഡാഡി പറയുന്നത് കേൾക്കാം ദിവസവും വാർത്ത ഉണ്ടാക്കിയെടുക്കാനുള്ള ബുദ്ധിമുട്ട്.”

ഇതിനിടയിൽ വിനുവിന് ജേർണലിസ്റ്റിന്റെ ശീലങ്ങൾ പഠിക്കാൻ മോഹം കൂടിത്തുടങ്ങി. ഇടയ്ക്കു നന്ദന്റെ സംസാരശൈലി വിനു അനുകരിക്കും. ഒരു ദിവസം കേണലിനെ കാണാൻ കുമാർ നന്ദനെ കൂട്ടി. പരാജയങ്ങളിൽ നിന്നും കരകയറാൻ ശ്രമിച്ചുകൊണ്ടിരിക്കുന്ന കേണലിന് ഒരു പിടിവള്ളിയായി മാറി നന്ദൻ. വീടിന്റെ മുൻവശത്ത് കസേരയിൽ ഇരുന്നു പത്രം വായിച്ചു ശനിയാഴ്ച ദിവസത്തെ അലസമായി ആസ്വദിച്ചു കൊണ്ടിരുന്ന കേണൽ, നന്ദനും കൂടെ കുമാറും വരുന്നത് കണ്ടു. കുമാറിന്റെ കൂടെയുള്ള ആൾ നന്ദനാണെന്ന് മുഖം കണ്ടപ്പോൾ തന്നെ കേണൽ ഊഹിച്ചു. കാലിൽ കാലും കയറ്റി ഇരിക്കുന്ന സ്ഥലത്തും നിന്നും മാറാതെ തന്നെ അവരോടു തിണ്ണയിൽ ഇരിക്കാൻ കൈ ചൂണ്ടിക്കാണിച്ചു. നന്ദൻ കൂടെയുള്ളത് കേണലിന്റെ ശരീരഭാഷ മാറ്റിയത് കുമാർ അറിഞ്ഞു.

“ഇത്...”

“മനസ്സിലായി... നിങ്ങൾ എത്ര യുദ്ധം കവർ ചെയ്തിട്ടുണ്ട്?” കേണലിന്റെ ആദ്യ ചോദ്യം. ആ ചോദ്യം വീണ്ടും കേട്ട് നോക്കിയാൽ ‘നിങ്ങൾ ആരുവ?’ എന്ന ശബ്ദമായി ആർക്കും തോന്നിയേക്കാം.

“നാല്.”

"ഞാനും മിലിറ്ററി ഇന്റലിജന്റ്സിലായിരുന്നു..." അതു കേട്ടതും കുമാർ നന്ദനെ നോക്കി കണ്ണടിച്ചു കാണിച്ചു.

"കേണൽ സാറ് വേറെ ലെവലാണ്." കുമാർ ഒന്ന് കൂട്ടിവെച്ചു.

അതു തന്നെയൊന്ന് ഇരുത്തിയപോലെ കേണലിനു തോന്നിയെങ്കിലും ജാള്യത കാണിക്കാതെ..

"നന്ദൻ എനിക്ക് നിങ്ങളെ ഒറ്റനോട്ടത്തിൽ ഇഷ്ടപ്പെട്ടു. യുദ്ധം കവർ ചെയ്യുന്ന മനുഷ്യരെ എന്നും എനിക്ക് ബഹുമാനമാണ്. ഈ നാട്ടിൽ കംപ്ലീറ്റ് മരമണ്ടന്മാരാണ്. ഒരു പെണ്ണ് മുഖ്യമന്ത്രിയെ വട്ടം കറക്കുന്നു. ഇവിടെ ഒരെണ്ണം പഞ്ചായത്തിനെ മുഴുവൻ പറ്റിക്കുന്നു. ഒരു ലോലിത." മുഖവുരയില്ലാതെ കേണൽ നേരെ കാര്യത്തിലേക്ക് കടന്നു.

"ഈ വിഷയത്തിൽ തനിക്കു ഇടപെടാൻ പറ്റോ?"

"പക്ഷേ, എന്താ പ്രശനം?" നന്ദൻ ചോദിച്ചു.

"പ്രശ്നം ഒരു മീൻകാരൻ ആണ്."

"ഞാൻ എന്ത് ചെയ്യണം?" നന്ദൻ താടിയിൽ കൈ കൊടുത്തു.

"അവൻ ഇനി മീൻ വിൽക്കരുത്."

"കാരണം."

"അവൾ ഒരു അതിസുന്ദരിയാണ്." കേണൽ നാടകീയമായി പറഞ്ഞു.

"സുന്ദരിമാർ മീൻ കഴിക്കാൻ പാടില്ലേ?" നന്ദനും നാടകീയമായി ചോദിച്ചു.

"സുന്ദരി ന സ്വാതന്ത്ര്യ മർഹതി എന്നല്ലേ മനുസ്മൃതി പറഞ്ഞിരിക്കുന്നത്." യാന്ത്രികമായി കേണൽ ചിരിച്ചു നന്ദന്റെ മുഖത്തേക്കു നോക്കി.

കുമാർ ചിരി തുടങ്ങി. നടക്കുന്ന കാര്യങ്ങളെ കുറിച്ച് ഒരു സംക്ഷിപ്തരൂപം കുമാർ നന്ദനെ അറിയിച്ചു. കഥ മുഴുവൻ കേട്ടപ്പോൾ നന്ദൻ ഒരു മിനിറ്റിൽ കേണലിന്റെ സുഹൃത്തായി മാറി. ഇങ്ങനെയൊരു മനുഷ്യനെ പരിചയപ്പെട്ടതിൽ നന്ദൻ വളരെ സന്തോഷിച്ചു. താൻ കേരളത്തിൽ വന്നതു വെറുതെയായില്ല. യുദ്ധഭൂമിയിലെ പച്ചമാംസം മണക്കുന്ന ഓർമ്മകളിൽ നിന്നും പച്ച മനുഷ്യരുടെ അടുത്തേക്ക്.

"അതാണ് പ്രശനം. അത്രേ ഉള്ളു. ഇത് ചെറിയ പ്രശ്നം."

"എന്താ ചെയ്യാ.. കുറേപേര് ഇടപ്പെട്ടിട്ടു നടന്നിട്ടില്ല... എളുപ്പമാണെന്ന് വിചാരിക്കേണ്ട. അവൻ നിസ്സാരക്കാരനല്ല. നിങ്ങളുടെ ടീ.വി മീഡിയ ക്യാമറ സൂത്രം വെച്ച് വല്ലതും ചെയ്തു നോക്കാമോ എന്നാണ് ഞങ്ങളുടെ ഒരു ചിന്ത."

"എന്റെ ക്യാമറ അതിനു ഉപയോഗിക്കണോ? ചെറിയ എന്തെങ്കിലും വഴി പോരെ? ചെറിയ പ്രശ്നം അവസാനിപ്പിക്കാൻ നാട് മുഴുവൻ അറിയിക്കേണ്ട."

"എന്നാൽ പറയൂ... എന്തു ചെയ്യും?"

"ഒരു പുതിയ ബിസിനസ് തുടങ്ങാം."

"എന്താ അത്?"

"നല്ല ഫ്രഷ് മീൻ ക്യാച് ഓഫ് ദി ഡേ... അതായത് അന്ന് പിടിച്ച മീൻ വീട്ടിൽ എത്തിക്കുന്ന ബിസിനസ്. ഇത് കൊച്ചിയിൽ വിജയിക്കും. പ്രത്യേകിച്ച് നല്ല മീൻ കിട്ടുന്നില്ല എന്ന പരാതി ഉണ്ട്. എല്ലാം കയറ്റി അയയ്ക്കല്ലേ."

കേണൽ കുറച്ചുനേരം ചിന്തിച്ചു. അതു ശരിയാണെന്നു കേണലിനും തോന്നി. മീനിനെ കുറിച്ചു സംസാരിക്കണമെങ്കിൽ പുതിയ മീൻ കച്ചവടത്തിൽ മുൻ കൈയെടുക്കണം. അതു മാത്രമാണ് വഴി.

"ശരി... എന്നാ പിന്നെ അങ്ങനെ തന്നെ... അത് ശരിയാ അങ്ങനെ ലോറൻസിന്റെ ശല്യം അവസാനിപ്പിക്കും." കേണൽ ശരി വെച്ചു.

"അത് കൊള്ളാം." കുമാറും കൂടിച്ചേർന്നു.

"കേണൽ സാറ് ഇത് സംസാരിക്കാൻ അവിടെ ഒന്നു പോകൂ. ലോലിതയുമായി സംസാരിക്കൂ. അപ്പൊ സത്യം അറിയാലോ."

"നീ മിടുക്കൻ."

"കേരളത്തിലെ ഏറ്റവും നല്ല; അപ്പൊ പിടിച്ച മീൻ പായ്ക്ക് ചെയ്തു രണ്ടു മണിക്കൂറിൽ വീടുകളിൽ എത്തിക്കും."

"അവൾ വിശ്വസിക്കോ?"

"ഒരു മണിക്കൂർ കൊണ്ട് മനുഷ്യഹൃദയം തിരുവനന്തപുരത്തും നിന്നും കൊച്ചിയിൽ എത്തിക്കാമെങ്കിൽ മീൻ നിസ്സാരം." നന്ദൻ നിസാര വൽക്കരിച്ചു.

"അങ്ങനെ ലോറൻസ് ഔട്ട് ആകും..." നന്ദൻ രണ്ടു കൈയും ഉയർത്തി കേണലിനു വാക്കു കൊടുത്തു.

"എടോ, താൻ ഇൻറർനാഷണൽ ജേർണലിസ്റ്റ് തന്നെ. തനിക്കു മാത്രമേ ഇത്ര നല്ല ആശയം വരികയുള്ളൂ. നല്ല ഭാവന ഉപയോഗിച്ചു ഒരു ശല്യം ഒഴിവാക്കുക." കേണൽ പറഞ്ഞു.

"ആരുടെ മനസ്സിനെയും വേദനിപ്പിക്കാതെ നല്ല മീൻ കൊടുത്ത്

കേണലിന്റെ ലോലിതപ്രശ്നം ഞാൻ അവസാനിപ്പിക്കും." നന്ദൻ ഉറപ്പു കൊടുത്തു.

"എന്നാലും ഞാൻ മീൻ കൊടുക്കാ എന്ന് പറഞ്ഞാൽ. എനിക്കു ശീലം ഇല്ല്യ." കേണൽ നെറ്റി ചുളിച്ചു.

"അത് ശരി മീൻ പിടിക്കുകയും വേണം കൈ നനയാനും പാടില്ല എന്നു പറഞ്ഞാൽ... അത് ശരിയാവില്ല."

"നമ്മുടെ ഓഫീസിൽ ഒരു ജോപ്പൻ ഇങ്ങനെ ഒരു ഏർപ്പാട് ചെയ്യു ന്നുണ്ട്...." കുമാർ ഓർമപ്പെടുത്തി.

"ആ അപ്പൊ പിന്നെ എളുപ്പമായി..."

"അയാളോട് പറയൂ... ഞാൻ ഇത് അവതരിപ്പിക്കാം... മീൻ അവൻ കൊടുത്തോട്ടെ."

"അവനോടു എന്നെ വന്നുകാണാൻ പറയൂ?" കേണൽ അവരോ ടായി പറഞ്ഞു.

ജോപ്പൻ ഫ്രഷ് മീൻ കൊടുക്കുന്നതിനു മൊബൈൽ ഫോണിൽ ഒരു ആപ് ഉണ്ടാക്കി കൊണ്ടിരിക്കുകയാണ്. കൂടെ ഐ.ഐ.എംൽ നിന്നും എം.ബി.എ എടുത്ത ഒരു ചെറുപ്പക്കാരനുമുണ്ട്. ഇത് ഇന്ത്യയിലെ പുതിയ പ്രതിഭാസമാണല്ലോ. സമൂഹം മാന്യത കാണാതിരിക്കുന്ന ജോലികൾ പലതും വലിയ ബിസിനസ് ആക്കി മാറ്റാൻ ഐ.ഐ.എംൽ നിന്നും എം.ബി.എ ഡിഗ്രി എടുക്കേണ്ട സാഹചര്യമാണ് ഇപ്പോൾ കണ്ടുകൊണ്ടി രിക്കുന്നത്. ഫ്രഷ് മീൻ അല്ലെങ്കിൽ ക്യാച്ച് ഓഫ് ദി ഡേ വീടുകളിൽ എത്തിക്കുക എളുപ്പമുള്ള കാര്യമല്ല. അതിന് അങ്ങനെയുള്ള ബുദ്ധി തന്നെ വേണ്ടി വരും.

കുമാറും നന്ദനും കേണലിന് കൈകൊടുത്തു പിരിഞ്ഞു. കേണൽ സൽക്കാരത്തിന് ക്ഷണിച്ചെങ്കിലും പോലീസ് മണപ്പിക്കും എന്ന് പറഞ്ഞ് കുമാർ ഒഴിഞ്ഞു മാറി.

തിരിച്ചു വരുന്നതിനിടയിൽ കുമാർ നന്ദനെ പുകഴ്ത്തി. "സാറ് എത്ര പെട്ടെന്നാ പ്രശ്നം അവസാനിപ്പിച്ചത്."

നന്ദൻ ചിരി തുടങ്ങി. അത് പൊട്ടിച്ചിരിയായി. "കേണൽ ഇനിയും അനുഭവിക്കും. ഈ ജോപ്പൻ എന്ന് പറയുന്ന നമ്മുടെ ഓഫീസിലെ മീൻ വില്പനക്കാരൻ ഒരു ആറടി ഉയരമുള്ള സുന്ദരനല്ലേ. അവൻ ഇവിടെ മീൻ കൊണ്ടുവന്നാൽ പിന്നെ കേണൽ ഉറങ്ങുമോ. അപ്പൊ പുതിയ പ്രശ്നം തീർക്കാൻ നമുക്കു വരാം. ഇനി എന്നെ ഈ വക കാര്യങ്ങൾക്ക് വിളിക്കരുത്. അയാൾക്ക് ഭ്രാന്താണ്." നന്ദൻ ചിരിച്ചുകൊണ്ടു തന്നെ കുമാറിനോടു പറഞ്ഞു.

"അല്ല. നന്ദന് ഒരു കോളം വാർത്തയ്ക്കുള്ള മനുഷ്യനെ കാണിച്ചു തന്നതിന് എന്നോട് നന്ദി പറയണം." കുമാർ ചിരിച്ചുകൊണ്ട് പറഞ്ഞു.

"ഇങ്ങനെ ഒരുപാടു പേരുണ്ട്. ഞാൻ ആദ്യമായി ഫ്രാൻസിൽ പോയ സമയത്താണ് ഡയാനയെ പിന്തുടർന്നിരുന്ന പാപ്പരാസികളുടെ യഥാർത്ഥ പ്രവർത്തന രീതികളെക്കുറിച്ച് പഠിച്ചത്. ഇത് കേരളത്തിന്റെ മാത്രം പ്രശ്നമല്ല."

"പുളു.. ഫ്രാൻസിൽ പോയി എന്ന് പറയാൻ വേണ്ടിയല്ലേ ഇതെന്നോടു പറഞ്ഞത്? ഇതൊക്കെ പത്രം വായിച്ചാൽ കിട്ടുന്ന അറിവാണ്."

"എന്നാൽ പുളു... സ്വന്തം ജോലിയെക്കുറിച്ച് സംസാരിക്കുന്നത് തനിക്ക് പുളു... ഞാൻ എന്തിനാ പുളു പറയുന്നത്?"

"ശരി വിശ്വസിച്ചു. ഞാൻ അവിടെ പോയിട്ടില്ല. ഞാൻ കാണാത്ത സ്ഥലത്തെ കുറിച്ച് എന്നോട് പറഞ്ഞാൽ ഇങ്ങനെ പ്രതികരിക്കുക എന്നതാണ് എന്റെ ഒരു രീതി." കുമാർ കുസൃതിയോടെ പറഞ്ഞു.

ജേർണലിസ്റ്റിന്റെ സൂത്ര പരിപാടി കേണലിനു ഇഷ്ടപ്പെട്ടെങ്കിലും ഇത് അവതരിപ്പിക്കുന്ന കാര്യത്തിൽ ശങ്ക കയറി ബോധം നഷ്ടപ്പെടുമെന്ന അവസ്ഥയായി.

അയാൾ ചിന്തിച്ചു പല വഴികൾ കണ്ടെത്താൻ ശ്രമം നടത്തി. 'വലിയ അസുഖമാണെന്ന് പറഞ്ഞ് ആശുപത്രിയിൽ പ്രവേശിപ്പിക്കുക. ആരെയെങ്കിലും വിട്ട് അയൽവാസി ആശുപത്രിയിലാണെന്നു പറഞ്ഞാൽ ഒന്നു വരാതിരിക്കുമോ? പക്ഷേ, വലിയ അസുഖമാണെന്ന് വിചാരിച്ചാൽ എന്റെ സാധ്യത ഇല്ലാതാകാനും സാധ്യതയുണ്ട്. എങ്ങനെയൊന്ന് അടുപ്പിക്കും എന്നതാണ് വലിയ പ്രശ്നം. അടിയുണ്ടാക്കാൻ എത്ര എളുപ്പം. അതു തന്റെ ശക്തിയാണ്. അടിയുണ്ടാക്കുന്ന അത്ര എളുപ്പമല്ല അടുപ്പിക്കൽ. എന്തെങ്കിലും വഴി കാണണം. മീൻ ഇഷ്ടപ്പെടുന്നവരെ മീൻ തന്നെ ഉപയോഗിച്ചു കുഴിയിൽ വീഴ്ത്താം. അതു തന്നെയാണ് അതിന്റെ ശരി.' കേണൽ ആത്മഗതം അവസാനിപ്പിച്ചു.

മീൻ പിടിക്കണമെങ്കിൽ മീൻ ഇഷ്ടപ്പെടുന്ന ഭക്ഷണം തന്നെ കൊടുക്കണം. 'എത്ര ചെറിയ സൂത്രം.' ഇതു ലോകം തന്നെ കീഴ്പ്പെടുത്താൻ കഴിയുന്ന സൂത്രം. ഡെയിൽ കർണഗി എന്ന വലിയ ചിന്തകനും ഈ സൂത്രം മനുഷ്യരെ പഠിപ്പിച്ചിട്ടുണ്ട്. താൻ തെറ്റു ചെയ്യുന്നില്ല എന്നു ഉറപ്പു വരുത്താൻ ഏറ്റവും നല്ലതു ഇത്തരം വ്യക്തികളെ കൂട്ടു പിടിച്ചു സംസാരിക്കുന്നതാണ്. പുതിയ ചിന്തകൾക്കുവേണ്ടി കേണൽ പുറത്തേക്കു ദൂരത്തേക്ക് സൂര്യനെ നോക്കി നിന്നു. സൂര്യകിരണങ്ങൾ എന്തെങ്കിലും വഴികൾ പുറംലോകത്തു നിന്നും കൊണ്ടുവരാതിരിക്കില്ല. കൈകൾ അരയിൽ പിടിച്ചു ഇടയ്ക്ക് തലയിൽ ചൊറിഞ്ഞു. ഇടയ്ക്ക് മീശ പിരിച്ചു, വലിയ രാജാവിന്റെ ഭാവത്തിൽ സ്വയം അഭിനയിച്ചു. 'പ്ലാൻ എ ഉപയോഗിക്കണമോ അതോ പ്ലാൻ ബി വേണോ?' ലോലിതയുടെ കാര്യമായതുകൊണ്ട് ഏതു സമയത്തും പ്ലാൻ മാറി പുതിയ എന്തെങ്കിലും രീതി വേണ്ടിവരും. ആരുടെയും കുഴപ്പമല്ല. സങ്കീർണമായ നയതന്ത്ര പ്രശ്നം തന്നെയാണ്.

പതിനൊന്ന്

# ലോലിതയും കേണലും

'എങ്ങനെയാണ് ലോലിതയോട് പുതിയ മീൻ സംരംഭത്തെക്കുറിച്ച് സംസാരിക്കേണ്ടത്.' കേണൽ രാജൻനായരുടെ തലചക്രം ഉരുളാൻ തുടങ്ങി. ജേർണലിസ്റ്റിന്റെ പരിഹാരം കൊള്ളാം. പക്ഷേ പൂച്ചയ്ക്ക് എങ്ങനെ, ആര്, എവിടെവെച്ചു മണി കെട്ടും. താൻ തന്നെ പോയി അവതരിപ്പിച്ചില്ലെങ്കിൽ തനിക്ക് വിലയുണ്ടാവില്ല. ഒരു പെണ്ണിന്റെ മുന്നിൽ വലിയ ആളാവാൻ ശ്രമം തുടങ്ങി കാലം കുറെയായി. അവളുടെ മനസ്സിൽ കയറാൻ കിട്ടിയ അവസാനത്തെ വഴിയാണ്. നേരെ പോയി മീനിന്റെ കാര്യം അവതരിപ്പിച്ചാൽ സംശയം തോന്നിയേക്കാം. അവിടേക്കു പോകാൻ ഒരു പ്രത്യേക വിഷയം ഇല്ല. എന്തെങ്കിലും വിഷയം ഉണ്ടാക്കാതെ സംസാരിക്കാൻ കഴിയില്ല. തന്റെ അഭിമാനത്തിന് കോട്ടം തട്ടുന്ന ഒന്നും ചെയ്യാൻ കേണൽ തയ്യാറല്ല. കേണൽ വീണ്ടും കുമാറിനെ ഫോൺ ചെയ്തു.

"അല്ലാ നിന്റെ ജേർണലിസ്റ്റിന്റെ പരിപാടി എനിക്കിഷ്ടപ്പെട്ടു. പക്ഷേ ഞാൻ ഇത് ഇപ്പൊ എങ്ങനെ പോയി അവതരിപ്പിക്കാ?"

"സൂത്രം പറഞ്ഞു തന്നാൽ പോര... ഇനി അത് നടപ്പിലാക്കാനും വയ്യേ...."

"എന്നാലും അവൾക്കു വല്ല സംശയവും തോന്നിയാലോ?"

"എന്റെ കേണൽ സാറേ, സാറിനെ കൊണ്ട് തോറ്റു... ഇത്ര പേടിയാണോ?" കുമാർ ചിരി തുടങ്ങി.

"കുമാരാ മോനേ നീ എന്നെ കളിയാക്കല്ലേ... എനിക്കവളെ നഷ്ടപ്പെടാൻ പാടില്ല. ഇത് അവസാനത്തെ കളിയാണ്. എന്തെങ്കിലും പറഞ്ഞ് അവളുടെ വീട്ടിൽ പോകാൻ ഒരു സൂത്രം പറയൂ... എനിക്ക് മാനക്കേട് ഉണ്ടാക്കാത്ത എന്തെങ്കിലും കാര്യം."

"അതല്ലേ നന്ദൻ പറഞ്ഞ സൂത്രം... പുതിയ മീൻ കച്ചവടം. ഏറ്റവും ഫ്രഷ് മീൻ കൊടുക്കാം എന്നു പറഞ്ഞാൽ ഏതു പെണ്ണും ഇഷ്ടപ്പെടും..." കുമാർ താളത്തിൽ വാചകമടിച്ചു.

"പക്ഷേ അതെങ്ങനെ, ഞാൻ നേരെ പോയി പറയും... നേരെ പറ

ഞാൽ വല്ല സംശയവും തോന്നിയാലോ?"

"ഓ അങ്ങനെ.... ഒന്നും അറിയാത്ത പോലെ വെറുതെ പോകുമ്പോ പറഞ്ഞതാണ് എന്ന മട്ടിൽ പറയണം...ഇനി അതിനും ഒരു സൂത്രം ഞാൻ പറഞ്ഞു തരണോ...." കുമാർ തലയാട്ടിക്കൊണ്ട് കേണലിനോടു ചോദിച്ചു.

"അതെ." കേണൽ കുട്ടികളെ പോലെ തല താഴ്ത്തി.

"അത് സിമ്പിൾ."

"എങ്ങനെ?"

"എങ്ങനെയെന്നു ചോദിച്ചാൽ...ശരിയാണ് കുറച്ചു ബുദ്ധിമുട്ടാണ്. കുറച്ച് കാശ് ചിലവാക്കേണ്ടി വരും."

"കാശ് ചിലവാക്കിയിട്ടുള്ള പരിപാടി നിർത്തി ഇനി അതു വേണ്ട."

കേണലിന്റെ നിസ്സഹായത കണ്ട് കുമാർ ചിരി തുടങ്ങി. പെട്ടെന്ന് ചിരി നിർത്തി. കേണലിനോട് സഹതാപം കാണിച്ചു. കുമാർ അടുത്ത പദ്ധതിയെ കുറിച്ചു വിവരണം തുടങ്ങി.

"പേടിക്കേണ്ട കേണലിന്റെ കയ്യിൽ വല്ല ക്രിക്കറ്റ്ബോളോ ഫുട്ബോളോ ഉണ്ടോ?"

"അത് വാങ്ങിക്കാമല്ലോ... അതു വാങ്ങിച്ചിട്ട് എന്ത് പ്രയോജനം?"

"അവർ പരിസരത്തുള്ളപ്പോൾ ആ ബോൾ തട്ടി കളിക്കുന്നതിനിടയിൽ അവരുടെ വീട്ടിലേക്ക് ഇടണം." വലിയ യുദ്ധ തന്ത്രം പറയുന്നതുപോലെ അയാൾ പറഞ്ഞു.

"എന്നിട്ട്..."

"ഒന്നുകിൽ അവർ അത് എടുത്തുതരാൻ സഹായിക്കും, അപ്പോൾ സംസാരിക്കാം..."

"തന്നില്ലെങ്കിൽ." കേണൽ മറു ചോദ്യമെറിഞ്ഞു.

"ആ മതിൽ ചാടി."

"അത് വേണോ?"

"വേണ്ട. ഗേറ്റു തുറന്നു പോയി ബോൾ എടുത്തിട്ടു വരണം. അതിനിടയിൽ കുശലം ചോദിക്കാമല്ലോ."

"കൊള്ളാം. നീ ചാണക്യൻ തന്നെ."

കുമാർ ചിന്തിച്ചു. "ഈ കിഴവന്റെ കൃമികടി തീർക്കാൻ തന്റെ ചാണക്യബുദ്ധി മുഴുവൻ ഉപയോഗിച്ചു നശിപ്പിക്കും. എങ്ങനെയെങ്കിലും ഇതിന്റെയുള്ളിൽനിന്ന് തല ഊരിയെടുക്കണം. കെട്ടഴിക്കാൻ നോക്കുന്തോറും ഊരാക്കുടുക്കായി മാറികൊണ്ടിരിക്കുകയാണ്. എന്തായാലും കേണലിന്റെ അടുത്ത നീക്കം അറിഞ്ഞിട്ടാവാം ഇനിയുള്ള കാര്യങ്ങൾ."

"പിന്നെ ഒരു സംശയം ഏതൊക്കെ ചോദ്യങ്ങൾ അവൾ ചോദിക്കും?" കേണൽ മനസ്സിൽ ഉത്തരങ്ങൾ തയ്യാറാക്കി തുടങ്ങി.

"കേണൽ ആദ്യം പറഞ്ഞത് ശ്രമിക്കൂ. ചോദ്യങ്ങളും ഉത്തരങ്ങളും കാണാപ്പാഠം പഠിക്കാതിരിക്കുന്നതാണ് സ്വാഭാവികതയ്ക്ക് നല്ലത്. അവൾ പുതിയ എന്തെങ്കിലും ചോദ്യം ലഭിച്ചാൽ പതറില്ല." കുമാർ ഉപദേശിച്ചു.

കേണൽ ബോൾ വാങ്ങിക്കാൻ അടുത്ത കടയിൽ ചെന്നു. ആദ്യം ഫുട്ബോൾ എന്ന് പറഞ്ഞെങ്കിലും പിന്നെ ക്രിക്കറ്റ് ബോൾ വാങ്ങിച്ചു. ചെറിയ ബോൾ ആവുമ്പോൾ അത് തിരഞ്ഞ് അവിടെ കുറച്ചു സമയം ചെലവഴിക്കാം. എങ്ങനെയെങ്കിലും മീൻ കച്ചവടത്തിന്റെ കാര്യം അറിയിക്കണം.

"എന്താ കേണൽ പുതിയൊരു ക്രിക്കറ്റ് ബോൾ ഭ്രമം?"

"ഇല്ല്യ... വെറുതെ ഒരു വ്യായാമത്തിന് വേണ്ടിയാണ്."

"ക്രിക്കറ്റ് ബോൾ കൊണ്ടോ?"

"അഹ്ഹ്... അതെ അതെ.... ഈ കൈ ബോളിൽ പിടിച്ച് ഇങ്ങനെ തിരിക്കും. അപ്പോൾ റിസ്റ്റിനു നല്ലതാ. പിന്നെ എനിക്ക് ടെന്നീസ് എൽബോ ഉണ്ട്. അതിനു ഡോക്ടർ പറഞ്ഞിട്ടുള്ള ഒരു വ്യായാമമാണ്."

"അതിന് ക്രിക്കറ്റ് ബോൾ തന്നെ വേണോ?"

"ക്രിക്കറ്റ് ബോളാ നല്ലത്." കേണൽ ഉറപ്പിച്ചു പറഞ്ഞു.

"ഏതെങ്കിലും കല്ല് എടുത്തു കൈ തിരിച്ചാലും റിസ്റ്റ്നു നല്ലതല്ലേ?"

"റിസ്റ്റിനു അത് മതി. പക്ഷേ എനിക്ക് ടെന്നീസ് എൽബൊ ഉണ്ടല്ലോ. അതാണ് കൂടുതൽ പ്രശ്നം അല്ല. ഉരുണ്ട ബോൾ ആകുമ്പോൾ മാത്രേ അത് ശരിയാവുള്ളൂ."

"ഈ പണക്കാരുടെ ഓരോ അസുഖങ്ങൾ." പീടികക്കാരൻ കേണൽ കേൾക്കാതെ ആത്മഗതം ചെയ്തു.

"എങ്കിൽ പിന്നെ ടെന്നിസ് ബോൾ തന്നെ കൊണ്ടു പൊയ്ക്കൂടേ? കൈകൊണ്ടു പിടിക്കുമ്പോൾ ഒരു സുഖം കിട്ടും. അതാവും നല്ലത്."

"റിസ്റ്റിനും പ്രോബ്ലെം ഉണ്ടല്ലോ. അതാണ്." കേണൽ ഒരു വിധം പിടിച്ചു നിന്നു. 'കടക്കാരന് ടെന്നിസ് എൽബോയെ കുറിച്ചു നല്ല അറിവാണ്. സിംഗപൂരിൽ ജീവിച്ച എനിക്കു തന്നെ ഈ അറിവ് ഇല്ല.'

"എങ്കിൽ പിന്നെ രണ്ടു ബോളും വേണോ?" ഷോപ്പുടമയുടെ ബുദ്ധി പ്രയോഗം.

കേണൽ ചിന്തിച്ചു. 'ഈ പീടികക്കാരൻ എന്തിനാണ് ആവശ്യമില്ലാത്ത ചോദ്യങ്ങൾ ചോദിക്കുന്നത്. പന്ത് തരാൻ പറഞ്ഞാൽ അത് തന്നാൽ പോരെ... സ്വന്തം കച്ചവടം തന്നെ ഇല്ലാതാക്കുന്നത് എന്തിനാണ്. വെറുതെ അല്ല കേരളത്തിൽ ബിസിനസ് വളരാത്തത്. അനാവശ്യ ചോദ്യങ്ങൾ ആണ്.'

"ഇതു സച്ചിൻ ടെണ്ടുൽക്കർക്ക് വന്ന അസുഖമല്ലേ?" ഷോപ്പുടമ

വീണ്ടും ചോദിച്ചു.

"അതുകൊണ്ടെന്താടോ എനിക്കു വരാൻ പാടില്ലേ. വിദേശ രാജ്യങ്ങളിൽ ഇത്തരം അസുഖം സാധാരണയാണ്." കേണൽ ഒന്നു നീട്ടി പറഞ്ഞു.

"ഇവിടെയുമുണ്ട്. തെങ്ങു കയറുന്നവർക്ക് ഈ അസുഖം വരാറുണ്ട്. അവർ അതിന്റെ കൈമുട്ട് വേദന എന്നു പറയാറുണ്ട്." പീടികക്കാരൻ അഭിമാനത്തോടെ പറഞ്ഞു.

പീടികക്കാരൻ ഒരു സംശയഭാവത്തോടെ കേണലിന് ക്രിക്കറ്റ് ബോൾ കൊടുത്തു. ബോൾ കൊടുക്കുമ്പോൾ ഒരു പൊലീസുകാരൻ നോക്കുന്ന പോലെ ഒരു നോട്ടവും അയാൾ കേണലിനു നേരെ എറിഞ്ഞു. കേണൽ ഒന്ന് പരിഭ്രമിച്ചു.

"അല്ലാ ഞാൻ പറഞ്ഞുവെന്നു മാത്രം. ബാറ്റും സ്റ്റമ്പും വേണോ?"

"അവന്റെ ഒരു കളിയാക്കൽ. അവന്റെ കട നശിച്ചു പോകട്ടെ." മനസ്സിൽ അങ്ങനെ ചിന്തിച്ച് കേണൽ ഒരു ഭാവമാറ്റവുമില്ലാതെ മറുപടി പറഞ്ഞു.

"വേണ്ട." ഒരാളെ കൊല്ലാനുള്ള ദേഷ്യം ആ വാക്കിൽ ഉണ്ടായിരുന്നു.

നടക്കുന്നതിനിടയിൽ കേണൽ ചിന്തിച്ചു. 'പുതിയ ബോൾ കണ്ടാൽ ലോലിതക്ക് വല്ല സംശയവും തോന്നിയാലോ. മനപൂർവ്വം ലോലിതയുമായി സംസാരിക്കാൻ ശ്രമിക്കുന്നതാണെന്ന് തോന്നിയാലോ.' വീണ്ടും കേണലിന്റെ മനസ്സിൽ സംശയത്തിന്റെ തിരമാലകൾ അണപൊട്ടി തുടങ്ങി. വീട്ടിൽ തിരിച്ചെത്തി ബോൾ കളിമണ്ണിൽ ഉരച്ചു പഴയ ബോൾ പോലെയാക്കി. ഇതിനിടയിൽ കേണൽ ലോലിതയെക്കുറിച്ച് ആലോചിച്ച് നെടുവീർപ്പിട്ടു. 'ഒരു മീൻകാരനെ ഒഴിവാക്കാൻ എന്തൊക്കെ ചെയ്യണം. ഇതും പാളുമോ. ഇത്രയും ആൾക്കാർ ശ്രമിച്ചിട്ട് നടക്കാത്തത് ഒരു ക്രിക്കറ്റ് ബോള് കൊണ്ട് ശരിയാക്കാൻ കഴിയുമെന്ന പ്രതീക്ഷ കേണലിന് ഇല്ല. എങ്കിലും സ്വാഭാവികമായ ഒരു പരിചയപ്പെടൽ ഇങ്ങനെ മാത്രമേ സാധ്യമാകുകയുള്ളൂ. ഈ വക കാര്യങ്ങളിൽ അമിത വിശ്വാസം വലിയ പ്രശ്നമാണ്.'

രാത്രിയാവുന്ന സമയം നോക്കി കേണൽ കാത്തിരുന്നു. ആറു മണിയായതും കേണൽ ബാൾ ലോലിതയുടെ വീടിന്റെ അതിർത്തി കടത്തി എറിഞ്ഞു. ആരും കണ്ടില്ലെന്നു ഉറപ്പു വരുത്തി. പതുക്കെ ടോർച്ചുമായി പുറത്തിറങ്ങി. ഇറങ്ങിയതും തിരിച്ചു നടന്നു. നേരെ മുന്നിൽ മീനകാരൻ ലോറൻസ്. തന്റെ ആജന്മശത്രു. കേണൽ പരുങ്ങുന്നതു കണ്ടു ലോറൻസ് ചോദിച്ചു "എന്താ കേണൽ?"

"എന്റെ ഒരു പന്ത് ആ പറമ്പിലേക്കു പോയി. അത് എടുക്കാൻ ഇറങ്ങിയതാ."

"കേണൽ പേടിക്കേണ്ട. ഞാൻ എടുത്തു തരാം." ഇത്രയും പറ

ഞ്ഞതും ലോറൻസ് ലോലിതയുടെ അതിർത്തിയിലേക്കു കയറി. ഒറ്റ നോട്ടത്തിൽ ലോറൻസ് പന്തു കണ്ടുപിടിച്ചു.

"ഇതിനാണോ സാർ ടോർച്ചും എടുത്ത് ഇറങ്ങിയത്?" പന്തു കേണ ലിന്റെ കൈയിൽ കൊടുത്തിട്ടു ലോറൻസ് യാത്രയായി. 'എങ്ങനെ യെങ്കിലും സംസാരിക്കാൻ ഒരു പഴുത് ഉണ്ടാക്കുമ്പോൾ വരും നാശം. അവന്റെ കണ്ണിന് എന്തൊരു കാഴ്ച. മീൻ കഴിച്ചുകഴിച്ച് മീൻകാരന് പാതാളത്തിലേക്കു വരെ കാഴ്ച കിട്ടിയെന്നാണ് തോന്നുന്നത്. എത്ര പെട്ടെന്നാണ് അവൻ ഈ ചെറിയ ബോൾ കണ്ടെത്തിയത്.' കേണൽ പല്ലു ഞെരിച്ചു ആത്മഗതം ചെയ്തു.

അങ്ങനെ ആ പദ്ധതിയും പാളി. 'എത്ര ചെറിയ കാര്യത്തിനാണ് കഷ്ടപ്പെടുന്നത്. ഞാൻ പണ്ട് ഇങ്ങനെയായിരുന്നില്ലല്ലോ. ആരോടും കയറി സംസാരിക്കാറുണ്ട്. എന്തായാലും കുഴപ്പമില്ല. കുമാറിനും വക്കീലിനും മാത്രമേ അറിയൂ. തനിക്കു ഭയമില്ല. അവളോടുള്ള ബഹു മാനമല്ല. പിന്നെ എന്താണ? എന്തോ എന്റെ ചിന്ത ശരിയല്ല. എന്നാലും അതു എന്റെ കുഴപ്പമല്ല. എന്നെ അങ്ങനെ സൃഷ്ടിച്ചത് ആരാ. അതു ഞാൻ അല്ല. ഒരടി കിട്ടിയാൽ തീരുന്നതാണ് തന്റെ പ്രശ്നം. ഇതിന്റെ യുള്ളിൽ എങ്ങനെയെങ്കിലും കുത്തി മറഞ്ഞു ഒരു പ്രശ്നം ഉണ്ടാക്കാതെ തനിക്ക് ഉറക്കം കിട്ടുകയില്ല.' കേണൽ തന്റെ ചിന്തയെ കയറൂരി വിട്ടു.

പന്ത്രണ്ട്

# നിരോധനം

**ഈ** പുതിയ മീൻകച്ചവടത്തേക്കാൾ നല്ല ആശയം മീൻ നിരോധനം കൊണ്ടു വരുന്നതായിരിക്കും. കേണൽ ചിന്തിച്ചു. 'ജേർണലിസ്റ്റിന്റെ ഒരു ഐഡിയ. ഇത്രയും സുന്ദരനായ ചെറുപ്പക്കാരൻ ഐ.ടി രംഗം വിട്ട് മീൻ വിൽക്കാൻ ഇറങ്ങിയാൽ അപകടമാണ്. ഒരു ലോറൻസിനെ കൊണ്ടു പൊറുതിമുട്ടിയിരിക്കുമ്പോഴാണ് ഒരു ജോപ്പൻ. കണ്ടാൽ ആറടി ഉയരം. സുന്ദരൻ. ഫ്രഷ് മീൻ കച്ചവടത്തിന് ഇറങ്ങാൻ പറ്റിയ കോലം. ഇവനൊക്കെ വല്ല സിനിമയിൽ അഭിനയിക്കാൻ പോയികൂടെ? വെറുതെ മീൻ കച്ചവടത്തിനു വന്ന് നാട്ടിൽ സ്വസ്ഥമായി ജീവിക്കുന്ന തന്നെപ്പോലെയുള്ള പുരുഷന്മാർക്ക് കണ്ണിലെ കരടാവാൻ ഇറങ്ങി തിരിച്ചിരിക്കുകയാണ്. ആ ജേർണലിസ്റ്റിനെ പറഞ്ഞാ മതിയല്ലോ. പശു ഇറച്ചി നിരോധിച്ച പോലെ എന്തെങ്കിലും വഴി കണ്ടുപിടിക്കേണ്ടി വരും. എന്ത് പറഞ്ഞാ മീൻ നിരോധിക്കാ. എല്ലാ വഴികളും അടയുകയാണോ? കടലിലെയും പുഴകളിലെയും ആവാസ വ്യവസ്ഥയ്ക്കു വലിയ ആഘാതം വരുത്തുന്നു എന്ന് പറഞ്ഞു വലിയ സമരം നടത്തിയാലോ. അത് വേണ്ട. വിജയിക്കില്ല. മദ്യത്തിനെതിരെ കേരളത്തിൽ സമരം ചെയ്യുന്ന പോലെയിരിക്കും. കൂടുതൽ പേരും മീൻ കഴിക്കാൻ ആഗ്രഹമുള്ളവരാണ്. ആ വഴിക്ക് നിരോധനം നടക്കില്ല.'

'മാലിന്യ പ്രശ്നം എടുത്തിട്ടാലോ? അങ്ങനെ പ്രാദേശിക ജനവികാരം ഇളക്കി വിടാൻ കഴിയും. പക്ഷേ, ഞാൻ മുന്നിൽ നിന്നാൽ ലോകം അറിയും എന്റെ ഉദ്ദേശ്യം അറിയും. രക്ഷയില്ല. വേറെ ആരെയെങ്കിലും വെച്ച് സമരം ചെയ്യിപ്പിക്കണം. ആരെ വിളിച്ചാലും കാശ് ചെലവാണ്. കാശ് വാങ്ങിച്ചു കഴിഞ്ഞു പിന്നെ തിരിഞ്ഞു കൊത്തും. ഒന്നിനെയും വിശ്വസിക്കാൻ കൊള്ളില്ല. എന്നാലും ജനവികാരം ഇളക്കി വിടണം.' കേണൽ ആത്മഗതം ചെയ്തു.

"താൻ ഇത് വരെ അത് വിട്ടില്ലേ?" ശൂന്യതയിൽനിന്നും ശബ്ദം കേട്ട പാതി കേണൽ തിരിഞ്ഞു നോക്കി. കേശു വക്കീൽ വീണ്ടും കയറി വന്നു. കേശു വക്കീലിനെ കണ്ടതും കേണൽ വലിയ ഒരു കോട്ടുവായ വിട്ടു. സിംഗപൂർ ജീവിതകാലത്ത് രണ്ടു മൂന്നു പട്ടികളെ കേണൽ വീട്ടിൽ

വളർത്തിയിരുന്നു. മടിയൻമാരായ പട്ടികൾ. അവയുടെ മോങ്ങൽ പോലെ വളരെ നീണ്ടതാണ് കേണലിന്റെ കോട്ടുവായ.

“എന്നെ കാണുമ്പോൾ താൻ ഇങ്ങനെ നീട്ടി കോട്ടുവായ ഇടണം എന്നില്ല. എനിക്കു മനസ്സിലായി.”

“അയ്യോ.. ഞാൻ അങ്ങനെ ഒന്നും ഉദ്ദേശിച്ചില്ല. നീട്ടി കോട്ടുവായ ഇട്ടാൽ ഉള്ളിൽ ഉറങ്ങിക്കിടക്കുന്ന മൂന്നോ നാലോ കോട്ടുവായ ഒരുമിച്ചു പോകും എന്നാണ് എന്റെ വിശ്വാസം.”

“പഴയ വളർത്തുപട്ടികളിൽ നിന്ന് പഠിച്ചതായിരിക്കും.”

“നല്ല കാര്യങ്ങൾ മൃഗങ്ങളിൽനിന്ന് പഠിച്ചാലും തെറ്റില്ല. കോട്ടുവായ നിരോധിച്ചിട്ടില്ല. ബീഫ് മാത്രമേ നിരോധിച്ചിട്ടുള്ളൂ.”

“കേണൽ, മീൻ നിരോധനമൊന്നും നടക്കില്ല. മീൻകാരൻ ലോറൻസും ലോലിതയും തമ്മിൽ അങ്ങനെ ഒരു ബന്ധം ഉണ്ടെങ്കിൽ മീൻ ഈ പഞ്ചായത്തിൽ നിരോധിച്ചാലും അയാൾ അവിടെ വരില്ലേ? ഇന്ത്യൻ ഭരണഘടന ഇവിടെ സഞ്ചാരസ്വാതന്ത്ര്യം നിഷേധിച്ചിട്ടില്ല. സംസാര സ്വാതന്ത്ര്യവും നിഷേധിച്ചിട്ടില്ല. കോഴിയെ കൊണ്ടുവരും. കോഴി നിരോധിച്ചാൽ പുതിയ എന്തെങ്കിലും കച്ചവടം അയാൾ തുടങ്ങും. അതുമല്ലെങ്കിൽ അയാൾ അടുത്ത പഞ്ചായത്തിൽ മീൻ കച്ചവടം നടത്തും. അപ്പോഴും നഷ്ടം കേണലിനു തന്നെ. അവളെ പിന്നെ കണികാണാൻ കിട്ടില്ല. അവൾ അടുത്ത പഞ്ചായത്തിലേക്ക് താമസം മാറിയാലോ? തീർന്നില്ലേ സാറിന്റെ നോട്ട സുഖം.”

“അത് ശരിയാണല്ലോ. വക്കീൽ എന്താ ഈ ബുദ്ധി മുമ്പേ പറയാതിരുന്നത്?”

“ഒരു ചെറിയ പരിപാടി ചീറ്റിയതുകൊണ്ട് തനിക്ക് എന്നെ വിലയില്ല എന്നു മനസ്സിലായി. താങ്കൾ അടിസ്ഥാനപരമായി ഒന്നു ചിന്തിച്ചു നോക്കൂ. തന്ത്രങ്ങൾ ചിലപ്പോൾ പാളിയെന്ന് വരും.” വക്കീൽ സമർത്ഥിച്ചു.

“വളരെ ശരിയാണ്. ഇനി എന്തു ചെയ്യും. പ്രാദേശിക സംസ്കാരത്തിന്റെ പ്രശ്നം എടുത്തിടാൻ സാധിക്കില്ലേ?”

“ഭരണഘടനാ ഇരുപത്തിനാലാം പരിശ്ചേദ പ്രകാരം.” കേണൽ തന്റെ വഴിക്കു വരുന്നുവെന്നു മനസ്സിലായപ്പോൾ വക്കീൽ വീണ്ടും തല തിരിഞ്ഞ ബുദ്ധിക്കായി ചില ശ്രമങ്ങൾ തുടങ്ങി.

“വേണ്ട. പറഞ്ഞു തുടങ്ങേണ്ട. താൻ ടീവിയിൽ ഇടയ്ക്കു പറയുന്നതു കേട്ടിട്ടുണ്ട്.”

സ്ഥിരം പല്ലവി കേണൽ തടഞ്ഞു. വക്കീലന്മാർ സ്ഥിരമായി ഉപയോഗിക്കുന്ന വാക്കുകൾ ഉണ്ട്. 1. ഭരണഘടന 2. ഷെഡ്യൂൾ 3. ഐ.പി.സി 4. അടിസ്ഥാനപരമായി 5. അവകാശം 6 നിയമപരമായി 7 പരിശ്ചേദം. കേണൽ ചിന്തിച്ചു. ഏഴു വാക്കുകൾ വെച്ച് അവർ ആൾക്കാരെ പറ്റിക്കും. കേണലിന് ഏഴാമത്തെ വാക്ക് കേൾക്കുമ്പോഴേ കലി കയറും.

“എല്ലാം ലൈവ് ആയി കണ്ട് വീഡിയോ റെക്കോർഡ് ചെയ്തു അവരെ പേടിപ്പിച്ചു ഒഴിവാക്കാം. അതാണ് കേരളത്തിൽ ഏറ്റവും സേഫ്

ആയ മാർഗം. സദാചാര പോലീസ് എന്നാണ് ഞങ്ങൾ വിളിക്കുക. സിഡി ക്ലിപ്പ് എന്നാണ് ഇവിടെ നമ്മൾ പറയുന്നത്. മറ്റുള്ളവരുടെ ജീവിതം നശിപ്പിക്കാൻ ഇതാണ് ഏറ്റവും പറ്റിയ മാർഗ്ഗം. അവന്റെ ഒരു ക്ലിപ് ഇറങ്ങിയാൽ പിന്നെ എല്ലാവരും അവനെ ശ്രദ്ധിക്കും. പിന്നെ അവന്റെ ഈ കളി നടക്കില്ല."

"കേട്ടിട്ടുണ്ട്."

"കേൾക്കാനൊന്നുമില്ല. താങ്ങളെ പോലെയുള്ള ആൾക്കാരെ ഞങ്ങൾ വിളിക്കുന്ന പേരാണ്."

"എന്നെ എന്തു വിളിച്ചാലും കുഴപ്പം ഇല്ല. ഈ പ്രശ്നം അവസാനിപ്പിച്ചു കിട്ടണം."

"അവരുംവേണം ചാനൽകാരുംവേണം. രണ്ടുപേരുംകൂടി ഒരുമിച്ച് ഒരു ഓപ്പറേഷൻ."

"പക്ഷേ, ഒരു പ്രശ്നം ഉണ്ട്."

"അങ്ങനെ ഒരു പണി കൊടുത്താൽ പിന്നെ കേണലിന് ലോലിതയെ കണി കാണാൻ കിട്ടില്ല."

"എനിക്ക് കണ്ടില്ലെങ്കിലും കുഴപ്പമില്ല. അവൻ സുഖിക്കേണ്ട."

"ഞാൻ പറഞ്ഞില്ലേ. ഇത് കേണൽ വെറുതെ സങ്കല്പിക്കുന്നതാണ്." വക്കീൽ തുടർന്നു.

"കോടതിക്ക് മുന്നിലും ചാനലിനു മുന്നിലും തെളിവ് വേണം. അല്ലെങ്കിൽ രണ്ടു ദിവസത്തിനുള്ളിൽ എല്ലാം ചൂറ്റിപ്പോകും."

"അങ്ങനെയാണെങ്കിൽ സിഡി ക്ലിപ്പ് തന്നെ ശരണം. അങ്ങനെയാവുമ്പോ പഞ്ചായത്തിൽ ഇത് ഒരു പ്രശ്നമായി എപ്പോഴും നിലനിർത്താൻ പറ്റും. ഒരിക്കലും തീരാത്ത പ്രശ്നം വരുമ്പോൾ ലോറൻസ് മനം മടുത്തു സ്ഥലം വിടും. അങ്ങനെ ലോലിതയുടെ അടുത്ത് കയറിപ്പറ്റാം. ഭീഷണി തന്നെ ശരണം."

"വക്കീൽ പറയുന്നതൊക്കെ എനിക്ക് മനസ്സിലായി. പക്ഷേ, ഇത് ഇവരോട് കളിച്ചിട്ട് നമ്മൾ ജയിക്കോ? മീൻകാർക്ക് നല്ല മനശ്ശക്തിയാണ്, അത്ര പെട്ടന്നൊന്നും അവർ ഒഴിഞ്ഞു പോകില്ല. എളുപ്പമാണ് എന്ന് വിചാരിക്കേണ്ട. എത്ര കളിയാക്കിയാലും അവർക്ക് നാണം ഉണ്ടാകില്ല. അവരാണ് യഥാർത്ഥ മനുഷ്യർ. പച്ച മനുഷ്യരാണ്. അവരെ ഭീഷണിപ്പെടുത്താനും കഴിയില്ല."

"എന്തായാലും മനുഷ്യനല്ലേ? ഒരു വിധം ശല്യമായാൽ തന്നെ പോയിക്കോളും."

"പക്ഷേ, ഇത് വാശി കൂടി പ്രശ്നമായാലോ എന്നാണ് എന്റെ പേടി. സ്നേഹത്തോടെ എന്തെങ്കിലും പണി ഒപ്പിക്കാൻ പറ്റോ?" കേണലിന് വക്കീലിന്റെ ആശയങ്ങളിൽ പരിപൂർണമായ വിശ്വാസം വന്നിട്ടില്ല. ഒരു പക്ഷേ, ഇത്രയും കാലത്തെ കേശു വക്കീലുമായുള്ള അനുഭവം കേണലിന്റെ മനസ്സിൽ ഒരു സംശയം ജനിപ്പിച്ചു. പഴയ ആത്മവിശ്വാസം

അയാൾക്ക് ഇല്ല. എങ്കിലും വക്കീൽ പറയുന്നതിനെ അയാൾ എതിർത്തില്ല.

"എന്റെ മനസ്സിൽ മറ്റൊരു ആശയം വരുന്നുണ്ട്." വക്കീലിന്റെ ബുദ്ധി വീണ്ടും പ്രവർത്തിച്ചു തുടങ്ങി.

"ആശയങ്ങൾ ഒഴുകട്ടെ ഇനി അതിന്റെ ഒരു കുറവ് വേണ്ട."

"കേണൽ സാറിന് ആ മീൻകാരനെ ഓടിക്കാൻ ഇപ്പൊ ചെയ്യുന്ന തന്ത്രം അയാളെ വെച്ച് തന്നെ മറ്റൊരു രീതിയിൽ ചെയ്തൂടെ?"

"മനസ്സിലായില്ല. താൻ ഒന്ന് തെളിച്ച് പറയ്." കേണലിന് ആരോഗ്യം കിട്ടിയ പോലെ തല ഉയർത്തി.

"ആ മീൻകാരനെ വേറെ ഒരു പെണ്ണുമായി ബന്ധപ്പെടുത്തി കഥ യുണ്ടാക്കുക. ഒരു പെണ്ണിന് വേറെ പെണ്ണിനെ വിശ്വാസം ഉണ്ടാവില്ല. അങ്ങനെ വരുമ്പോൾ ലോലിത അവനെ തന്നെ ഒഴിവാക്കും. വേറെ ഒരു പെണ്ണിന്റെ പേര് പറയുന്ന നിമിഷം അവൾ സംശയത്തിന്റെ കൊടുമുടി യിൽ കയറും. അങ്ങനെ മീൻകാരനോടുള്ള സ്നേഹം കുറയും."

"മീൻകാരനോടുള്ള സ്നേഹം കുറയ്ക്കണം. നീ പറഞ്ഞതിൽ ചെറിയ ശരിയുണ്ട്. അവളിൽ സംശയം ജനിപ്പിക്കുക തന്നെ മാർഗം. പക്ഷേ അവ ളുടെ വീട്ടിൽ കയറാൻ തന്നെ കഴിഞ്ഞിട്ടില്ല. പിന്നെ എങ്ങനെ ഒരു നുണ കഥ അവളുടെ അടുത്ത് പറയും." കേണൽ മീശ പിരിച്ചു.

"ആദ്യം നുണക്കഥ ഉണ്ടാക്കണം."

"എങ്ങനെ?"

"അവൻ ലോലിതയുടെ വീട്ടിൽ നിന്ന് ഇറങ്ങുമ്പോൾ ആ വെടി കാർത്തിയെകൊണ്ട് സംസാരിപ്പിക്കണം. കുറച്ചു കൊഞ്ചലും കൊഴയലും തന്ത്രപരമായി ഉണ്ടാക്കിയെടുക്കണം."

"കാർത്തി?"

"അങ്ങനെ ഒരാള് ഇവിടെയുണ്ട് കേണൽ. അവള് വിചാരിച്ചാൽ അവന്റെ അടപ്പ് തെറിക്കും. അവളുടെ പിൻഭാഗം കണ്ടിട്ടുണ്ടോ?" വക്കീൽ കേണലിനു വേണ്ടി അടുത്ത വല വിരിക്കാൻ ഒരു ശ്രമം നടത്തി നോക്കി.

"വേണ്ടോ മതിയായി. എനിക്ക് ഇനി ഒന്നും കാണേണ്ട എങ്ങനെ യെങ്കിലും ഒന്നു അവനെ ഒഴിപ്പിക്കണം. അതു മതി."

"അവളെ കൊണ്ട് അവന്റെ കൂടെ സൈക്കിളിൽ കുറെ നേരം നടന്നു വർത്തമാനം പറയിപ്പിക്കണം. അങ്ങനെ ലോലിക്കു അവനോടുള്ള ഇഷ്ടം കുറച്ചുകൊണ്ട് വരാം."

"മീൻ വാങ്ങിക്കുന്നത് തന്നെ തടയണം." കേണൽ കുട്ടികളെ പോലെ വാശി പിടിച്ചു.

"അവൻ മീൻകാരനായതുകൊണ്ട് മാത്രമാണ്. എനിക്കു നേരിട്ടു ഒരു യുദ്ധം പറ്റില്ല. അവൻ നമ്മളെ തോണ്ടിയാലും നമ്മൾ അയാളെ തോണ്ടി യാലും നമ്മൾ നാറും. ചീഞ്ഞു നാറും."

"അതിനുള്ള ആദ്യത്തെ വഴിയാണ് ഇത്." വക്കീൽ അയാളെ വിശ്വസിപ്പിച്ചു.

"എന്നാലും അവൻ കാർത്തിയുമായി വെറുതെ സംസാരിച്ചാൽ ലോലിത അങ്ങനെ വിശ്വസിക്കോ?" കേണലിനു പരിപൂർണ്ണ വിശ്വാസം വന്നില്ല.

"സ്ഥിരമായി അത്തരം കാഴ്ചകൾ ഉണ്ടാക്കിയെടുക്കണം. അത്രയും മതി പെണ്ണ് വിശ്വസിക്കാൻ. അവളുടെ മനസ്സിൽ അവനെ കുറിച്ച് സംശയം ഉണ്ടാക്കണം അതാണ് പ്രധാനം."

"നിന്റെ ആശയം കൊള്ളാം. വക്കീൽ ശരിക്കും ഒരു ദൈവമാണ്."

"അതെ. ഞങ്ങൾ വക്കീലൻമാർ ദൈവങ്ങളുടെ പണി ചിലപ്പോൾ ചെയ്യും. പഴയ നിയമം ബൈബിൾ വായിച്ചിട്ടില്ലേ. ബാബേൽ ഗോപുരത്തിന്റെ കഥ. ഭൂമിയിൽ ഒരു ഭാഷയും ഒരു സംസാര രീതിയും മാത്രമേ ഉണ്ടായിരുന്നുള്ളൂ. കിഴക്കു നിന്നു വന്നവർ ഷീനാറിൽ ഒരു സമതല പ്രദേശം കണ്ടെത്തി. അവിടെ ജീവിതം ആരംഭിച്ചു. നമുക്ക് ഇഷ്ടികയുണ്ടാക്കി ചുട്ടെടുക്കാം എന്നു അവർ പറഞ്ഞു. അങ്ങനെ കല്ലിനു പകരം ഇഷ്ടികയും കുമ്മായത്തിനു പകരം കളിമണ്ണും അവർ ഉപയോഗിച്ചു. അവർ പരസ്പരം പറഞ്ഞു 'നമുക്ക് ഒരു പട്ടണവും ആകാശം മുട്ടുന്ന ഒരു ഗോപുരവും തീർത്തു പ്രശസ്തി നിലനിർത്താം.' അല്ലെങ്കിൽ നാം ഭൂമുഖത്തു ചിന്നിച്ചിതറി പോകും. മനുഷ്യർ നിർമ്മിച്ച ഗോപുരം കാണാൻ ദൈവം ഇറങ്ങി വന്നു. അവിടുന്നു പറഞ്ഞു. അവർ ഇപ്പോൾ ഒരു ജനതയാണ്. അവർക്കു ഒരു ഭാഷയും. അവർ ചെയാനിരിക്കുന്നതിന്റെ തുടക്കം ആയിട്ടുള്ളൂ. ചെയ്യാൻ ഒരുമ്പെടുന്നത് അവർക്ക് അസാധ്യമായിരിക്കില്ല. നമുക്ക് ഇറങ്ങിച്ചെന്ന് അവരുടെ ഭാഷ ഭിന്നിപ്പിക്കാം. പരസ്പരം ഗ്രഹിക്കാനാവാത്തവിധം അവരെ ഭിന്നിപ്പിച്ചു. അങ്ങനെ ദൈവം അവരെ ചിതറിപ്പിച്ചു. അവർ പട്ടണം പണി ഉപേക്ഷിച്ചു. അതുകൊണ്ടാണ് ആ സ്ഥലത്തിന് ബാബേൽ എന്നു പേരു വീണത്." ഒറ്റശ്വാസത്തിലാണ് വക്കീൽ അതു പറഞ്ഞത്. കേശു വക്കീൽ ഉപനിഷത്തും ബൈബിളും ഖുറാനും ഒരുപോലെ ഉപയോഗിച്ചാണ് തന്റെ ന്യായങ്ങൾ സമർത്ഥിക്കുക. അതിന് ഉപകരിക്കുന്ന കുറച്ചു നീളമുള്ള വാചകങ്ങൾ മനഃപാഠം പഠിച്ചു വെച്ചിട്ടുണ്ട്. ആവശ്യമുള്ളപ്പോൾ ഛർദ്ദിക്കും.

"ബാബേൽ എന്ന പദത്തിന്റെ അർത്ഥം എന്താണെന്ന് അറിയാമോ?" വക്കീൽ തുടർന്നു.

"കൺഫ്യൂഷൻ. അതു മാത്രമാണ് വഴി. മീൻകാരനും ലോലിതയും ഒന്നിച്ചാൽ നമുക്ക് അപകടമാണ്." ദൈവം ചെയ്ത പണി പറഞ്ഞ് സ്വന്തം ജോലിയെ വക്കീൽ ന്യായീകരിച്ചു.

"ഇതിന് ഉപോൽപലകമായി ശ്രീകൃഷ്ണനും മഹാഭാരതയുദ്ധത്തിൽ പലതും പറഞ്ഞിട്ടുണ്ട്."

"മതി മതി തന്റെ ഉപദേശം മതി. എങ്ങനെ അത് അവളെ അറിയിക്കും എന്നതാണല്ലോ ഏറ്റവും വലിയ പ്രശ്നം." കേണൽ തുടർന്നു.

“അവളുടെ അടുത്തു പോയി ഒന്നു സംസാരിക്കാൻ പോലും കഴിഞ്ഞിട്ടില്ല. എങ്ങനെയാ ഒരു ഗ്രിപ്പ് ഉണ്ടാക്കുന്നേ?”

“അവന്റെ സ്ഥിരമായുള്ള സഞ്ചാരപദം കണ്ടെത്തുക. ഏതെങ്കിലും വഴിക്കുവെച്ച് കാർത്തിയെ ഉപയോഗിച്ച് നമുക്ക് അവനെ വീഴ്ത്താം.”

“ഞാൻ മുന്നിൽ നിന്നാൽ അവളുടെ വിശ്വാസം പിടിച്ചുപറ്റാൻ കഴിയില്ല. വേറെ ആരെയെങ്കിലും ഉപയോഗിച്ചു പണി കൊടുക്കണം.”

മാസത്തിന്റെ പകുതിയായാൽ അവളെ അഞ്ചു ദിവസം പുറത്തു കാണില്ല. അവളുടെ ക്ഷീണം കഴിഞ്ഞ് എന്തെങ്കിലും കാരണം ഉണ്ടാക്കി അടുത്ത അഞ്ചു പത്തു ദിവസത്തിനുള്ളിൽ സംസാരിക്കാം എന്ന് കരുതി വരുമ്പോഴേക്കും വീണ്ടും മാസത്തിന്റെ പകുതിയാവും. ക്രിസ്മസും ഓണവും പൂജയും മാറി മാറി വന്നു. എന്നിട്ടും മീൻകാരനെ ഒഴിവാക്കാൻ കഴിഞ്ഞില്ല. ‘സംസാരിക്കാൻ എന്തെങ്കിലും ഉടായിപ്പ് ഉടക്ക് ഉണ്ടാക്കിയാലോ? അതാണ് തമ്മിൽ ഭേദം. വേണ്ട. ലളിതമായി എന്തെങ്കിലും ഒരു പ്രശ്നം എടുത്തിട്ട് അതിലൂടെ പിടിച്ചു കയറാം. ഒരു ചിരി ബന്ധം പോലും ഇതുവരെ ഉണ്ടാക്കിയെടുക്കാൻ കഴിഞ്ഞിട്ടില്ല. എല്ലാവരും സഹായിച്ചു സഹായിച്ചു, ഞാൻ കുളത്തിലായി എന്നു പറഞ്ഞാൽ മതിയല്ലോ.’ കേണൽ ആത്മഗതം ചെയ്തു.

അതിർത്തിയിൽ നിന്നും ഒരു മാവ് കേണലിന്റെ വീടിന്റെ മുകളിൽ ചാഞ്ഞു തുടങ്ങി. ‘അതു പറഞ്ഞ് ഒരു ബഹളം ഉണ്ടാക്കാം. ഉറുമ്പ് വീട്ടിലേക്കു വരുന്നു എന്നു പറഞ്ഞ് തട്ടിക്കളിച്ചു നോക്കാം. എന്തായാലും തട്ടിക്കയറിയാൽ ദേഷ്യം വരാതിരിക്കില്ല.’ കേണൽ മുകളിൽ കയറി സ്ഥലം പരിശോധിച്ചു. വിചാരിച്ച അത്ര മാവ് തൂങ്ങിയിട്ടില്ല. ഒരു ഉറുമ്പിനെ പോലും കാണാൻ കഴിഞ്ഞില്ല. വെറുതെ പോയി വഴക്കുണ്ടാക്കിയാൽ അവൾ തന്റെ തന്ത്രം മനസ്സിലാക്കും. കുറച്ച് ഉറുമ്പിനെ കൊണ്ടുവരണം. തെളിവ് ഉണ്ടാക്കാതെ രക്ഷയില്ല. അതിനും വഴിയുണ്ട് കുറച്ചു ജിലേബി വാങ്ങിച്ചു പുറത്തുവെച്ചാൽ മതി. ഉറുമ്പു വരുമ്പോൾ കൃത്യസമയം നോക്കി പ്രശ്നം ഉണ്ടാക്കി നോക്കാം. അതിനു ശേഷം അവളെ വിളിച്ച് ചോദ്യം ചെയ്യാം. മാവിന്റെ കൊമ്പുകൾ കേണൽ വീണ്ടും പരിശോധിച്ചു. കേണൽ വീണ്ടും ചിന്തിക്കാൻ തുടങ്ങി. ‘ഇനി അഥവാ അവൾ ദേഷ്യപ്പെട്ടില്ലെങ്കിലോ. അവളെ കുറിച്ച് ഒരു പ്രവചനം നടത്തുന്നത് എളുപ്പമല്ല. അഥവാ അങ്ങനെ പറഞ്ഞാൽ അപ്പോൾ തന്നെ ആ കൊമ്പു വെട്ടികളയാനും സാധ്യതയുണ്ട്. തന്റെ ചില വിനോദങ്ങൾക്കു ആകെയുള്ള മറയാണ്. അവളുടെ വീടിനെ ബന്ധിപ്പിക്കുന്ന അവസാനത്തെ ഒരു കച്ചിത്തുരുമ്പാണ്. അത് ആദ്യം തന്നെ ഉപയോഗിച്ചു കളയേണ്ട കാര്യമുണ്ടോ? അവളുടെ മുഖം കണ്ടാൽ അറിയാം; എളുപ്പം ദേഷ്യം വരുന്ന പ്രകൃതിയല്ല. അതുകൊണ്ട് ഒരു യുദ്ധത്തിന് പുറപ്പെട്ടാലും അവൾ നിന്നു തരില്ല. ഇങ്ങനെയുമുണ്ടോ പെണ്ണുങ്ങൾ. യുദ്ധത്തിന് ഇറങ്ങിയാൽ തന്ത്രം വിജയിക്കില്ല. ചിലപ്പോ താൻ ഒന്നുമല്ലാതായിപ്പോകും. ഒരു പെണ്ണിന്റെ മുന്നിൽ ഒന്നുമല്ലാതാകുക. പിന്നെ ഒരിക്കലും ഗ്രിപ് കിട്ടില്ല.’

## പതിമ്മൂന്ന്
## വയലറ്റ്

**ഞാൻ** വയലറ്റ് ആണ്. ലക്ഷ്മി വിലാസം റസ്റ്റോറന്റിലെ സ്ഥിരം കാഴ്ചക്കാരൻ. കാണി. എന്നെ കുറിച്ച് അധികം പറയുന്നത് എനിക്കിഷ്ടമല്ല. അത് എന്റെ സ്വഭാവം. എന്നാലും എന്തിനും ഏതിനും മുഖ്യമന്ത്രി രാജി വെയ്ക്കണം എന്നു പറയുന്ന നാട്ടിൽ ഒന്നും പറയാതിരിക്കുന്നത് ശരിയല്ലല്ലോ. ഞാൻ എന്തിനാണ് ഇങ്ങനെ മുഖവുര തരുന്നത് എന്നു ചിന്തിക്കരുത്. ഇവിടെ സ്ഥിരം വരുന്ന ആളാണ് കേണൽ. കേണൽ സ്ഥിരം സംസാരിക്കുന്ന ലോലിത എന്ന സ്ത്രീ. അവരുടെ വീട്ടിൽ സ്ഥിരമായി മീൻ കൊടുക്കുന്ന മീൻകാരൻ ലോറൻസ്, കോഴി കൊടുക്കാൻ കഴിയാതിരുന്ന കോഴി വർക്കി, ചായക്കടക്കാരൻ ഗോപാലൻ നായർ, പന്നി ബെന്നി, ഇങ്ങനെ പലരെയും എനിക്കറിയാം. അറിയാം എന്ന് പറഞ്ഞാൽ കണ്ടും കേട്ടും പരിചയമുണ്ട്. കേണലിന്റെ ന്യൂജൻ സുഹൃത്ത് കുമാറിനെയും എനിക്കറിയാം. കുമാറിന്റെ സുഹൃത്ത് നന്ദനെയും ഞാൻ പരിചയപ്പെട്ടു. ലോലിതയെ കുറിച്ച് സംസാരിക്കുന്നത് എനിക്കിഷ്ടമില്ല. പക്ഷേ ഇത്രയൊക്കെ ആയ സ്ഥിതിക്ക്. ഈ കാണി പറയുന്നത് നിങ്ങൾ വിശ്വസിക്കുമോ എന്നറിയില്ല. ഞാൻ പറഞ്ഞില്ലേ, എന്റെ പേര് വയലറ്റ് എന്നാണ്. ഇവിടെ ഈ പേരിൽ ഞാൻ മാത്രമേ ഉള്ളൂ. അതിന്റെ അഹങ്കാരം എനിക്കില്ല.

എനിക്കറിയാം എന്നെ കുറിച്ച് അറിയാൻ നിങ്ങൾക്ക് ആഗ്രഹമില്ല. ലോലിതയ്ക്കും മീൻകാരനും ഇടയിൽ എന്ത് സംഭവിക്കുന്നു? അതെ, നിങ്ങൾക്ക് വേണ്ടത് അതുമാത്രമാണ്. എനിക്കും അത് അറിയാൻ ആഗ്രഹം ഉണ്ട്. എങ്കിലും എനിക്ക് ചില കാര്യങ്ങൾ പറയാൻ കഴിയും. അതെ ഒരുപക്ഷേ, എന്നെയും നിങ്ങളെയും സഹായിക്കും. ഈ ലോകം എനിക്ക് ലക്ഷ്മി വിലാസം ചായക്കടയാണ്. ഇവിടെ എല്ലാം ഉണ്ട്. ഭക്ഷണത്തിന്റെ എരിവും പുളിയും ജീവിതത്തിൽ ഇടകലർത്തി ജീവിതത്തെ രസകരമാക്കുന്ന എല്ലാ മനുഷ്യരും ഇവിടെയുണ്ട്. ഇത്രയധികം മുഖവുര ഞാൻ ഒരിക്കലും ഉപയോഗിച്ചിട്ടില്ല. പക്ഷേ, ലോലിതയെ കുറിച്ച് സംസാരിക്കുമ്പോൾ ഇത്രയും മുഖവുര വേണ്ടി വരും എന്ന് എനിക്ക് തോന്നി.

നമ്മൾ കാര്യങ്ങളെ കുറച്ചുകൂടി ആത്മീയതയോടെ കാണണം. ഇതു പറയാൻ ഞാൻ ആരാണ് എന്ന് നിങ്ങൾ ചോദിക്കും. ഞാൻ സന്ന്യാസിയല്ല. ഞാൻ വയലറ്റ് ആണ്. അതെ വയലറ്റ്. ഇങ്ങനെ സംസാരിക്കാൻ എനിക്കു മാത്രമേ കഴിയൂ. എന്താണ് യഥാർത്ഥത്തിൽ സംഭവിക്കുന്നത് എന്നു വിശകലനം ചെയ്തുനോക്കുമ്പോൾ എല്ലാവർക്കും മനസ്സിലാവും കാര്യങ്ങൾ. മീൻകാരൻ മീൻ വിൽക്കുന്നു. ലോലിത വാങ്ങിക്കുന്നു. സ്ഥിരം അതു കാണുന്ന കേണലിന് എന്തോ സംശയം തോന്നുന്നു. ലോലിത സുന്ദരിയാണ് എന്നതുതന്നെയാണ് കേണലിന്റെ ശ്രദ്ധ അങ്ങോട്ട് തിരിയാൻ കാരണം. അത് മൂടിവെക്കാൻ മീൻ നിരോധനം അടക്കമുള്ള കാര്യങ്ങൾ അയാൾ ചിന്തിക്കുന്നു. ഗൗരവമായ ഭരണഘടനാ പ്രശ്നം കേശു വക്കീൽ ഉയർത്തുന്നു. ഇതൊക്കെ നിങ്ങളും ഞാനും അറിഞ്ഞ കാര്യം.

“നിങ്ങൾ ഇതെല്ലാം ഇത്രയും കാലം കേട്ടിരുന്നില്ലേ? എന്നിട്ട് ഇപ്പോളാണോ ഇടപെടാൻ വന്നിരിക്കുന്നത്?”

ആരാണ് ഈ ചോദ്യം എന്നോട് ചോദിച്ചത് എന്ന് ഞാൻ കേട്ടില്ല. പക്ഷേ, നിങ്ങളിൽ ഒരാൾ തന്നെയാണ് ഈ ചോദ്യം ഉയർത്തുന്നത് എന്നെനിക്കറിയാം. നിങ്ങളെപ്പോലെ ഞാനും കഷ്ടപ്പെട്ട് കൊണ്ടിരിക്കുകയാണ്. എങ്കിലും ഒരു പക്ഷേ, നിങ്ങളേക്കാൾ അടുത്ത് നിൽക്കുന്ന എനിക്ക് കുറച്ചു കൂടി വ്യക്തത നൽകാൻ കഴിയും. വ്യക്തത എന്നേ ഞാൻ പറയുന്നുള്ളൂ. സത്യം എന്ന് പറയാൻ എനിക്ക് ഭയമാണ്. ഞാനും നിങ്ങളെ പോലെ സത്യം തേടിക്കൊണ്ടിരിക്കുകയാണ്. സത്യം എന്നെ തേടി വരും എന്നതും എന്റെ പ്രതീക്ഷയാണ്. എല്ലാവരും അവരവരുടെ സത്യം തേടി കൊണ്ടിരിക്കുകയാണല്ലോ. ഇവിടെയുള്ള എല്ലാവരുടെയും സത്യം എന്റെ സത്യം ആകണമെന്ന് നിങ്ങൾ വാശി പിടിക്കരുത്. തിരിച്ച് എന്റെ സത്യം നിങ്ങളുടെതാണെന്ന് ഞാൻ പറയുന്നില്ല.

ഒരു സ്ത്രീയാണ് ഈ പഞ്ചായത്തിലെ പ്രധാന വിഷയം. അതിൽ നിന്നും ഒന്നു മാറി ചിന്തിച്ചാൽ നിങ്ങളുടെ പ്രശ്നം തീരും. എന്റെയും പ്രശ്നം തീരും. പക്ഷേ സാധിക്കുന്നില്ല. വയലറ്റായ എനിക്കു കഴിയാത്തത് നിങ്ങൾക്കു കഴിയും എന്ന് എനിക്കു പ്രതീക്ഷയില്ല.

“ഞങ്ങൾക്ക് വേറെ പണിയുണ്ട്.”

ഞാൻ കേട്ടു. അത് നിങ്ങൾ സ്ഥിരം പറയുന്ന നാടകം. ഏതു പണിക്കിടയിലും നിങ്ങൾക്ക് ഈ കാര്യം അറിയാതിരിക്കാൻ കഴിയില്ല. നിങ്ങൾ ജീവിക്കുന്നത് തന്നെ അതിനുവേണ്ടി.

“ചെറിയ ഒരു ആകാംക്ഷ. അത്രേയുള്ളൂ.”

അതെ ആകാംക്ഷ. അതു തന്നെയാണ് ഞാൻ പറഞ്ഞുവരുന്നത്. ആകാംക്ഷ, ആഗ്രഹം, തമാശ ഇങ്ങനെയുള്ള വാക്കുകൾ വെച്ച് നിങ്ങൾ സ്വയം കുറ്റബോധത്തിൽ നിന്നും രക്ഷപ്പെടൂ. ഞാൻ നിങ്ങളെ അങ്ങനെ പറഞ്ഞു രക്ഷപ്പെടുത്താൻ ആഗ്രഹിക്കുന്നു. കഷ്ടപ്പാടുകൾ നിറഞ്ഞ ലോകത്തിൽ ഇതൊക്കെ ഒരു തമാശയായി കണ്ടാൽ പോരെ എന്ന്

Gopidas

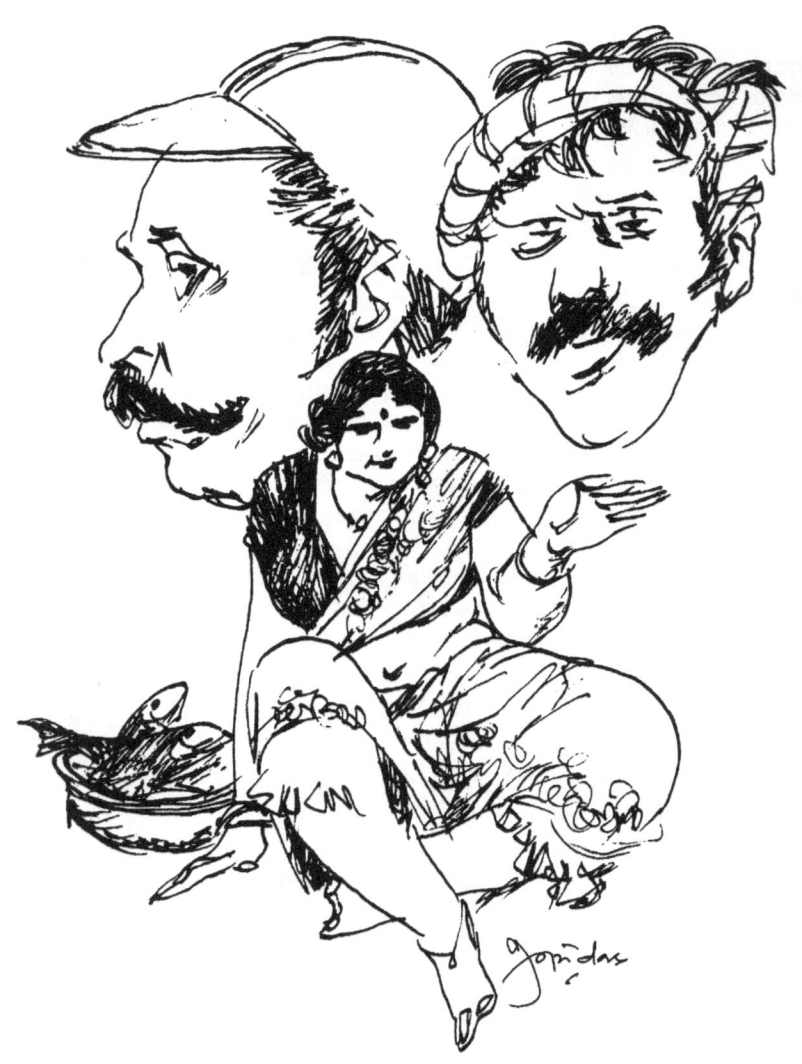

നിങ്ങൾ ചോദിക്കും. ഇതൊക്കെ വെറുതെ ഒരു തമാശ. അത്ര കണ്ടാൽ മതി. ഞാൻ അഭിപ്രായം പറഞ്ഞില്ല. മുഖവുര വിരസതയിൽ കോട്ടുവായ് വരുത്താൻ ആഗ്രഹിക്കുന്നില്ല.

ഞാൻ എന്തുകൊണ്ട് ആദ്യം പ്രതികരിച്ചില്ലയെന്നു നിങ്ങൾ നേരത്തെ ചോദിച്ചല്ലോ. പ്രതികരിച്ചില്ല എന്നു പറയരുത്. സംസാരിച്ചില്ല എന്നു പറഞ്ഞാൽ ഞാൻ സമ്മതിക്കാം. മൗനവും ഒരു പ്രതികരണം തന്നെ യല്ലേ? മൗനത്തേക്കാൾ ശക്തമായ പ്രതികരണം വേറെ ഉണ്ടോ. അതു തന്നെയാണ് എന്റെ യഥാർത്ഥ പ്രതികരണം. പക്ഷേ, നിങ്ങൾക്കു വേണ്ടത് എന്റെ മൗനത്തിനും ഒരു ശബ്ദമാണ്. അതിനുവേണ്ടി എനിക്ക് വാക്കുകൾ ഉപയോഗിക്കേണ്ടിവരുന്നു. ഞാൻ വളരെ സൂക്ഷിച്ചാണ് വാക്കുകൾ ഉപയോഗിക്കാറുള്ളത്. നല്ല കാഴ്ചകളാണ് നല്ല ചിന്തകൾ ഉണ്ടാക്കുന്നത്. നല്ല ചിന്തകളാണ് നല്ല വാക്കുകൾ ഉണ്ടാക്കുന്നത്. നല്ല വാക്കുകൾ ആണ്, മനോഹരമായ ലോകം സൃഷ്ടിക്കുന്നത്. പുതിയ പ്രഭയിൽ പുതിയ കാലവും നവ രീതികളും നവ ജീവിതവും പ്രപഞ്ചവും ഉണ്ടാകുന്നു. ആദിയിൽ വചനം ഉണ്ടായി എന്ന് ബൈബിൾ പറയുന്ന പോലെ. ഡാർവിൻ സിദ്ധാന്തം ശബ്ദവിസ്ഫോടനത്തെ കുറിച്ച് പറയുന്നു, ഹൈന്ദവ സംസ്കാരം ഓംകാര ശബ്ദത്തെ കുറിച്ച് പറയുന്നു.

എല്ലാവരിലും നന്മയും തിന്മയും ഉണ്ട്. മനുഷ്യരിലെ നന്മയെ കുറിച്ച് സംസാരിക്കൂ. ലോലിത മീൻ ഭക്ഷിച്ചു ജീവിക്കട്ടെ. കേണൽ സംശയിച്ചു ജീവിക്കട്ടെ. ലോറൻസ് മീൻ വിറ്റും ജീവിക്കട്ടെ. കേണലിന്റെ സംശയം കാലത്തിനു മാത്രമേ അവസാനിപ്പിക്കാൻ കഴിയൂ.

"നമ്മൾ നല്ല വാക്കുകൾ ഉപയോഗിച്ചിട്ട് എന്ത് കാര്യം? നാട്ടുകാർ മുഴുവൻ മോശം വാക്ക് ഉപയോഗിച്ച് മാലിന്യപ്രശ്നം ഉണ്ടാക്കല്ലേ...? നാട്ടു കാർ മാത്രമല്ല മോശം ഭാഷ ഉപയോഗിക്കുന്നത് നിയമസഭയിൽ രാജ്യ സഭയിൽ ലോകസഭയിൽ... എല്ലാ സഭയിലും സഭ്യതയില്ലാത്ത സംസാര രീതികൾ."

എന്താണ് നമ്മുടെ പ്രപഞ്ചം എന്ന് നിങ്ങൾ ചിന്തിച്ചിട്ടുണ്ടോ? നിങ്ങളും നിങ്ങളുടെ അടുത്തുള്ള പ്രകൃതിയും അവിടെയുള്ള ജീവജാലങ്ങളും. അതാണ് നിങ്ങളുടെ പ്രപഞ്ചം. നിങ്ങൾ അവിടെ മാത്രം ശ്രദ്ധിക്കൂ. ആ ചെറിയ ലോകം നന്നാക്കി എടുക്കൂ. അതിനു നല്ല വാക്കുകൾ ഉപയോ ഗിച്ചാൽ മതി.

"നിങ്ങൾ ഇത് വല്ല പള്ളിയിലും പോയി പറയൂ."

ചെറിയ ലോകത്തെ വലിയ മനുഷ്യർ. അവിടെ ലോലിതയും മീൻ കാരനും തുടങ്ങിയ പ്രശ്നങ്ങൾക്ക് പ്രസക്തിയില്ല

"ഇത് പ്രശ്നങ്ങളിൽ നിന്ന് ഒളിച്ചോടൽ അല്ലെ?"

അല്ല. ഒരു പ്രശ്നം ഉണ്ടെങ്കിൽ അല്ലേ നമ്മൾ ഇടപെടേണ്ട ആവശ്യം ഉള്ളൂ.

"ഇനി എന്ത് പ്രശ്നം... ഇത്രയൊക്കെ പോരെ... മീൻകാരൻ ഉണ്ടാ ക്കുന്ന പുകിൽ എന്താണെന്ന് നിങ്ങൾ കണ്ടതല്ലേ?"

പുകിൽ എന്ന് പറഞ്ഞ് മറ്റുള്ളവരെ പറ്റിക്കാൻ നോക്കരുത്. എന്ത് പുകിൽ?

"അല്ലെങ്കിലും നിങ്ങൾക്ക് എപ്പോഴും ആത്മീയ മാർഗം എന്നു പറഞ്ഞ് യഥാർത്ഥ പ്രശ്നത്തിൽ നിന്ന് ഒളിച്ചോടുന്നവൻ ആണ്."

വീണ്ടും എന്നെക്കുറിച്ച് നിങ്ങൾ പറഞ്ഞു... ആത്മീയ കാര്യങ്ങൾ ജീവിത പ്രശ്നത്തിൽനിന്നും ഒളിച്ചോടാൻ ഉപയോഗിക്കുന്നവർ ഉണ്ടാകാം. എന്റെ പ്രശ്നം അതല്ല. നിങ്ങൾ ആർക്കെങ്കിലും യഥാർത്ഥത്തിൽ എന്താണ് പ്രശ്നം എന്നു പറയാൻ കഴിയുമോ?

"ഇല്ല. പക്ഷേ, കണ്ടുപിടിക്കണമല്ലോ."

എന്തിന്

"അല്ല ഇത്രയൊക്കെ ആയ സ്ഥിതിക്ക്?"

ആ മീൻകാരന്റെ കുടുംബം കഴിയുന്നത് മീൻ വിറ്റിട്ടാണ്. അത് അവസാനിപ്പിക്കാൻ ഇവിടെ പലരും ശ്രമിക്കുന്നുണ്ട്... എന്തിനാണ് നിങ്ങൾ അതിനു കൂട്ട് നിൽക്കുന്നത്?

"എന്നാലും സത്യം അറിയേണ്ടേ?"

അതിനു നേരിട്ട് ചോദിച്ചാൽ പോരെ

"അല്ല, അത് മതി..."

എന്തിനു വെറുതെ സമയം കളയുന്നു. ഞാൻ വേണമെങ്കിൽ നേരിട്ട് ചോദിക്കാം

"ഞങ്ങൾക്ക് അറിയണം എന്ന് ആഗ്രഹം ഇല്ല... എല്ലാവരും പറഞ്ഞു നടക്കുന്നതുകൊണ്ട് സത്യം അറിയണം എന്നൊരു മോഹം അത്രേ ഉള്ളൂ."

പ്രാർത്ഥനയുടെ കുറവ്... ആത്മീയതയുടെ കുറവ്... അതാണ് ഇല്ല്യാത്ത പ്രശ്നം ഉണ്ടെന്നു തോന്നുന്നത്.

"ഇത് പറയാനാണോ താൻ ഇത്രയും മുഖവുരയിട്ടത്. നാശം ഒരു ഒഴുക്ക് വന്നതായിരുന്നു, അത് നശിപ്പിച്ചു."

ഞാൻ പറഞ്ഞില്ലേ ഞാൻ വയലറ്റ് ആണ്... എന്റെ സംസാരം എപ്പോഴും ഇങ്ങനെയാണ്. നിങ്ങൾക്ക് എന്നെ ഇഷ്ടപ്പെടുമോ എന്നത് എനിക്ക് വിഷയമല്ല. എനിക്കറിയാവുന്ന ഭാഷയിൽ ഞാൻ സംസാരിച്ചു.

"താങ്കൾ പറഞ്ഞപോലെ ചിലപ്പോൾ അവർ തമ്മിൽ ഒന്നും ഉണ്ടായിരിക്കില്ല. എന്നാലും ഞങ്ങൾക്ക് സത്യം അറിയണം."

എന്നിട്ട്

"വെറുതെ ഒന്നറിയാൻ."

എന്നിട്ട്

"കുന്തം"

പതിന്നാല്

# ഇൻഡിഗോ

**ഞാ**ൻ ഇൻഡിഗോ. എന്റെ നിറം. നിങ്ങൾ പള്ളിയിലെ അച്ചനെ കുറിച്ച് പറയുന്നതു കേട്ടു. അതുകൊണ്ട് രണ്ടു വാക്ക് സംസാരിക്കുന്നുവെന്നെ ഉള്ളൂ. ഞാൻ വൈദികൻ ആകുന്നതിന് ശ്രമിച്ച ആളാണ്. നിങ്ങൾ ഇവിടെ സംസാരിക്കുന്നത് മുഴുവൻ ഞാൻ കേട്ടു. ഞാൻ ഇതുവരെ എവിടെയായിരുന്നുവെന്ന് ഇപ്പോൾ ചോദിക്കരുത്. ഇവിടെയൊക്കെ തന്നെയുണ്ടായിരുന്നു. കേണൽ പറയുന്നതും പന്നി ബെന്നി പറയുന്നതും ഗോപാലൻനായർ പറയുന്നതും ഞാൻ കേട്ടു. കേട്ടില്ലെന്നു നടിച്ചു എന്നത് ശരി തന്നെയാണ്. അതിന് എനിക്കു കാരണങ്ങൾ ഉണ്ട്. ഞാൻ യോഗ പഠിപ്പിക്കുന്ന ആളാണ്. യോഗ മനസ്സിന്റെ ഏകാഗ്രത വർദ്ധിപ്പിക്കുന്ന ഒരു തരം വ്യായാമം ആണ്. ഞാൻ ഇപ്പോൾ അധികം ഉപദേശിക്കാറില്ല. കാരണം ഉപദേശം മനുഷ്യനെ നന്നാക്കിയിട്ടില്ല എന്നു മനസ്സിലായത് യോഗ പഠിച്ചപ്പോഴാണ്.

ലോലിത സുന്ദരിയാണ് എന്നതാണ് ഇവിടത്തെ പ്രശ്നം എന്നു മനസ്സിലായി. പക്ഷേ, അവർക്കും ജീവിക്കേണ്ടേ. മീൻ വാങ്ങിക്കാൻ മാർക്കറ്റിൽ വന്നാൽ നിങ്ങൾ അവരെക്കുറിച്ച് മോശമായി സംസാരിക്കും. മീൻ വീട്ടിൽ വരുത്തിയാലും അവർക്കു ജീവിക്കാൻ കഴിയില്ല. സുന്ദരികൾ എല്ലാം പിഴകൾ ആണെന്നു തെളിയിക്കാൻ നാട്ടുകാർ ശ്രമം നടത്തുന്നത് ഞാൻ ശ്രദ്ധിച്ചു. നാട്ടുകാരിൽ സ്ത്രീകളും അതിൽ ഉൾപ്പെടുന്നുണ്ട്.

“എന്ന് ഞങ്ങൾ പറഞ്ഞില്ല. പക്ഷേ, ഇവൾ ഇത്ര രഹസ്യമായി മീൻ വാങ്ങി കഴിക്കേണ്ട കാര്യമുണ്ടോ. ഇത് നവയുഗമല്ലേ?”

പുതിയ കാലം എന്നതുകൊണ്ട് നിങ്ങൾ എന്താണ് ഉദ്ദേശിക്കുന്നത്?

“സുതാര്യഭരണം സുതാര്യകേരളം എല്ലാം സുതാര്യമായി സി.ഡിയിലും വാട്സപ്പിലും കാണുന്ന കാലം.” കാണികൾ അട്ടഹസിച്ചു.

എന്താണ് നിങ്ങൾക്ക് കാണേണ്ടത്. ലോറൻസ് മീൻ വിൽക്കുന്നതോ?

“ഞങ്ങൾക്ക് എല്ലാം സത്യസന്ധമായി കാണണം.”

ലോലിത എത്ര രൂപ മീൻകാരന് കൊടുക്കുന്നുവെന്നാണോ അറിയേണ്ടത്?

"ഇയാളെയൊക്കെ എന്താ പറയേണ്ടത് എന്നറിയില്ല... താനും പള്ളിയിൽ പോയി തപസ്സിരിക്ക്... അല്ലെങ്കിൽ അവിടെ പോയി യോഗ പഠിപ്പിക്ക്. അല്ലാതെ ഈ ചായക്കടയിൽ വന്ന് സമയം കളയല്ലേ. ഞങ്ങൾക്ക് ഇതാണ് ജീവിതം. ലോലിത, അവളുടെ മുന്നും പിന്നും, അത് നോക്കിയിരിക്കുന്ന കേണലും പിന്നെ മീൻകാരനും. ഇതൊക്കെ ഞങ്ങൾ എന്നും സംസാരിക്കും. ഞങ്ങളുടെ സംസ്കാരം ഇത് തന്നെയാണെന്ന് കൂട്ടിക്കോളൂ. ഞങ്ങളെ നന്നാക്കാൻ നോക്കേണ്ട. എങ്ങനെയെങ്കിലും രണ്ടു തമാശ പറയാൻ നോക്കുമ്പോൾ ഇടയിൽ വരും ഓരോ ഉപദേശികൾ."

"ഇതിനിടയിൽ എന്നെക്കുറിച്ച് നിങ്ങൾ പറഞ്ഞത് എനിക്കിഷ്ടപ്പെട്ടില്ല, ഞാൻ ഒരു പെണ്ണിനേയും നോക്കിയിരിക്കാറില്ല... പിന്നെ ഇത് അനാശാസ്യം നടന്ന സ്ഥലത്തിനു വില കുറയും എന്ന പേടികൊണ്ടാണ്." കേണൽ പറഞ്ഞു.

"അല്ലാ യോഗ എന്നു പറയുമ്പോൾ."

"ഒന്ന് നിർത്താമോ. യോഗ കൊണ്ട് ഞങ്ങളുടെ പ്രശ്നം തീർക്കാൻ കഴിയില്ല. ഗോപാലൻ നായരെ കടുപ്പത്തിൽ രണ്ടു ചായ. യോഗക്കാരൻ അത് കഴിച്ചിട്ട് ഇവിടന്നു പോകട്ടെ." കാണികൾ അതിരൂക്ഷമായി പ്രതികരിച്ചു.

ഇതുകണ്ട കേണലിനു വിഷമമായി. അയാൾ പറഞ്ഞു "യോഗ നല്ലതു തന്നെ. ഇവിടത്തെ പ്രശ്നം യോഗകൊണ്ട് തീർക്കാൻ കഴിയില്ല. കാര്യങ്ങൾ പ്രാക്ടിക്കൽ ആയി പരിഹരിക്കണം. അതിനുവേണ്ടിയാണ് ഞാൻ ശ്രമിച്ചു കൊണ്ടിരിക്കുന്നത്."

"ഇങ്ങനെ സ്ത്രീകളെ കുറിച്ചു സംസാരിച്ചാൽ നല്ല മരണം ലഭിക്കുകയില്ല."

"എനിക്കു മരിക്കാൻ ഭയമില്ല." കേണൽ പറഞ്ഞത് വിശ്വസനീയമായിരുന്നു.

"ചിലപ്പോൾ തനിക്കു തന്നെയായിരിക്കും ഏറ്റവും കൂടുതൽ ഭയം. അല്ലെങ്കിൽ അതിനെക്കുറിച്ചു പറയേണ്ട കാര്യമുണ്ടോ?"

"സത്യം. മരണം ഭയപ്പെടേണ്ട കാര്യമല്ല. അതുകൊണ്ടൊന്നും ഞാൻ ഇങ്ങനെ സംസാരിക്കുന്നതു അവസാനിപ്പിക്കില്ല." കേണൽ ആണയിട്ടു.

"താങ്കൾ എന്നാൽ ഒരു കാര്യം ചെയ്യ്, നല്ല രണ്ടു മൂർഖൻപാമ്പിനെ കഴുത്തിലിട്ട് ഒന്ന് നടന്നേ... കാണട്ടെ തന്റെ ധൈര്യം."

"പക്ഷേ പാമ്പിനെ എനിക്കിഷ്ടമില്ല. മാത്രമല്ല പാമ്പിനെ എനിക്കു പേടിയുണ്ട്." കേണൽ പറഞ്ഞു.

“എന്നാൽ ഒരു കാര്യം ചെയ്യ് നല്ല ഇടിമിന്നൽ ഉള്ളപ്പോൾ പാടത്തു ഇറങ്ങി നടന്നു കാണിക്ക്. ഞാൻ കാണട്ടെ കേണലിന്റെ വീര്യം.”

“അയ്യോ, ഇടിമിന്നൽ എനിക്കു ഭയമാണ്.”

“അപ്പോൾ അതാണു കാര്യം. താങ്കൾക്ക് മരണത്തെ ഭയമില്ല. അതിലേക്കുള്ള വഴിയാണ് ഭയം.”

“അങ്ങനെയല്ല.”

“എങ്ങനെയല്ല?” ഗോപാലൻ നായരാണ് അതു ചോദിച്ചത്. കൈകളിൽ ചെറുവിരൽ മാത്രം ഉയർത്തിപ്പിടിച്ചു വീണ്ടും ചോദിച്ചു

“എങ്ങനെയല്ല എന്നാണ് ഇയാൾ പറയുന്നത്?” ഗോപാലൻ നായർ തുടർന്നു.

“കേണൽ സാറേ മരണം എന്നാൽ, ഉറങ്ങിക്കിടക്കുമ്പോൾ ഉണ്ണി വാവാവോ എന്നു പറഞ്ഞു ഉറങ്ങിക്കോളൂ കണ്ണടച്ചോളു എന്നു പറഞ്ഞു തനിയെ കണ്ണുകൾ അടഞ്ഞു പോകുന്നതല്ല.”

“അറിയാം.” കേണൽ മുഖം വീർപ്പിച്ചു.

“വേറെ നല്ല വഴികൾ ഒന്നുമില്ലേ?” കേണൽ നിസ്സഹായതോടെ മുഖം ചുളിച്ചു.

“കുന്തം, തന്നോട് സംസാരിക്കുന്ന എന്നെ വേണം തല്ലാൻ. കുറച്ചു നേരം ആകാശത്തേക്കു നോക്കിയിരിക്ക്, വല്ല വഴിയും കിട്ടും. യോഗക്കാരോ എന്തെങ്കിലും വഴി പറഞ്ഞു കൊടുക്ക്.”

ലോലിതയിൽ നിന്നും സംസാര വിഷയം കുറച്ചുനേരത്തേക്ക് മരണത്തിലേക്കു പോയതിൽ യോഗക്കാരൻ ആശ്വാസം കൊണ്ടു. യോഗക്കാരൻ കൂടുതൽ സംസാരിച്ചില്ല. സംസാരിച്ചിട്ട് കാര്യമില്ല എന്നു മനസ്സിലായി. അവൾ കല്ലെറിയാൻ വിധിക്കപ്പെട്ടവൾ. അയാൾ കുരിശിൽ തറയ്ക്കാൻ വിധിക്കപ്പെട്ടവൻ. എല്ലാ കാലത്തും സമൂഹത്തിന്റെ ജോലി ഒന്നു തന്നെ. ‘കുരിശ്. കുരിശ്. കുരിശ്. കുരിശിന്റെ വഴി.’ കുരിശിന്റെ വഴിയിലെ വീഴ്ചകൾ ആസ്വദിക്കാൻ കണ്ടുനിൽക്കുന്ന വലിയ ജനക്കൂട്ടം. ഒന്നോർത്താൽ എല്ലാവരുടെയും ജീവിതം ഓരോ കുരിശിന്റെ വഴിയാണ്. ചിലർ കൂടെ ഒരു കൈ താങ്ങി കൊടുക്കും. ചിലർ ഓരോ സ്ഥലങ്ങളിലും കരയാൻ ഉണ്ടാകും. ഇവർ എല്ലാവരും കൂടിയാണ് അവളെ വിധിച്ചത് എന്നുപോലും മറന്നുകൊണ്ട് കരയും. സമൂഹത്തിന്റെ ജോലി വിധി പറയൽ എന്നതാണ്. ഏറ്റവും ക്രൂരമായ വിധി. യോഗക്കാരനായ താൻ ഒന്നിനെയും വിധിക്കാൻ പാടില്ല. എങ്കിലും വിധിക്കുന്നവരാണ് സമൂഹമെന്നതും തന്റെ ഒരു മുൻവിധിയാണല്ലോ. ‘എല്ലാവരും പരസ്പരം വിധിച്ചും വിതച്ചും വളരട്ടെ.’

പതിനഞ്ച്

# നീലയും പച്ചയും

**“ഞാ**ൻ നീലയാണ്. എന്നെ എല്ലാവരും വിശ്വസിക്കും. കാരണം ഞാൻ സത്യസന്ധനാണ്. നിങ്ങൾ ഇതിനുമുമ്പേ കണ്ട യോഗക്കാരനെ പോലെ ഞാൻ നിങ്ങളെ പറ്റിക്കുകയില്ല. വിശ്വാസം, അതാണ് എല്ലാം. അതു മാത്രമല്ല ഒരു കാര്യത്തിലേക്ക് ഇറങ്ങിയാൽ ഞാൻ അത് പൂർത്തിയാക്കിയതിനു ശേഷം മാത്രമേ മറ്റൊരു കാര്യത്തിലേക്കു ശ്രദ്ധ തിരിക്കൂ. എനിക്കു സ്ഥിരതയുണ്ട്. വളരെ ശാന്തമായി കാര്യങ്ങളെ അവലോകനം ചെയ്തു തീർക്കാൻ സാധിക്കുന്ന പ്രശ്നമാണ് ഇതെന്ന് എനിക്കുറപ്പുണ്ട്.”

“നിങ്ങൾക്ക് എന്തു ചെയ്യാൻ കഴിയും? ലോറൻസ്+ലോലിത. ഇതാണ് പ്രധാന പ്രശ്നം. ‘ലോലോ...’ നിങ്ങൾ എങ്ങനെ തീർക്കും?”

“നിങ്ങൾക്ക് സത്യത്തിൽ എന്താണു വേണ്ടത് എന്നറിയാമോ?” നീല ചോദിച്ചു.

ഗോപാലൻ നായർ, കേണലിനെ നോക്കി പറഞ്ഞു “കേണൽ സാർ തന്നെ പറയുക. ഇത്രയൊക്കെ ആയ സ്ഥിതിക്ക്, കേണൽ തന്നെ പറയുക.”

“നിങ്ങൾ എന്തിനാ എന്റെമേൽ കുറ്റം ചാരുന്നത്?”

“നമ്മുടെ പഞ്ചായത്തിന് മോശപ്പേര് വരാതിരിക്കാൻ ഞാൻ ഒന്നു സഹായിക്കാൻ ഇറങ്ങി. അത്രേ ഉള്ളൂ.”

“നിങ്ങൾക്ക് ആ മീൻകാരനെ കുരിശിൽ തറയ്ക്കണം. അതാണ് യഥാർത്ഥ പ്രശ്നം?”

“നീയാര് പീലാത്തോസോ? ടോ നീലൻ... അയാളെ യേശുക്രിസ്തു ആക്കേണ്ട.”

“എന്നാൽ ഞാൻ യേശു ക്രിസ്തു... നിങ്ങളിൽ പാപം ചെയ്യാത്തവർ അയാളെ കല്ലെറിയട്ടെ.”

“ബൈബിൾ പഠിപ്പിക്കാൻ ഇവിടെ പള്ളിയച്ചന്മാരുണ്ട്. പക്ഷേ, ഈ കളി ഇവിടെ ഇങ്ങനെ പോയാൽ....”

“കേണലിനെ ചോദ്യം ചെയ്യേണ്ട? ഞങ്ങൾക്കും താത്പര്യം ഉള്ള കേസാ... അങ്ങനെ അവൾ അവനു മാത്രം...”

“മനസ്സിലായില്ല.”

“മീൻ ലോറൻസ് മാത്രമല്ലല്ലോ വിൽക്കുന്നത്.”

“അവൾ മാറി മാറി മീൻ വാങ്ങിക്കണം എന്ന് നിങ്ങൾക്ക് തോന്നാൻ കാരണം?”

“അല്ല. താൻ ഞങ്ങളെ വിസ്തരിക്കാൻ വന്നിരിക്കുകയാണോ? രണ്ടു പേരുടെ ഉപദേശം കഴിഞ്ഞ് അധികം നേരം ആയില്ല. ഇപ്പൊ ഉപദേശം കഴിഞ്ഞു വിസ്താരമായി. നിങ്ങൾ കോടതിയൊന്നുമല്ല. ഇവിടെ നിന്ന് അഭിപ്രായം പറഞ്ഞു പോകാം.”

“ഞാൻ പച്ചയാണ്. ഇടയിൽ കയറി സംസാരിക്കുന്നതിൽ വിഷമം വിചാരിക്കരുത്. എല്ലാം ഞാൻ കേട്ടു. ജീവിതം ആസ്വദിക്കണം. ജീവിതം ആഘോഷിക്കണം. നിങ്ങളെപ്പോലെ ഇങ്ങനെ വിദ്യാഭ്യാസം ഉള്ളവർ ഈ വിഷയത്തെ കുറിച്ച് സംസാരിച്ചു സമയം കളയരുത്. ഓരോ നിമിഷവും ആഘോഷിക്കുക. കേട്ടിട്ടില്ലേ നിങ്ങളുടെ സങ്കടങ്ങൾ നിങ്ങൾ ആഘോഷിക്കണം. നിങ്ങളുടെ വിജയങ്ങൾ നിങ്ങൾ ആഘോഷിക്കണം. നിങ്ങളുടെ പരാജയങ്ങൾ നിങ്ങൾ ആഘോഷിക്കണം. നിങ്ങളുടെ ജീവിതത്തെ അങ്ങനെ കണ്ടെത്തുക. ജീവിതകാലം മുഴുവൻ പഠനമാണ്. ഞാൻ ജീവിതകാലം മുഴുവൻ ഒരു വിദ്യാർഥിയാണ്. ഒരു വിദ്യാർഥിയുടെ മനസ്സ് കൊണ്ട് ലോകത്തെ കാണു. നിങ്ങളെ തേടി ഭാഗ്യം വരാതിരിക്കില്ല.”

“പച്ച പറയുന്നതിൽ കാര്യമുണ്ട്.” ഗോപാലൻ നായർ പറഞ്ഞു.

“ഞങ്ങൾ ചെയ്യുന്നതും ഈ ആഘോഷം തന്നെയാണ്. ഞങ്ങൾ ലോലിതയെ ആഘോഷിക്കുന്നു. ഞങ്ങൾ മീൻകാരനെ ആഘോഷിക്കുന്നു.” കാണികൾ കൂട്ടത്തോടെ അട്ടഹസിച്ചു.

“പിന്നെ എന്തിനാണ് ലോറൻസ് എന്ന ആ പാവം മീൻകാരനെ അവിടെ നിന്ന് പുറത്താക്കാൻ ശ്രമിക്കുന്നത്?”

“അതും ഞങ്ങളുടെ ആഘോഷമാണ്. അവൻ സുഖമായി ജീവിക്കേണ്ട. അവന്റെ വിഷമം ഞങ്ങൾക്ക് ആഘോഷിക്കണം. അവനെ പീഡിപ്പിക്കണം. അതിൽ എനിക്കു സന്തോഷം കണ്ടെത്തണം. അവന്റെ ദുഃഖത്തിൽ ഞങ്ങൾക്കു സന്തോഷിക്കണം. നിങ്ങൾ പറഞ്ഞ ആഘോഷം. അതുതന്നെയാണ് ഈ ചായക്കട. ഈ ചായക്കട ഞങ്ങൾ ആഘോഷിക്കുന്നു. ലോ ലോ.. ഞങ്ങൾ ആഘോഷിക്കുന്നു.”

എന്തു പറയണം എന്നറിയാതെ പച്ച നിറം മൗനത്തിൽ ആയി... പിന്നെ പുഞ്ചിരിച്ചു. പിന്നെ അവരോടൊപ്പം അട്ടഹസിച്ചു.

“സത്യത്തിൽ ഈ ലോലിതയെ ഒന്നു നേരിട്ട് കാണണം എന്നാഗ്രഹം

ഉണ്ട്. വെറുതെ ഒരിക്കൽ മാത്രം. ഒന്ന് കണ്ടാൽ മതി. എന്താ ഈ മുതല് എന്ന് കാണാനാ..."

"എന്നിട്ട് അതും ആഘോഷിക്കാനല്ലേ? ഒരു ആഘോഷക്കാരൻ. ചായക്കടയിൽ ഉള്ളവരെ ആഘോഷം പഠിപ്പിക്കാൻ ഇറങ്ങിയിരിക്കുന്നു." വീണ്ടും അട്ടഹാസം. കാണികളുടെ അട്ടഹാസം. മലയാളിയുടെ അട്ടഹാസം. ഓക്കാനം വരുന്ന അട്ടഹാസം.

"ഇതിനു മുമ്പും ജനകീയ വിചാരണകൾ നടന്നിട്ടുണ്ടല്ലോ. അവനെ കുരിശിൽ തറയ്ക്കണം. അവനെ കുരിശിൽ തറയ്ക്കണം. അവളെ കല്ലെറിഞ്ഞു കൊല്ലണം. അവളെ കല്ലെറിഞ്ഞു കൊല്ലണം." കാണികൾ ബഹളം വെച്ചു.

പച്ച സ്വയം സമാധാനിച്ചു. പച്ച വ്യക്തമായ പല ശബ്ദങ്ങളും കേൾക്കാൻ തുടങ്ങി. "അവൻ ദൈവത്തിന്റെ വചനം ധിക്കരിക്കുന്നവൻ. അവനെ കൊല്ലണം. അവനെ ജീവിക്കാൻ അനുവദിക്കരുത്. അവൻ സീസറിനെതിരായി ശബ്ദമുയർത്താൻ സാധ്യതയുള്ളവൻ. അവനെ വളരാൻ അനുവദിക്കരുത്. അവൻ പുതിയ നിയമങ്ങൾ ഉണ്ടാക്കുന്നു."

ഇവിടെ അവനു പകരം അവൾ. അല്ലെങ്കിൽ തന്നെ അവനായാലും അവളായാലും ഫലം ജനകീയ വിചാരണ. സത്യത്തിൽ മുന്നേറിക്കൊണ്ടിരിക്കുന്ന പച്ചയെ പീലാത്തോസ് എന്നു വിളിച്ച ജനം കളിയാക്കിക്കൊണ്ടിരുന്നു. "ആർക്ക് വേണം സത്യം. ഞങ്ങൾക്കു വേണ്ടത് ബറാബാസിനെ" മീൻകാരനും ലോലിതയും വെറും ചിഹ്നങ്ങൾ. അവരല്ലെങ്കിൽ മറ്റാരെങ്കിലും. വിപണിമൂല്യം പ്രധാനം. സ്ത്രീപീഢനം, ദളിത്പീഢനം, കൊലപാതകം, അടി, ഇടി, ചോര അതിന് മുകളിൽ ക്യാമറക്കണ്ണുകൾ. പിന്നെ പ്രശസ്തരായ സിനിമാനടന്മാർ നടിമാർ. അവർക്കു വളരെ പെട്ടെന്നു പ്രശസ്തി കിട്ടുന്നു. അതുകൊണ്ടുതന്നെ അവരെക്കുറിച്ച് മോശമായി സംസാരിച്ച് അവരെ താഴ്ത്തിക്കെട്ടി സമാധാനം കൊള്ളുക. അതിനും വിപണിമൂല്യമുണ്ട്. നല്ലതു പറയുന്നവർക്കു മൂല്യം കുറവാണത്രെ. എല്ലാം വിപണി എന്ന വാക്കുകൊണ്ട് അവസാനിപ്പിക്കുന്നു. ഇവരെയൊക്കെ പുച്ഛിക്കുക എന്നത് മാധ്യമ ധർമ്മം... എന്തൊരു ധർമ്മം. പുച്ഛ വിപണി എന്നാണ് ഇതിനെ ചില മാധ്യമപ്രവർത്തകർ രഹസ്യമായി വിളിക്കുന്നത്. അതിൽ പ്രാവീണ്യം നേടിയവരുണ്ട്. അവരും വിപണി മൂല്യം ഉള്ളവരാണ്.

പതിനാറ്

# മഞ്ഞയും ഓറഞ്ചും

**“ഞാ**ൻ മഞ്ഞയാണ്. ചില സമയങ്ങളിൽ ശുഭാപ്തിവിശ്വാസത്തിന്റെ നിറം. ചില സമയങ്ങളിൽ ജാഗ്രതയുടെ നിറം. പച്ച പറഞ്ഞതിനോട് യോജിക്കുന്ന ആളാണ് ഞാൻ. അതുകൊണ്ട് പുതിയ ഒരഭിപ്രായത്തിൽ പ്രസക്തിയില്ല. എങ്കിലും കാര്യങ്ങൾ ആഘോഷിക്കുമ്പോൾ ഒന്ന് ശ്രദ്ധയോടെ ആവുന്നത് നല്ലതാണ്. ശുഭാപ്തിയോടൊപ്പം ഒരു ജാഗ്രത എപ്പോഴും ഉണ്ടാവണം. അല്ലെങ്കിൽ രാജ്യം നശിക്കും. ആഘോഷിച്ചോളു. ഇഷ്ടംപോലെ ആഘോഷിച്ചോളൂ.”

“ഞങ്ങൾ എല്ലാം ശ്രദ്ധിക്കുന്നു. സ്ഥലത്തിന്റെ വില കുറയരുത്. ഞങ്ങൾ അവരെ ആഘോഷിക്കുന്നു.”

“ഞാൻ ഓറഞ്ച്. നിങ്ങൾക്ക് തലയ്ക്കു വെളിവില്ല. ഈ ചായക്കടയിൽ എല്ലാവർക്കും ഭ്രാന്താണ്. ചില കാര്യങ്ങളെ വെറും തമാശയായി വിട്ടുകളയണം. നിങ്ങൾ ഇങ്ങനെ അവരെ കുത്തി നോവിക്കരുത്. എല്ലാം തമാശയായി കണ്ടുകൂടെ?”

“അതെ ഞങ്ങൾ തമാശ തന്നെയാണ് പറയുന്നത്. നിങ്ങളെക്കുറിച്ച് ഇതുപോലെ തമാശ പറഞ്ഞാൽ നിങ്ങൾക്ക് ഇഷ്ടപ്പെടുമോ?”

“അങ്ങനെ ആരെങ്കിലും ഞങ്ങളെക്കുറിച്ച് തമാശ പറഞ്ഞെങ്കിൽ എന്ന് ആശിക്കുകയാണ്...” വീണ്ടും ചായക്കടയുടെ അട്ടഹാസം.

“ഞാൻ ആകാംക്ഷയുടെ നിറമാണ്. വേദനിക്കുന്ന ഹൃദയങ്ങൾ ഉണ്ടെങ്കിൽ, ആ വേദനയിൽ നിന്ന് ആരെ വേണമെങ്കിലും എനിക്ക് പുറത്തു കൊണ്ടുവരാൻ കഴിയും. ഞാൻ സൂര്യപ്രകാശത്തിന്റെ നിറമാണ്. ഞാൻ വളരെയധികം ശ്രദ്ധയാകർഷിക്കുന്ന നിറമാണ്. ആത്മവിശ്വാസത്തിന്റെ നിറമാണ്. എനിക്ക് നിങ്ങളുടെ അവസ്ഥയിൽ വിഷമമുണ്ട്.”

“ഓറഞ്ചേ, ഞങ്ങൾക്കും ആകാംക്ഷയാണ്. വേദന മാറ്റണമെന്ന് ഞങ്ങൾക്കും ആഗ്രഹമുണ്ട്. ആത്മവിശ്വാസവുമുണ്ട്. ഇതിനു പരിഹാരം കാണാൻ നിങ്ങളുടെ സഹായം ആവശ്യമില്ല.”

ആ വരികൾ കേട്ടതോടെ ഓറഞ്ചിന്റെ നിറം മങ്ങി. സംസാരിക്കാൻ കഴിയാതെ തല താഴ്ത്തി. സൂര്യ പ്രകാശം കുറഞ്ഞുതുടങ്ങി. ഓറഞ്ചിൽ നിന്നും ചുവന്ന അസ്തമയ സൂര്യൻ തെളിഞ്ഞു തുടങ്ങി. ചുവന്ന ചക്രവാളം സംസാരിക്കാൻ തുടങ്ങി. കടലിൽ മുങ്ങുന്നതു വരെ സമയ മുണ്ട്, അസ്തമയ സൂര്യന്റെ കടുംചുവപ്പ് നിറമാഘോഷിക്കാൻ. ചായ ക്കടയിലേക്ക് ജനാലയിടുക്കുകളിൽ നിന്നും ലേസർ രശ്മി പോലെ പ്രകാശം വീഴാൻ തുടങ്ങി. സൂര്യനെ നിയന്ത്രിച്ചു പ്രകാശം അകത്തേക്കു കടത്തി വിടുന്ന യന്ത്രംപോലെയാണെന്ന് അവിടുത്തെ ജനാലകൾക്ക് അഹങ്കരിക്കാം. ഓറഞ്ചിന്റെ പത്തി താഴ്ന്നപ്പോൾ ചുവപ്പിനു ഉണരാതെ രക്ഷയില്ലല്ലോ. ശാസ്ത്രീയമായിതന്നെ ഓറഞ്ചിന്റെയും മഞ്ഞ യുടെയും അമ്മയാണ് താൻ എന്ന ഭാവം ചുവപ്പിനുണ്ടായാൽ കുറ്റം പറ യാൻ കഴിയുകയില്ല. അത്രമേൽ അവർ ബന്ധപ്പെട്ടിരിക്കുന്നു.

പതിനേഴ്

# ചുവപ്പ്

"**ഞാ**ൻ ചുവപ്പ്. കാമത്തിന്റെ നിറം. എന്നെ പ്രണയത്തിന്റെ നിറമായി ചിലർ ഉപമിക്കാറുണ്ട്. അതിൽ എനിക്ക് വിരോധമില്ല. കാര്യം നടക്കണം. അതാണ് എനിക്ക് പ്രണയം. ഞാൻ ആഗ്രഹത്തിന്റെ നിറമാണ്. ഞാൻ അധികാരത്തിന്റെ നിറമാണ്. ഞാൻ ആവേശത്തിന്റെ നിറമാണ്. ഞാൻ ദേഷ്യത്തിന്റെ നിറമാണ്. ദേഷ്യം എന്ന് പറയുമ്പോൾ നിങ്ങൾ എന്താണ് അർത്ഥമാക്കുന്നത് എന്നറിയില്ല. എന്നേക്കാൾ നല്ല രീതിയിൽ ജീവിക്കുന്ന ആരെ കണ്ടാലും എനിക്ക് അവരോട് ദേഷ്യമാണ്. നല്ല രീതി എന്നതുകൊണ്ട് ഞാൻ ഉദ്ദേശിക്കുന്നത് സന്തോഷിക്കുന്ന ആരായാലും എനിക്ക് ദേഷ്യമാണ്. കാരണം ഞാൻ സന്തോഷം അറിഞ്ഞിട്ടില്ല. സന്തോഷിക്കാൻ എനിക്കറിയില്ല. അതോ, ആഗ്രഹങ്ങൾ കൂടിയിട്ടാണോ എന്നറിയില്ല."

"ഞങ്ങൾ ലോലിതയെക്കുറിച്ചാണ് സംസാരിക്കുന്നത്. ലോറൻസിനെ പുറത്താക്കുന്നതാണ് പ്രധാന വിഷയം. എടോ ദേഷ്യക്കാരൻ ചുവപ്പു കോമരമേ ഞങ്ങൾക്ക് ഏറ്റവും അധികം ദേഷ്യം മീൻകാരൻ ലോറൻസിനോടാണ്."

"ലോറൻസ് എന്നെയും ദേഷ്യം പിടിപ്പിക്കുന്നുണ്ട്. പിന്നെ ഒരു വഴിയുണ്ട്. അയാളുമായി ഞാൻ അടിയുണ്ടാക്കാം. അങ്ങനെ വരുമ്പോൾ ലോലിതയ്ക്ക് അയാളോടുള്ള സ്നേഹം കുറയും. മീൻകാരൻ ഒരു വഴക്കാളിയാണെന്ന് വരുത്തിത്തീർക്കാൻ എളുപ്പമാണ്."

"ചുവപ്പ് നിറമേ, ഞങ്ങളുടെ കേണൽ എല്ലാ പണിയും നടത്തി നോക്കി, അവരെ തമ്മിൽ അകറ്റാൻ കഴിഞ്ഞില്ല. ആ മീൻകാരൻ അങ്ങനെ എളുപ്പം തോൽക്കില്ല. ഒന്നും നഷ്ടപ്പെടാൻ ഇല്ലാത്ത പോലെയാണ് അയാളുടെ പെരുമാറ്റം."

"ഞാൻ ചുവപ്പ്. എന്റെ ഇത്രയും കാലത്തെ അനുഭവം വെച്ച് പറയുകയാണ്. ഇനി ഒന്നും പറയാനില്ല. ഒന്നും നഷ്ടപ്പെടാൻ ഇല്ലാത്തവനെ തോല്പിക്കാൻ ബുദ്ധിമുട്ടാണ്."

"എങ്കിലും നിങ്ങളുടെ പ്രശ്നം കാണുമ്പോൾ എനിക്ക് ആവേശം വരുന്നു. നിങ്ങളെ സഹായിക്കണം എന്നുണ്ട്."

"പക്ഷേ, അവിടെ എന്താണ് നടക്കുന്നത്?"

“അത് ശരി... അത് അറിയാനാണ് ഞങ്ങൾ ശ്രമിക്കുന്നത്.” കാണികളുടെ അട്ടഹാസം വീണ്ടും.

“കാമം... വെറും കാമം... അവളുടെ നിറം ചുവപ്പാണ്. കാമത്തിന്റെ നിറം.”

“അതാണ്... നീ പറഞ്ഞതാണ് ശരി... ഇപ്പൊ നീ യഥാർത്ഥ വിഷയത്തിൽ എത്തി. അവനെ അവിടെ നിന്ന് പുറത്താക്കണം. അവന്റെ കാമത്തോട് ചായക്കടയിൽ ഇരിക്കുന്ന എല്ലാവർക്കും ദേഷ്യമാണ്. അത് തീർക്കാൻ ഞങ്ങൾ പരാമവധി കരി വാരി തേച്ചു നോക്കി. പക്ഷേ, അവനു നാണവും മാനവും ഇല്ല. മീൻകാരനായതുകൊണ്ട് നമുക്ക് കളിക്കുന്നതിൽ ഒരു പരിധിയുണ്ട്. അവനു നാണം ഇല്ലെങ്കിൽ പിന്നെ എന്താ ചെയ്യാ?”

“അവളെ ആക്രമിച്ചു കൊല്ലാൻ തോന്നുന്നു.”

“ഞങ്ങൾക്കും”

“അവളെ ആക്രമിച്ചു ബലാൽസംഗം ചെയ്യാൻ തോന്നുന്നു.”

“ഞങ്ങൾക്കും.”

“ഞാനും ചുവപ്പാണ് അവളും ചുവപ്പാണ് എല്ലാവരും ചുവക്കട്ടെ.”

കേണൽ ചിരി തുടങ്ങി. അവിടേക്ക് കയറി വന്ന കുമാറിനെ നോക്കി പറഞ്ഞു “കേൾക്കൂ... ബുദ്ധിയുള്ളവർ പറയുന്നതു കേൾക്കൂ, അവൾ ചുവപ്പാണ്...”

കുമാറിന് ചിരിയടക്കാൻ കഴിഞ്ഞില്ല. “കേണൽ എന്താണ് പുലമ്പുന്നത്. വെറുതെ ഇരുന്നു സ്വപ്നം കാണുകയാണോ?”

പെട്ടെന്ന് പരിസരബോധം ലഭിച്ചപോലെ കേണൽ രാജൻ സ്വപ്നത്തിൽ നിന്നും ഉണർന്നു.

“നീ ഓരോ നിറങ്ങളെ കുറിച്ച് ഉപദേശിച്ച് എനിക്ക് ഓരോ ഭ്രാന്തൻ സ്വപ്നങ്ങൾ തലയിൽ വരുന്നു. തല നിറയെ നിറങ്ങൾ. നിറങ്ങൾ തമ്മിൽ തല്ലുന്നു. ഇപ്പോഴത്തെ പുതിയ മാനസിക പ്രശ്നം അതാണ്.”

ലോലിത വീട്ടിൽ നിന്നും സ്ഥിരമായി പുറത്തുപോകുന്ന സമയം കേണൽ നോക്കി വെച്ചിട്ടുണ്ട്. രണ്ടു മണിക്കൂർ നേരം. ഉച്ച തിരിഞ്ഞു നാല് തൊട്ടു ആറ് വരെ അവൾ വീട്ടിൽ ഇല്ല. ഈ സമയം അവൾ എവിടെ പോകുകയാണെന്ന് കേണൽ ഇതുവരെ ചിന്തിച്ചില്ല. അവൾ പിശകുകേസ് തന്നെ. സ്ഥിരമായി രണ്ട് മണിക്കൂർ ഒരേ സമയം. എവിടെയായിരിക്കും. എന്തായാലും അതാണ് പറ്റിയ സമയം. കുമാറിന്റെ കുട്ടികൾ എട്ട് ക്യാമറകൾ വീടിന്റെ പല ഭാഗത്തായി സ്ഥാപിക്കണം. ഒരു ഷോട്ടും വിട്ടു പോകരുത്. ശബ്ദം കൃത്യമായി ലഭിക്കാൻ ഓസ്കാർ പൂക്കുട്ടിയുടെ സറൗണ്ട് സൗണ്ട് തന്നെ വേണ്ടി വരും. കോടതിയിൽ തെളിവുകൾ ആണ് പ്രധാനം.

“നിന്റെ പിള്ളേർ ക്യാമറ കൊണ്ട് വരുമോ? എല്ലാ പൊസിഷനും കവർ ചെയ്യണം.”

“എന്തിനാ എട്ട് കാമറകൾ. ഒരെണ്ണം അവളുടെ ജനനേന്ദ്രിയത്തിനു ഉള്ളിൽ വെച്ചാൽ മതി. എല്ലാ കൃത്യമായി കേണലിന് കാണാം.”

കുമാർ ദേഷ്യപ്പെട്ടു. "എന്റെ സുഹൃത്ത് ജേർണലിസ്റ്റ് നന്ദന്റെ അഭിപ്രായം കണക്കിൽ എടുത്ത് പുതിയ മീൻകച്ചവടക്കാരനെ ശ്രമിച്ചു നോക്കിയിട്ട് പോരെ ക്ലിപ്പും, വാട്ആസാപ്പും, ഫേസ്ബുക്കും. വ്യക്തികളെ നശിപ്പിക്കാനുള്ള അവസാനത്തെ അടവായി മാത്രമേ ഇതിനെയൊക്കെ ഉപയോഗിക്കാവൂ... വല്ലപ്പോഴും. ഗാന്ധിജി ഹർത്താലിനെ കുറിച്ച് പറഞ്ഞത് ഓർമ്മയില്ലേ? ഹർത്താൽ ഏറ്റവും ഒടുവിലത്തെ സമരമായിരിക്കണമെന്നാണ്. അത് പോലെ ക്ലിപ്പുകളും വാട്സാപ്പും മനുഷ്യനെ വ്യക്തിഹത്യ ചെയ്യാനുള്ള അവസാനത്തെ അടവായിരിക്കണം. അത് ആദ്യം തന്നെ ഉപയോഗിച്ചാൽ അതിന്റെ ഫലം പോകും. അത് ശീലമാകും. ക്ലിപ്പുകളിലുള്ള ജനങ്ങളുടെ വിശ്വാസം നഷ്ടപ്പെടും."

"ജേർണലിസ്റ്റ് പറഞ്ഞ ആൾ സുന്ദരനാണ്. അവൻ മീൻ വിറ്റാൽ ശരിയാവുകയില്ല. ഇതിനേക്കാൾ പ്രശ്നമാണ്. പിന്നെ അത് തീർക്കാൻ അമേരിക്കയിൽ നിന്ന് ആളെ ഇറക്കേണ്ടി വരും." കേണൽ കുട്ടികളെ പോലെ മുഖം ചുളിച്ചു.

"എന്നാലും ക്ലിപ്പ് എന്നൊക്കെ പറയുമ്പോൾ നമ്മൾ മഹാതറയായി പോകില്ലേ. ഒന്നുമില്ലെങ്കിലും കേണൽ സാറ് ഒരു പഴയ ഐ.എ.എസ് കാരനല്ലേ."

"ഞാൻ ഐ.എ.എസുകാരനോ? ഓ... ഇതാരാ നിന്നോട് പറഞ്ഞത്."

"സാറ് മലേഷ്യയിൽ വെച്ച് പറഞ്ഞതല്ലേ... ഓർമയില്ലേ?"

"എനിക്ക് ഐ.എ.സ് കിട്ടിയില്ല. അതിന്റെ വിഷമത്തിൽ ഞാൻ പറഞ്ഞു നടന്നതാ. നീ അത് വിട്."

"എന്നാലും യു.ൻ.ഒ യിൽ ജോലി ചെയ്ത ആൾ ഇങ്ങനെ തരം താഴണോ?"

"എന്റെ കുമാറെ  എന്നെ കളിയാക്കിയത് മതി. തന്നോട് അന്ന് മലേഷ്യയിൽ വെച്ച് ഞാൻ പറഞ്ഞത് എല്ലാം നുണ തന്നെ. തനിക്കു അതു മുഴുവൻ അറിയാമെന്നു എനിക്കറിയാം." അയാൾ തുടർന്നു.

"മീൻകാരനെ വെറുതെ വിടരുത്."

"സാർ യഥാർത്ഥത്തിൽ എന്താ സ്വപ്നം കണ്ടത്?"

"കുറെ നിറങ്ങൾ..."

"സാറിനു ഭ്രാന്തായോ?"

"ആവും..ഈ നിലക്ക് പോയാൽ ഭ്രാന്താകും."

"ഈ നിറങ്ങൾ എന്ന് പറയുമ്പോൾ, ഓരോ നിറമായി സാറിനോട് സംസാരിക്കുകയാണോ?"

"അതെ... ഒരു രൂപം, ഉഗ്രം രൂപം, ചിലപ്പോൾ, വെറുതെ ഒരു വട്ടം പോലെ... അതിനുള്ളിൽ നിറങ്ങൾ മാറി വരുന്നു. ഓരോ നിറത്തിനും പറയാൻ ഓരോ കഥകൾ. എല്ലാവരും കൂടി എന്നെ ആക്രമിക്കുന്നത് പോലെ തോന്നുന്നു. ഇനി വല്ല ഡോക്ടറിനെയും കണ്ടു നോക്കണോ? ഇല്ല എനിക്ക് ഒരു പ്രശ്നവുമില്ല."

പതിനെട്ട്

# മഴവില്ല്

**കേ**ണൽപ്രശ്നങ്ങൾ ഭ്രാന്തമായ അവസ്ഥയിൽ എത്തിയെന്ന് മനസ്സിലാക്കിയപ്പോൾ കുമാർ നന്ദനെ പ്രശ്നങ്ങൾ ധരിപ്പിച്ചു. കുമാറിന് പ്രശ്നത്തിൽ നിന്നും തലയൂരാൻ ആത്മാർത്ഥമായ ആഗ്രഹമുണ്ടെങ്കിലും ഒരു വഴി കണ്ടെത്താൻ കഴിഞ്ഞില്ല. ഫിലോസഫിയും നിറങ്ങളും നന്ദന്റെ പ്രിയ വിഷയമെന്നത് കൊണ്ടു തന്നെ കുമാർ ഔപചാരികത യില്ലാതെ മനസ്സ് തുറന്നു.

"നന്ദൻ, ഞങ്ങളുടെ കേണൽ ആകെ കുഴപ്പത്തിൽ ആണ്."

"എന്ത് പറ്റി?" നന്ദൻ കസേര തിരിച്ചിട്ട് തന്റെ പോണിടെയിൽ മുടി കൈകൊണ്ട് തടവിക്കൊണ്ടിരുന്നു.

"ഇന്നലെ പല നിറങ്ങളെക്കുറിച്ച് സംസാരിച്ചു. ഭ്രാന്തായി എന്നാണ് തോന്നുന്നത്. പ്രണയത്തിന്റെ നിറം ചുവപ്പാണ് എന്നാണ് കേണൽ പറയുന്നത്... ഇടയ്ക്കു പിരി കയറ്റാൻ.. ഞാൻ വെള്ള നിറമാണ് എന്നു പറയാറുണ്ട്. പറഞ്ഞു പറഞ്ഞ് കേണൽ ഏതു നേരവും പല നിറങ്ങളെ കുറിച്ച് പുലമ്പിക്കൊണ്ടിരിക്കുന്നു. ഇനി ഇപ്പോൾ ലോലിതയുടെ പ്രശ്നം അല്ല; കേണലിന്റെ പ്രശ്നം തീർക്കാൻ സാറ് തന്നെ വേണ്ടി വരും."

"നിങ്ങൾ പറഞ്ഞതു തന്നെ എനിക്കു പറയാനുള്ളൂ. പ്രണയത്തിന്റെ നിറം എനിക്ക് വെള്ളയാണ്. ഏഴു നിറങ്ങളും കൂടിയ മഴവില്ലു പോലെ. എല്ലാ നിറങ്ങളും കൂടിച്ചേർന്നാൽ തൂവെള്ള നിറം. നിറങ്ങളുടെ ആഘോഷം. അതാണ് വെള്ള. വെള്ള നിറത്തിൽ എല്ലാമുണ്ട്. ഞാൻ ഇന്നും കൊച്ചു കുട്ടിയെപ്പോലെ മഴവില്ല് നോക്കിയിരിക്കും. കാർമേഘ ത്തിനു മുന്നിലെ വെള്ളത്തുള്ളികളെ ഏഴു നിറമായി ആകാശത്ത് വിരി യിക്കുന്ന സൂര്യൻ. നിറമില്ലാത്ത വെള്ള തുള്ളികൾക്ക് ഏഴു നിറങ്ങൾ നൽകാൻ സൂര്യനു മാത്രമേ കഴിയൂ. ആ മഴവില്ല് കാണുമ്പോൾ മഴ വിൽ പീലികൾ നിവർത്തി നൃത്തമാടുന്ന മയിലുകൾ. പ്രകൃതിയുടെ ഉത്സവം. തൂവെള്ള നിറത്തിൽ ലയിക്കാൻ വെമ്പുന്ന കോടാനുകോടി നിറങ്ങൾ. തൂവെള്ള. അതാണ് പ്രണയം."

ഇതിനിടയിൽ നന്ദൻ തന്റെ ആദ്യ മലയാളം ചാനൽ പരിപാടി "ആറന്മുള കണ്ണാടി" എന്ന ചർച്ചാപരിപാടിക്ക് ആസൂത്രണം ആരംഭിച്ചു. കേരളത്തിന്റെ പുരോഗമനത്തിനു വേണ്ടിയുള്ള വ്യത്യസ്ത പദ്ധതി കളുടെ തുറന്ന ആശയ ചർച്ചകളും പഠനങ്ങളും അവയുടെ നടത്തിപ്പിന് വേണ്ടിയുള്ള കർമ്മപദ്ധതികളും സർക്കാരിന് സമർപ്പിക്കുന്ന ഒരു സംരംഭം. നന്ദൻ കേരളത്തിൽ എത്തിയിട്ട് ആഴ്ചകൾ പിന്നിട്ടു. യുദ്ധ ങ്ങൾ റിപ്പോർട്ടിങ് നടത്തുന്ന പരിപാടികളുടെ ഡയറക്ടർ ആയി ജോലി ചെയ്ത നന്ദന് ഇത് പുതിയ അനുഭവമല്ല. എങ്കിലും തുറന്ന ആകാശത്തെ ജോലിയിൽ നിന്നും വെടിയൊച്ചകളിൽ നിന്നും ഒരു ഇടവേള. പല തവണ മരണത്തെ മുഖാമുഖം കണ്ടിട്ടുണ്ടെങ്കിലും സിറിയയിലെ അനു ഭവങ്ങൾ തീവ്രമായിരുന്നു. സിറിയയിലെ രണ്ടാമത്തെ പ്രാചീന നഗര മായ അലെപ്പോ 2012നു ശേഷം യുദ്ധത്തിലൂടെ നരകമായത് നന്ദന്റെ കൺമുന്നിൽ വെച്ചാണ്.

ജെ.ടി.സെഡ് കൺസൾട്ടൻസി ഐ.ടി. കമ്പനിയാണെങ്കിലും ഏതോ പുതിയ യുദ്ധം റിപ്പോർട്ട് ചെയ്യാൻ രഹസ്യമായി എത്തിയ മാധ്യമ പ്രവർത്തകന്റെ കിരീടം അണിഞ്ഞുകൊണ്ടാണ് അയാളുടെ നടപ്പ്. രണ്ടു കൈയും പിന്നിൽ കെട്ടിയിട്ടുണ്ട്. പുതിയ ലോകം തേടിയുള്ള യാത്ര യിൽ പഴയ ലോകത്ത് എത്തിയിരിക്കുന്നു. കേരളത്തിലെ രീതികളുമായി പൊരുത്തപ്പെടാൻ കൊച്ചിയിലെ ഓഫീസിലെ സമ്മേളന സ്ഥലങ്ങളിൽ ഇറങ്ങി നടന്നു. വിദേശ വാസത്തിനു ശേഷം കേരളത്തിനെ വീണ്ടും കണ്ടെത്താൻ എത്തിയിരിക്കുകയാണ്. തുടക്കം പുതിയ തലമുറയുടെ വിഹാര കേന്ദ്രമായ ഐ.റ്റി കമ്പനിയിൽ നിന്ന് തന്നെ.

### ഒന്നാം സ്ഥലം

ഓഫീസിലെ ഒരു മൂലയിൽ കുറച്ചു പുരുഷൻമാർ സംസാരിക്കുന്നു "ഒറ്റ ഒരുത്തിയും ശരിയല്ല...." അത് കേട്ടില്ല എന്ന ഭാവത്തിൽ നന്ദൻ അവരുടെ അടുത്തേക്കു പോയി. റിട്ടയേർഡ് ഇന്റർനാഷണൽ ജേർണ ലിസ്റ്റ് എന്ന പേരിലാണ് നന്ദനെ ഇവിടെ എല്ലാവരും പരിചയപ്പെട്ടിരിക്കു ന്നത്. അതുകൊണ്ടാവാം ആ കൂട്ടത്തിൽ നിന്ന ബിജുക്കുട്ടൻ വീണ്ടും ചോദിച്ചത് "നന്ദൻ എന്തു പറയുന്നു... ഒറ്റ ഒരുത്തിയും ശരിയല്ല, ശരി യല്ലേ?"

നന്ദൻ പറഞ്ഞു "നിങ്ങൾ തന്നെ രണ്ടും പറയുന്നു..." എല്ലാവരും ചിരിച്ചു.

"പക്ഷേ, നന്ദൻ എന്തു പറയുന്നു?"

നന്ദൻ പുഞ്ചിരിച്ചു. ബിജുകുട്ടന് അത് അത്ര രസിച്ചില്ല. വീണ്ടും അയാൾ പുലമ്പി. "ഞാൻ അറിയുന്ന ഒരു പെണ്ണും ശരിയല്ല..."

നന്ദൻ വീണ്ടും പുഞ്ചിരിച്ചു. "തന്റെ അമ്മയോ?"

ബിജു ദേഷ്യത്തോടെ "ഞാൻ പറഞ്ഞത് ഇവിടുത്തെ കാര്യമാണ്."

"ഞാൻ ആരേയും പരിചയപ്പെട്ടിട്ടില്ല."

"വീമ്പു പറയുകയാണെന്നു വിചാരിക്കരുത്. ഞാൻ വിചാരിച്ചാൽ ഏതു പെണ്ണിനേയും ഞാൻ കിടക്കയിൽ എത്തിക്കും." ബിജുക്കുട്ടൻ തുടർന്നു.

"ഇതു ഇത്ര വലിയ സംഭവമാണോ, ഇത്രമാത്രം അഹങ്കരിക്കാൻ?" നന്ദൻ ചോദിച്ചു.

നന്ദൻ വീണ്ടും പുഞ്ചിരിച്ചു. "എന്റെ കുറഞ്ഞ ലോക പരിചയം വെച്ച് ഞാൻ പറയട്ടെ, സ്ത്രീകൾ ഭൂമി പോലെയും, തടാകങ്ങൾ പോലെയും ആണ്. നമ്മൾ അവിടേക്ക് വേസ്റ്റ് വലിച്ചെറിഞ്ഞാൽ അത് മലിനമാക്കപ്പെടും. മലിനമാക്കിയതിനു ശേഷം പെണ്ണിനെ കുറ്റം പറയുന്നത് ശരിയാണോ? മലിനമാക്കിയതിനു ശേഷം തടാകത്തെ കുറ്റം പറയുന്നത് ശരിയാണോ?"

"നിങ്ങൾക്ക് ഭ്രാന്ത് ഉണ്ടെന്നു തോന്നുന്നു." സ്ത്രീയെ പ്രകൃതിയോട് ഉപമിക്കുന്നത് കണ്ടു ബിജുക്കുട്ടൻ ഒരു സംശയഹാസ്യ രൂപേണ ചോദ്യമെറിഞ്ഞു.

നന്ദൻ മാധ്യമ പ്രവർത്തകരുടെ  ഭാഷയിൽ ബിജുവിനെ നോക്കി പറഞ്ഞു.

"എന്റെ മുഖം കണ്ണാടിയാണ്. ഇനി നിങ്ങൾ തീരുമാനിക്കൂ, ഭ്രാന്ത് ആർക്കാണെന്ന്."

"മാധ്യമങ്ങൾ കണ്ണാടി തന്നെയാണ്. പക്ഷേ, ആ കണ്ണാടി മലിനമാണ്. കണ്ണാടിയിൽ ഇതൊക്കെ കാണാനുള്ള കഴിവേ ഞങ്ങൾക്ക് ഉള്ളൂ." ബിജുക്കുട്ടൻ തന്റെ മറുപടിയിൽ അഭിമാനം കൊണ്ടു.

"ഞാൻ പുണ്യാളൻ അല്ല. നിങ്ങൾ സ്ത്രീകളെ ഭോഗിക്കുന്നത് കുറ്റമായി ഞാൻ പറഞ്ഞില്ല."

"ദാ പോകുന്ന കുട്ടിയെ കണ്ടോ... എന്റെ പഴയ സുഹൃത്താ... ഒരാഴ്ച മുമ്പ് വരെ ഞാനുമായി പാതിരാത്രി വരെ ചാറ്റ് ചെയ്യാൻ അവൾക്കു മടി ഉണ്ടായിരുന്നില്ല... അവളുടെ കല്യാണം നിശ്ചയിച്ചു... പിന്നെ അവൾക്കു എന്നൊടു മിണ്ടാൻ ധൈര്യം ഇല്ല.... ഒരു സദാചാരവാദി.... ഇതൊക്കെ എത്ര കാലം ഓടും. ഏതെങ്കിലും ഒരുത്തൻ ഇവളുടെയൊക്കെ മനസ്സമാധാനം കളയും." ബിജുക്കുട്ടൻ പറഞ്ഞു.

"തന്റെ സുഹൃത്തിനെ കുറിച്ചാണോ ഈ പറയുന്നത്... തന്റെ ഭാര്യയെ കുറിച്ചുള്ള അഭിപ്രായം എങ്ങനെയാണ്?" നന്ദൻ കുറച്ചു കടുപ്പിച്ചു ചോദിച്ചു. "അങ്ങാടിയിൽ തോറ്റാൽ അമ്മയോട് എന്നത് എത്ര ശരി. അതിനിടയിൽ ഒരാൾ പേര് ശശി എന്നാണ്. പേര് വേറെ എന്തോ ആണ്. ശശി എന്ന് ചിലരെ വിളിക്കുന്നത് ഒരു ഫാഷൻ ആണ്." ശശി പറഞ്ഞു.

"ഈ പ്രണയം എന്ന ഒരു സാധനം ഇല്ല. ഞാനും ഈ പ്രണയം ഒക്കെ കഴിഞ്ഞാ ഇവിടെ എത്തിയത്. അങ്ങനെ ഒരു സാധനം ഇല്ല."

“നിങ്ങൾ ഏതെങ്കിലും ഒന്ന് പറയുക ഒന്നുകിൽ പ്രണയം ഇല്ലെന്ന്. അല്ലെങ്കിൽ പ്രണയിച്ചിട്ടില്ലെന്നു അല്ലെങ്കിൽ താൻ അതിൽ പരാജയപ്പെട്ടെന്ന്. ഇത് ഇപ്പൊ കണക്കിൽ പരാജയപ്പെടുന്നവൻ കണക്ക് എന്ന വിഷയം ലോകത്തില്ലെന്നു പറയുന്ന പോലെയാണ്.”

ചിലർക്ക്, ജീവിതത്തിൽ ഒരു ഡിവോർസ് കഴിഞ്ഞാൽ എല്ലാ സ്ത്രീകളും വഞ്ചകികൾ എന്ന് തോന്നും. അത് തന്നെയാണ് ഡിവോർസ് കഴിഞ്ഞ സ്ത്രീകളുടെയും വിചാരം. ലോകത്തെ എല്ലാ പുരുഷന്മാരയും മനസ്സിലാക്കി എന്ന അഹങ്കാരം.

“നിങ്ങളുടെ മാധ്യമപ്രവർത്തകരുടെ വർഗ്ഗം പിന്നെ മാന്യന്മാരാണല്ലോ? അവരും എല്ലാവരെയും മനസ്സിലാക്കി എന്ന അഹങ്കാരമായി നടക്കുന്നവരാണല്ലോ.”

“എന്തിനാണ് ഒരു വിഭാഗത്തിന്റെ പേരും പറഞ്ഞ് സ്വന്തം ചിന്തകൾ, സ്വന്തം ആഗ്രഹങ്ങൾ പറയുന്നത്. അവരും നിങ്ങളെ പോലെ മനുഷ്യർ തന്നെ. ഓരോന്നും ഓരോ ആൾക്കാരുടെ ഇഷ്ടം. അതുകൊണ്ട് പ്രണയം ഇല്ലാതാകുന്നില്ല. ശശി, പ്രണയവും കാമവും തമ്മിൽ കൂട്ടിക്കുഴക്കല്ലേ. നീ ആരെ വേണെമെങ്കിലും കാമിച്ചു കൊള്ളുക. കുട്ടികളെയും തള്ളകളെയും ഒഴിവാക്കൂ.” ശശി സംശയത്തിൽ കുഴങ്ങി. അല്ലെങ്കിലും ശശിക്ക് എപ്പോഴും സംശയമാണ്.

“ചിലരുടെ വിഷമങ്ങൾ കാണുമ്പോ കൂടെ കിടന്നിട്ടായാലും അത് മാറുമെങ്കിൽ അങ്ങനെ ചെയ്യാൻ തോന്നും.” ശശി പറഞ്ഞു.

“ഓ അത് ശരി. അപ്പൊ ശശിയുടെ ആഗ്രഹം അല്ല.” നന്ദൻ മറുപടി പറഞ്ഞു.

“നിങ്ങൾ മാധ്യമപ്രവർത്തകർ സുവിശേഷം ഒന്നും പറയേണ്ട. അത് വേശ്യയുടെ സുവിശേഷം പോലെയാണ്.” ശശി പറഞ്ഞു.

“വേശ്യകൾക്കാണ് ഏറ്റവും നന്നായി സുവിശേഷം പറയാൻ കഴിയുക എന്ന് ഞാൻ വിശ്വസിക്കുന്നു. എല്ലാ പുരുഷ കേസരികൾ ചേർന്ന് മലിനമാക്കിയവർക്കു നല്ലെതെന്തെന്നു തിരിച്ചറിയാൻ കഴിയും. ഒരു പുരുഷ കടലിനെ മുഴുവൻ സഹിക്കുന്ന വേശ്യകളോട് മാധ്യമപ്രവർത്തകൻ എന്ന നിലയ്ക്ക് എനിക്ക് ശശിയേക്കാൾ ബഹുമാനമാണ്.” നന്ദൻ പറഞ്ഞു.

“ഓ  പിന്നെ... എല്ലാം ഒരു മായയാണ്.” ശശി പറഞ്ഞു.

“ശശി എല്ലാം നിന്റെ മനസ്സും കാഴ്ചയും അനുസരിച്ചാണ്...നിങ്ങളുടെ ശരി നിങ്ങളുടെ മാത്രമാണ്.”

## രണ്ടാം സ്ഥലം

സംഭാഷണം ഇനിയും തുടരും എന്നറിയാമെങ്കിലും, നന്ദൻ പതുക്കെ അവിടെ നിന്നും വിട ചൊല്ലി. പിന്നെ എത്തിയത് മറ്റൊരു മൂലയിലാണ്. അവിടെയെത്തിയപ്പോൾ നന്ദൻ വീണ്ടും അതിശയിച്ചു.

നന്ദനെ കണ്ടപ്പോൾ അവിടെ നിന്ന സ്ത്രീകൾ, പറഞ്ഞ വിഷയം മാറ്റാൻ ശ്രമിച്ചു. എങ്കിലും നന്ദൻ അവരെ പ്രോത്സാഹിപ്പിച്ചു. അവർ മടിച്ചു. എങ്കിലും അതിൽ ഒരു പെൺകുട്ടി പറഞ്ഞ വിഷയങ്ങൾ നന്ദൻ കേട്ടിരുന്നു.

“ഒറ്റ ഒരുത്തനും ശരിയല്ല. അവന്റെ നോട്ടം ഏതു നേരവും എന്റെ മാറത്തേക്കാണ്. അവന്റെ കല്യാണം കഴിഞ്ഞു രണ്ട് കുട്ടികൾ ഉണ്ട്. നന്നാവില്ല, പിശാചിന്റെ സന്തതികൾ.”

അവർ സംസാരം നിർത്തിയെങ്കിലും,അവരുടെ വിഷമം കണ്ടു നന്ദൻ പറഞ്ഞു. “ഞാൻ നിങ്ങൾ പറഞ്ഞത് കേട്ടു.”

അപ്പോഴേക്കും ഒരു പെൺകുട്ടി പറഞ്ഞു, “എല്ലാവരെയും കുറിച്ചല്ല ഞങ്ങൾ പറഞ്ഞത്...”

നന്ദൻ തിരുത്തി “ഞാൻ കേട്ടത് ഒറ്റ ഒരുത്തനും ശരിയല്ല എന്നാണ്...”

അതു കേട്ടപ്പോൾ ആ വാക്കുകൾ പറഞ്ഞ സിമി വീണ്ടും ആവർത്തിച്ചു. “പത്രം ദിവസവും വായിക്കാൻ പേടിയാവുന്നു. എല്ലാവരും എഞ്ചിനീയർസ് ആണ് പോലും, ഇത്രയും പുരോഗമിച്ച ഈ ഓഫീസിൽ പോലും എല്ലാവരുടെയും ശ്രദ്ധ ശരീരത്തിൽ മാത്രമാണ്.”

“എന്താ ഇപ്പൊ അതിനു ഒരു പോംവഴി?” നന്ദൻ ചോദിച്ചു.

“താങ്കൾ ഒരു മാധ്യമപ്രവർത്തകനായിരുന്നുവെന്ന് കേട്ടു. നിങ്ങൾ പറയൂ... ഞങ്ങൾ ഉപഭോഗ വസ്തുവല്ല.”

“ഞാൻ സമ്മതിക്കാം... നിങ്ങൾ എന്താണെന്ന് നിങ്ങൾക്ക് തോന്നുന്നുവോ, അതാണ് നിങ്ങൾ.” നന്ദൻ പറഞ്ഞു. അവർ നന്ദനോട് അത് വീണ്ടും പറയുവാൻ ആവശ്യപ്പെട്ടു. നന്ദൻ പുഞ്ചിരിച്ചു, എന്നിട്ട് കുറച്ചു കൂടി തിരുത്തി പറഞ്ഞു

“എന്റെ മുഖം കണ്ണാടിയാണ്. നിങ്ങൾ എന്റെ മുഖത്തേക്കു നോക്കൂ. നിങ്ങൾ എന്താണെന്ന് നിങ്ങൾക്ക് തോന്നുന്നുവോ അതാണ് നിങ്ങൾ.” നന്ദന്റെ അടുത്ത് ഇരിക്കുന്ന ഏലി എന്ന എലിസബത്ത് ഏതോ സ്വപ്നത്തിൽ എന്നപോലെ നന്ദനെ നോക്കി നിന്നു. അവളുടെ പുരികം മുകളിലേക്ക് പോയി. ചെറിയ കണ്ണുകൾ ആമ്പൽ പോലെ വിടർന്നു. കാറ്റു വരാൻ ഐടി കമ്പനിയിൽ പഴുത് ഇല്ലെങ്കിലും കണ്ണുകൾ മാൻ പേട കണ്ണുകൾ പോലെ വിറയ്ക്കാൻ തുടങ്ങി. അത് പുറത്തു കാണാതിരിക്കാൻ കണ്ണ് ശക്തിയോടെ തുറന്നു പിടിക്കാൻ ശ്രമം നടത്തി. നന്ദൻ പുഞ്ചിരിച്ച് അവിടെ നിന്ന് നടന്നകന്നു.

## മൂന്നാം സ്ഥലം

കുറച്ചു നേരത്തെ ഇടവേളയ്ക്കു ശേഷം കാപ്പി കുടിക്കാൻ പാൻട്രിയിൽ എത്തിയ നന്ദൻ ഒന്ന് പതറി. നേരത്തെ പരസ്പം കുറ്റപ്പെടുത്തിയ സ്ത്രീകളും പുരുഷൻമാരും സഭ്യമല്ലാത്ത ഭാഷയിൽ സംസാരിച്ചിരിക്കുന്നു. കുറച്ചു നേരത്തെ സിമി ഡൽഹി സംഭവത്തെ

കുറിച്ച് പറഞ്ഞതല്ലേ? ബിജുക്കുട്ടന്റെ ഏറ്റവും അടുത്ത സുഹൃത്ത് ആണ് സിമി എന്ന് നന്ദന് മനസ്സിലായി. എങ്കിലും ഓഫീസ് ആണെന്ന ബോധം ഇല്ലേ? ബിജു സിമിയെ കുറിച്ചും, സിമി ബിജുവിനെ കുറിച്ചുമാണോ പറഞ്ഞത്? നന്ദൻ അവർ പറഞ്ഞ വാചകങ്ങൾ ഓർത്തെടുത്തു. "ഒറ്റ ഒരുത്തനും ഒരുത്തിയും ശരിയല്ല." അവർ തന്നെയല്ലേ ഇത് പറഞ്ഞത്. നന്ദന് സംശയമായി.

നന്ദന്റെ മുഖം കണ്ട ചെറുപ്പക്കാരനായ രാജ് പതുക്കെ നന്ദനെ ഒരു വശത്തേക്ക് കൂട്ടിക്കൊണ്ടു പോയി. "മസാല ഭാഷ ഉപയോഗിക്കുന്നത് ഇവിടെ ഓഫീസിൽ ഒരു ശീലമാണ്." നന്ദന് വിശ്വസിക്കാൻ കഴിഞ്ഞില്ല.

"താൻ ഇങ്ങനെയൊക്കെ സംസാരിക്കണം എന്നാണോ പറയുന്നത്?"

"അത് തന്റെ ഇഷ്ടം. ഞങ്ങൾക്ക് ഇത് തമാശയാണ്."

"പിന്നെ എന്തിനു പരസ്പരം കുറ്റം പറയുന്നു." നന്ദൻ ചോദിച്ചു.

"അതും ഞങ്ങൾക്ക് കേരളത്തിൽ ഒരു തമാശയാണ്. ഇതൊക്കെയല്ലേടോ ഒരു തമാശ എന്റെ നന്ദാ."

## നാലാം സ്ഥലം

**ഹുമൻ റിസോഴ്സ് ഹെഡ് ഷീമയുമായി കൂടിക്കാഴ്ച**

"എന്ത് തോന്നുന്നു നന്ദൻ...ആദ്യ ആഴ്ച...."

"പൊതുവെ കുഴപ്പമില്ല....പക്ഷേ, ആൾക്കാർ സംസാരഭാഷ കുറച്ചു നന്നാക്കണം."

"ഇവിടെ മലയാളം സംസാരിക്കുന്നത് ശീലമാണ്. അത് തടയാൻ കഴിയില്ല."

"അയ്യോ അതല്ല....പൊതുവെ ആൾക്കാർ കുറേ വൾഗർ ഭാഷ ഉപയോഗിക്കുന്നു....ഐ മീൻ... വല്ല ട്രെയിനിംഗ് കൊടുത്താൽ നന്നായിരിക്കും... എനിക്ക് തോന്നുന്നു ഒരു പൊതു അറിയിപ്പ് കൊടുത്തു ഓർമിപ്പിക്കുന്നത് നന്നായിരിക്കും. സ്ത്രീകൾ ഉപഭോഗ വസ്തുക്കൾ അല്ലല്ലോ."

"ശരിയാണ്... ഞങ്ങൾ സെക്സ് ഹരാസ്മെന്റിനെതിരായി ഒരു ട്രെയിനിംഗ് പ്ലാൻ ചെയ്യുന്നുണ്ട്... നോക്കു പുരുഷൻമാർ മാത്രമല്ല, സ്ത്രീകളും അതിനു ഉത്തരവാദികളാണ്." ഷീമ പറഞ്ഞു.

"അറിയാം, എല്ലാവരും കൂടി എന്തെങ്കിലും ചെയ്യാൻ ശ്രമിക്കാം."

അവിടെ നിന്നും ഇറങ്ങിയ നന്ദൻ ചിന്തിച്ചു. "പുരുഷന്മാരെ പ്രതിരോധിക്കാൻ ചില സ്ത്രീകൾ അവരെ വട്ടം കറക്കുന്നു. അവരോടു നന്ദന് ബഹുമാനം തന്നെ. ആയുധം കയ്യിൽ ഇല്ലെങ്കിലും, 22 ഫീമെയിൽ കോട്ടയം എന്ന മലയാളം സിനിമയുടെ ക്ലൈമാക്സ് പുരുഷന്മാരെ

ഓർമിപ്പിക്കും തന്റേടികളായ പെൺകുട്ടികൾ. എന്നിട്ടും പട്ടികളെ പോലെ അവരുടെ പിന്നാലെ നടക്കുന്ന പുരുഷ ജന്മം. എവിടെയാണ് പുരുഷനു പിഴക്കുന്നത്?" നന്ദൻ മനസ്സിൽ പറഞ്ഞു.

"ജന്മത്തിൽ..."

നന്ദൻ പ്രകൃതിയുടെ നിയമങ്ങൾക്കോ ഭോഗത്തിനോ എതിരല്ല. പക്ഷേ, പട്ടികൾക്കു പോലും കുഞ്ഞുങ്ങളെ തിരിച്ചറിയും.

ഷീമയുടെ മുറിയിൽ നിന്നും പുറത്തിറങ്ങിയപ്പോൾ രാജിനെ കണ്ടു. നന്ദന്റെ  മുഖഭാവം വായിച്ചു. "ഇതൊക്കെ ഇവിടത്തെ സംസ്കാരത്തിന്റെ ഭാഗമാണ് നന്ദൻ. പേടിക്കേണ്ട. പെണ്ണുങ്ങൾക്ക് ഞങ്ങൾ കുറച്ചു വൾഗർ പറയുന്നത് ഇഷ്ടമാണ്."

"അത് ഓഫീസിൽ തന്നെ വേണോ? പിന്നെ എനിക്കു തോന്നുന്നത് മറിച്ചാണ്. രാജിന് ഇഷ്ടമുള്ളത് പെൺകുട്ടികളുടെ മേൽ അടിച്ചേല്പിക്കുകയാണ്. ബെഡ്റൂമിൽ പറയേണ്ടത് അവിടെ വെച്ച് പറഞ്ഞവസാനിപ്പിക്കണം."

"എന്റെ വിവാഹം കഴിഞ്ഞിട്ടില്ല. എനിക്ക് എന്തും പറയാം."

"അപ്പോൾ നിങ്ങളുടെ ഇഷ്ടമാണ് നിങ്ങൾ പറയുന്നത്... അല്ലാതെ പെണ്ണുങ്ങളുടെ അല്ല."

"വിവാഹം കഴിഞ്ഞോ ഇല്ലയെന്നോ എന്നതല്ല. എവിടെ എന്ത് സംസാരിക്കണം എന്നതാണ് വിഷയം. ഈ ലോകത്തെ മുന്നോട്ട് നയിക്കുന്നത് ശബ്ദം ആണ്. വാക്കുകളാണ്. വാക്കുകളിൽ നിന്നും ഉയരുന്ന വാചകങ്ങൾ ആണ്. അത് ഉപയോഗിക്കേണ്ട സ്ഥലത്ത് മാത്രം ഉപയോഗിക്കണം. എന്നാലും."

പത്തൊമ്പത്

# ഫെമിനിസ്റ്റ് രാജി

നന്ദന്റെ പുതിയ ചാനൽ ചർച്ച പരിപാടിക്കു വേണ്ടി വൈറ്റില ഹബ്ബിനടുത്തുള്ള ഹിൽടോപ് ഹോട്ടലിൽ പഴയ സുഹൃത്തുക്കളടക്കം ഒരു ചെറിയ സദസ്സ് സംഘടിപ്പിച്ചു. കുമാറും വിജുവും ചില കോളേജ് സുഹൃത്തുക്കളും സഹപ്രവർത്തകരും നന്ദൻ വിളിച്ചുചേർത്ത മീറ്റിംഗിലേക്കു എത്തിച്ചേർന്നിട്ടുണ്ട്. ഫെമിനിസ്റ്റ് രാജി ചടുല വേഗത്തിൽ കോൺഫെറൻസ് റൂമിലേക്കു കയറിവന്നു. നന്ദന്റെ കോളേജ് സുഹൃത്താണ്. അമേരിക്കൻ പ്രസിഡണ്ട് തിരഞ്ഞെടുപ്പിൽ ഹിലാരി ക്ലിന്റൺ തോറ്റതിന്റെ വിഷമം മാറിയിട്ടില്ല എന്നത് മുഖത്ത് പ്രകടമാണ്.

"നന്ദനെ കൊണ്ട് സിംഗപൂർ കേണലിന്റെ വിശേഷങ്ങൾ സംബന്ധിച്ച ഒരു ടീവി ഫീച്ചർ ചെയ്യാൻ പറയണം. കേരളത്തിന്റെ പുരോഗതിക്കു വേണ്ടി ചർച്ചാപരിപാടി നടത്തി സമയം കളയുന്നതിനും നല്ലത് അതാണ്." കുമാർ പറഞ്ഞു. "അങ്ങനെ ഒരു കേണൽ കഥാപാത്ര ചർച്ചയും നമ്മുടെ സാമൂഹ്യ പുരോഗതിക്ക് നല്ലതാണ്." അയാൾ കൂട്ടിച്ചേർത്തു.

"ഞാൻ കേട്ടിട്ടുണ്ട്, സിംഗപൂർ കേണൽ. ആ കേണൽ യഥാർത്ഥത്തിൽ ഞങ്ങളുടെ നാടായ ചേർപ്പിലെ ഒരു താരമാണ്. അയാൾ വേറെ പേരിൽ എവിടയോ ജീവിച്ചിരുന്നു എന്നറിയാം." വിജു പറഞ്ഞു.

"ഓ... അപ്പോൾ അയാൾ പാലക്കാട് നായർ എന്നാണ് പറഞ്ഞു നടക്കുന്നത്." കുമാർ അയാളുടെ പുതിയ അറിവ് വിജുവിന് സമ്മാനിക്കാൻ ശ്രമിച്ചു.

"ചേർപ്പിലും അയാൾ അങ്ങനെ പറയാറുണ്ട്. അയാൾക്ക് ഒരു സുഹൃത്ത് ഉണ്ടായിരുന്നു കേശു. കേശു വക്കീൽ. രണ്ടും കൂടി ഇപ്പോൾ കൊച്ചിയിൽ എന്തൊക്കെയോ ചെയ്തു കൂട്ടുന്നുണ്ട്."

"അപ്പോൾ കുമാരിയമ്മ. അവരും ചേർപ്പ്കാരിയാണോ?" കുമാർ നെറ്റി ചുളിച്ചു.

"സ്ത്രീകളുടെ കാര്യം എനിക്കറിയില്ല. ഞാൻ ശ്രദ്ധിക്കാറില്ല. സമയം ഇല്ലാത്തതുകൊണ്ടാണ്." വിജു പറഞ്ഞു.

രണ്ടു പേരുടെയും സംഭാഷണം നന്ദൻ കേട്ടെങ്കിലും തന്റെ പുതിയ പരിപാടിയുടെ ആസൂത്രണത്തിൽ തല്ക്കാലം കേണലിനെ മറന്നിരിക്കുകയാണ്. എങ്കിലും അത്തരം ഒരു ഫീച്ചർ സാധ്യത നന്ദനും മനസ്സിൽ സൂക്ഷിച്ചു. "മനുഷ്യർ ഇങ്ങനെയൊക്കെ ഉണ്ടാകുമോ. ഒരുപക്ഷേ ഇതിനേക്കാൾ വലിയ പ്രശ്നങ്ങൾ നവമാധ്യമങ്ങൾ മൂലം ഉണ്ടാകുന്നുണ്ട്. വാട്സാപ്പും പുതിയ ഒരു ആരാച്ചാർ ആപ്പാണ്. മറ്റുള്ളവരുടെ ചിത്രങ്ങൾ വെച്ച് വാട്സാപ്പ് കളിക്കുന്നതും കേണലിന്റെ കളികളും തമ്മിൽ വലിയ അന്തരമൊന്നുമില്ല അയാൾ സ്വയം തിരുത്തി.

"രാജി തന്റെ ഫെമിനിസം അവസാനിപ്പിച്ചില്ലേ? രാജിയുടെ കുടുംബം?" നന്ദൻ ചോദിച്ചു.

"എനിക്ക് ഫെമിനിസ്റ്റുകളെ ഇഷ്ടമല്ല. വെറും ജാടയാണ്." വിജു ഇടയിൽ കയറി പറഞ്ഞു. നന്ദൻ വിജുവിനെ നോക്കി. പിന്നെ കണ്ണടച്ച് ഒരു ദീർഘനിശ്വാസത്തിന്റെ അകമ്പടിയോടെ കണ്ണ് തുറന്നു.

ഇതിനിടയിൽ രാജി അവിടെ നിന്നും മാറി വശത്തേക്കു നടന്നു. നന്ദൻ രാജിയുടെ അടുത്തേക്കു നടക്കുന്നതിനിടയിൽ രാജി തന്റെ മുഖം പിന്നിലേക്ക് വെട്ടിച്ചു ചോദിച്ചു. "എല്ലാം ഒറ്റനോട്ടത്തിൽ മനസ്സിലായിട്ട് ഈ ചോദ്യം വേണമായിരുന്നോ?"

"ജാതക പ്രശ്നം?"

"എല്ലാം ഒരു തരം ജാതക പ്രശ്നം തന്നെ. നാട്ടുകാരുടെ തോന്നൽ, നാടിന്റെ ജാതക പ്രശ്നം. വീട്ടുകാരുടെ തോന്നൽ, അവരുടെ ജാതകം. എന്റെ തോന്നലിനു മാത്രം വിലയില്ല. അത് എന്റെ ജാതകം." രാജി ഒരു മടുപ്പോടെ സംസാരിച്ചു.

"ഈ കാലഘട്ടത്തിലും ഇതൊക്കെ? അതൊന്നും അല്ല." നന്ദൻ സംശയം പ്രകടിപ്പിച്ചു.

"നിങ്ങൾ പുരുഷ വർഗത്തോട് എനിക്കു വെറുപ്പാണ്." രാജി നാടകീയമായി പറഞ്ഞു.

"അങ്ങനെ പറയരുത്. താൻ ഒരു വിവാഹമൊക്കെ കഴിക്കണം."

"ഈ പ്രായത്തിലോ?"

"36 വയസ് ഒരു പ്രായമല്ല." നന്ദൻ പ്രോത്സാഹിപ്പിച്ചു.

"വേണ്ട... എനിക്ക് കേൾക്കേണ്ട." രാജി ചെവി അടച്ചു പിടിച്ചു.

"നമുക്ക് വേറെ വല്ലതും സംസാരിക്കാം."

"പക്ഷേ, നീ ഇങ്ങനെ ഒറ്റയ്ക്ക്."

"എനിക്ക് ഒരു കുട്ടി വേണം. പക്ഷേ, ശാസ്ത്രം പുരോഗമിച്ചു. ഇപ്പൊ വിവാഹം ആവശ്യം ഇല്ലല്ലോ? സ്റ്റെം സെൽസ്. ഇനി അതാണ് രക്ഷ."

"യു മീൻ.."

"അതെ. അത് തന്നെ."

"ഇവിടെയും നടക്കും. ഞാൻ നടത്തും. പുതിയ ചില പഠനങ്ങൾ വന്നിട്ടുണ്ട്." രാജി കൂട്ടിച്ചേർത്തു.

ലണ്ടൻ ഡെയിലി മെയിൽ പത്രത്തിൽ നന്ദൻ അഞ്ച് വർഷം മുമ്പ് വായിച്ച ഒരു വാർത്ത! ഓർമ്മിച്ചെടുത്തു. കുട്ടികൾ ഉണ്ടാകാൻ ഇനി അച്ഛനും അമ്മയും വേണമെന്നില്ല. ചുരുക്കി പറഞ്ഞാൽ. അമ്മയുടെ അണ്ഡവും അച്ഛന്റെ സ്പേർമും ആവശ്യമില്ല. സ്റ്റെം സെൽസ് ഉപയോഗിച്ച് കൃത്രിമമായി ഇത് ഉണ്ടാക്കി എടുക്കാം. സ്റ്റെം സെൽസ് വെച്ച് സ്ത്രീകളുടെ മേനോപൌസ് നീട്ടി വെക്കാം. ചില ക്യാൻസർ ഭേദമാക്കാം. സ്റ്റെം സെൽസ് എന്നത് വലിയ ഒരു സംഭവമായി മാറും. അടുത്ത നൂറ് വർഷം സ്റ്റെം സെൽസ് കൊണ്ടുള്ള കളിയാകും ഡോക്ടർമാർ പഠിക്കേണ്ടി വരിക. ബ്ലഡ് ബാങ്ക് പോലെ സ്റ്റെം സെൽസ് ബാങ്ക് ആരംഭിക്കും. ഇതിനു തുടക്കം കുറിച്ച ചില പരിപാടികളിൽ നന്ദനും സ്റ്റെം സെൽസ് ഡോണർ ആയി സമ്മതപത്രം എഴുതിക്കൊടുത്തിട്ടുണ്ട്. വർഷങ്ങൾ മുമ്പ് മഹാഭാരതത്തിലെ ഗാന്ധാരി ചെയ്ത സൂത്രം പോലൊരു സൂത്രം.

“അതിന് ഇന്ത്യൻ നിയമങ്ങൾ എന്താണ് എന്നറിയാമോ?” നന്ദൻ സംശയം ഉയർത്തി.

“അതൊന്നും എനിക്കറിയില്ല. എനിക്കറിയുകയും വേണ്ട. എന്തായാലും ഗാന്ധാരി ചെയ്ത കാര്യമല്ലേ? നമ്മുടെ ഗവൺമെന്റ് ആവശ്യമെങ്കിൽ ഭരണഘടനാ ഭേദഗതി വരുത്തട്ടെ. എനിക്ക് വയ്യ പുരുഷന്മാരുടെ അഹങ്കാരം സഹിക്കാൻ. മാത്രമല്ല അവരാണ് ഏറ്റവും വലിയ സംശയരോഗികൾ. പുരുഷന്റെ കൂടെ കിടന്ന് കുട്ടിയെ ഉണ്ടാക്കാൻ എന്നെ കിട്ടില്ല.” രാജി തർക്കിച്ചു.

“എങ്കിലും, നീ എന്തിനാ ഇങ്ങനെ വാശി പിടിക്കുന്നത്?”

“ഓർമയില്ലേ 2012 ഡിസംബർ. എന്താ ഡൽഹിയിൽ ഒരു ബസ്സിൽ നടന്നത്.” രാജി നന്ദനെ ഓർമിപ്പിച്ചു.

അലെപ്പോ നഗരത്തിലെ യുദ്ധബഹളങ്ങൾക്കിടയിൽ നന്ദൻ വാർത്തകൾ വായിച്ചിരുന്നു. പുരുഷജന്മത്തെ ഓർത്തു നിർത്താതെ കരഞ്ഞ രാത്രികൾ. “എങ്ങനെ അവർക്ക് അതിനു കഴിഞ്ഞു.” ഡിസംബർ 16, 2012. ആറു പേർ ചേർന്ന് 23 വയസുള്ള യുവതിയെ ബലാത്സംഗം ചെയ്തുവെന്ന വാർത്ത ഇന്ത്യയെ നടുക്കിയത് അവിടെ നടന്ന ക്രൂരതയുടെ ഒരു പക്ഷേ വിവരിക്കാൻ കഴിയാത്ത വിധം ഹീനമായി എന്നതാണ്. സ്ത്രീയുടെ ജനനേന്ദ്രിയത്തിൽ ഇരുമ്പുലക്ക കുത്തി കയറ്റി കുടൽ വലിച്ചെടുത്തവർ ജനിച്ചത് ഇരുമ്പുലക്ക കൊണ്ട് തന്നെയായിരിക്കും. എന്നിട്ടും പുരുഷൻ ലജ്ജയില്ലാതെ നടക്കുന്നു. മൃഗങ്ങൾ എത്രയോ ഭേദം. ഇന്റർനെറ്റിൽ വായിച്ച ഒരു ലേഖനം നന്ദൻ രാജിയെ മൊബൈൽ ഫോണിൽ കാണിച്ചു കൊടുത്തു.

“വളരെ ചെറിയ ലേഖനം. ഒന്നു വായിക്കൂ.”

“ലേഖനം കൊള്ളാം നന്ദൻ.” രാജി നിസ്സംഗതയോടെ പറഞ്ഞു.

“ഈ ലേഖനം എന്റെയല്ല. ഏതോ ഒരു സ്ത്രീ ഫേസ്ബുക്കിൽ എഴുതിയതാണ്. എനിക്ക് ഇഷ്ടപ്പെട്ടു. നിന്നെപ്പോലെ ബുദ്ധിയുള്ള സ്ത്രീയാണ്. എന്റെ കവിതകൾ വായിച്ചിട്ടുണ്ടോ?” നന്ദൻ തുടർന്നു.

നന്ദൻ തന്റെ കവിത ഓർത്തെടുത്തു. “കവിതയാണോ എന്നറിയില്ല. കവിത പോലെ തോന്നിക്കും ചില വരികൾ. കവി ദേശം മാഷ് കാണേണ്ട.”

“പ്രണയിക്കാൻ മറക്കുന്ന ജനത”

ഓടുന്ന ബസ്സിൽ പരാക്രമം,
ഓടുന്ന ട്രെയിനിൽ പരാക്രമം,
കുഞ്ഞിനോടും കിഴവിയോടും,
അമ്മയോടും അമ്മൂമയോടും.
ജനിച്ചത് ഇരുമ്പിൻ ഉലക്കയിലെങ്കിൽ,
ജനിപ്പിക്കുന്നതും ഉലക്കയിൽ,
ബലാത്സംഗക്കാരുടെ നാട്ടിൽ,
പ്രണയം തന്നെ പാപമെന്നറിയുക.
മനുഷ്യൻ മൃഗമായിരുന്നെങ്കിൽ,
മനുഷ്യൻ മൃഗമായിരുന്നെങ്കിൽ പോലുമെൻ,
കുഞ്ഞിൻ പുഞ്ചിരികണ്ട് അമ്മയ്ക്കുറങ്ങാൻ,
പൂർണചന്ദ്ര നിലാവ് തെളിയും കാലം,
സ്വപ്നം കാണും, സ്വപ്നാടനക്കാരൻ ഞാൻ.

“നന്ദൻ എന്ന മാധ്യമപ്രവർത്തകന് ഈ വിഷയത്തിൽ എന്ത് ചെയ്യാൻ കഴിയും? നന്ദന്റെ കവിതയൊന്നും എനിക്ക് കേൾക്കേണ്ട. ഞങ്ങൾക്ക് പുറത്ത് ഇറങ്ങി നടക്കാൻ കഴിയോ?” രാജി തുടർന്നു.

“മാധ്യമപ്രവർത്തകന് കൂടുതൽ ഒന്നും പറയാൻ ഇല്ലേ..? എളുപ്പ ത്തിൽ കവിത എഴുതി രക്ഷപ്പെടാം എന്ന് കരുതേണ്ട. മാധ്യമങ്ങൾക്ക് ഇത്തരം വിഷയങ്ങളിൽ എന്തെങ്കിലും ക്രിയാത്മകമായി ചെയ്യാൻ കഴി യുമോ?”

“ഞാൻ എന്ത് ചെയ്യണം? ബലാത്സംഗം ചെയ്യുന്നവരെ വെടി വെച്ചു കൊല്ലണോ? കോടതിയിൽ ഇപ്പോൾ ബലാത്സംഗം ചെയ്യുന്ന വീഡിയോ പോലും തെളിവാണോ എന്ന കാര്യത്തിൽ സംശയമാണ്. അഥവാ വീഡിയോ കൊടുത്താലും ബഹളം വെച്ച് കരയുന്നത് വേദന കൊണ്ട് തന്നെയാണോ എന്ന് തെളിയേക്കേണ്ടത് ആ സ്ത്രീയുടെ ഉത്തരവാദിത്വം ആണെന്നാണ് പുതിയ വിധികളിൽ നിന്ന് മനസ്സിലാക്കു ന്നത്. നീതിന്യായ വ്യവസ്ഥിതിയെ പൊളിച്ചെഴുതണം. ശരി കണ്ടുപിടി ക്കുക എന്നത് ഒരു...”

“വേണ്ട... എനിക്ക് കേൾക്കേണ്ട ഇത്തരം അഭിപ്രായങ്ങൾ എന്താ ഇങ്ങനെയൊക്കെ... കാമവെറിയന്മാരുടെ ലോകം. മൃഗങ്ങൾ കൊച്ചു കുട്ടികളെ വെറുതെ വിടുന്നു.. നിങ്ങളുടെ വർഗ്ഗം... ആറ് മാസം പ്രായം ആയ കുട്ടികളെ വരെ ഛെ...” ഫെമിനിസ്റ്റ് രാജി തന്റെ വെറുപ്പ് മുഴുവൻ ആ വരികളിൽ തുന്നിച്ചേർത്തു.

“എന്നെ കരയിപ്പിക്കരുത്.....പ്ലീസ് മതി...”

നന്ദൻ കുറെ നേരം നിശ്ശബ്ദനായി ഇരുന്നു. ഉത്തരം കിട്ടാത്ത ചോദ്യം.

'തനിക്ക് ഒരു സ്ത്രീയെയും ബലാത്സംഗം ചെയ്യണം എന്ന് ഇതുവരെ തോന്നിയിട്ടില്ല. താൻ സന്ന്യാസിയും അല്ല. എന്താണ് ഇതിനു കാരണം. ഇത് ഒരു മാനസിക അസുഖം അല്ലേ. അങ്ങനെയാണെങ്കിൽ അവരെ ചികിത്സിക്കാൻ ജയിലിൽ അടച്ചതുകൊണ്ട് കഴിയുമോ? പുതിയ ഭ്രാന്താശുപത്രികൾ തുടങ്ങാൻ പ്രധാനമന്ത്രിക്ക് കത്ത് എഴുതാം.'

"എന്താ മിണ്ടാത്തത്?" നന്ദന്റെ നിശ്ശബ്ദതയെ രാജി ഭേദിച്ചു.

"രാജി, ശരിയായ പ്രണയം ഇല്ലാത്തതാണ് സ്ത്രീകൾക്ക് നേരെയുള്ള അതിക്രമങ്ങൾക്ക് കാരണം." നന്ദൻ തുടർന്നു.

"സ്ത്രീയും പുരുഷനും ചേർന്നുള്ള സ്നേഹത്തിലാണ് കുട്ടികൾ ഉണ്ടാകേണ്ടത്."

"പിന്നെ ഇപ്പോൾ അങ്ങനെയല്ലേ?"

"വിവാഹം കഴിഞ്ഞതുകൊണ്ട് കാര്യമില്ല. ഭാര്യാഭർത്താക്കന്മാർക്കിടയിലും നടക്കുന്നത് ബലാത്സംഗം തന്നെ. അവർ ഇണ ചേരുന്നത് സ്നേഹത്തോടെ ആകണം. ഈ കാലഘട്ടത്തിൽ അത് നടക്കുന്നുണ്ടോ എന്നു സംശയം ആണ്."

"ഇത് എന്നെ ബോധ്യപ്പെടുത്താൻ വെറുതെ പറയുന്നതല്ലേ?"

"അല്ല."

"എനിക്കു ബോധ്യമായത്."

"എന്താ ഒരു ഫീച്ചർ ചർച്ച? ആരാണ് കേണൽ?" നന്ദന്റെ മുഖഭാവം ശ്രദ്ധിച്ച രാജി വിഷയം മാറ്റി.

"സിനിമവരെ ചെയ്യണമെന്ന ചർച്ചയൊക്കെയുണ്ട്. ഒരു മീൻകാരനും ലോലിതയും." അത് പറഞ്ഞു നന്ദൻ ചിരിച്ചു.

"കണ്ടോ നന്ദനും സ്ത്രീയുടെ പേരിൽ സിനിമ എടുക്കാനാണ് ശ്രമം."

"അയ്യോ.. പേടിക്കേണ്ട ഇത് സ്ത്രീപക്ഷമാണ്. ഫെമിനിസ്റ്റ് രാജിക്കു വേണ്ടി മാത്രം ഒളിഞ്ഞുനോട്ടവുമായി ബന്ധപ്പെട്ടുള്ള ഒരു വിഷയം. ടിവി ഫീച്ചർ ചെയ്യാൻ ഒരു പദ്ധതിയുണ്ടായിരിക്കുന്നു. സിനിമയും വേണമെങ്കിൽ ചെയ്യാം."

"വേണമെങ്കിൽ അല്ല... നന്ദൻ തന്നെ ഇത് ചെയ്യണം." രാജി ആവേശത്തോടെ പറഞ്ഞു.

കുമാർ ഇടയിൽ കയറി "അങ്ങനെ പറഞ്ഞു കൊടുക്ക് പെങ്ങളെ. വായ്നോക്കിയിരിക്കുന്ന കേണലിന് വെറുതെ എന്തെങ്കിലും ഒരു ക്ലൈമാക്സ് ഉണ്ടാക്കിയെടുത്ത് സിനിമയെടുക്കാൻ പ്രോത്സാഹിപ്പിക്ക്."

"എന്താ നന്ദൻ ലോലിതയുടെ സിനിമകഥ? എനിക്ക് സിനിമ ക്ലൈമാക്സ് മാത്രം കേട്ടാൽ മതി. സിനിമ കണ്ട് ബുദ്ധിമുട്ടണ്ടല്ലോ."

നന്ദൻ പുഞ്ചിരിച്ചു. അതെ, പതിനഞ്ചു വർഷം മുമ്പ് കണ്ട അതെ പുഞ്ചിരി. ഒരേ സമയം കുട്ടിത്തവും കുസൃതിയും ഇടകലർന്ന പുഞ്ചിരി. എന്താണ് ചിന്തിക്കുന്നതെന്ന് പിടിതരാത്ത ഒരു മന്ദഹാസം. ആ മന്ദഹാസത്തിൽ കഥയുടെ ക്ലൈമാക്സ് ഉണ്ട്. ഈ പ്രപഞ്ചം മുഴുവൻ ഉണ്ട്.

എല്ലാ ഉത്തരങ്ങളും ഉണ്ട്. അതിലേറെ ചോദ്യങ്ങളുമുണ്ട്. അവസാന മില്ലാത്ത യാത്രയുടെ ആരംഭം പോലെ അടക്കിപ്പിടിച്ച മന്ദഹാസം. പുതിയ കാഴ്ചാ സൗന്ദര്യം സൃഷ്ടിക്കുന്ന ചിത്രകാരന്റെ അഹംബോധത്തെ ശൂന്യവൽക്കരിക്കുന്ന മന്ദഹാസം. പല സമയത്തും പല അർത്ഥങ്ങൾ. ഒരു നന്ദഹാസം.

“ഡൽഹിയിലെ ബസ്സിൽ വെച്ച് ഉണ്ടായ പോലെ മീൻകാരൻ അവളെ ബലാത്സംഗം ചെയ്തോ?” രാജി തുടർന്നു. നന്ദൻ ഒരു ദീർഘനിശ്വാസ ത്തോടെ രാജിയെ നോക്കി.

“അതല്ലേ.. നിങ്ങളുടെ തുരുപ്പുചീട്ട്?”

“രാജി നിനക്കു തെറ്റി. ലോലിതയുടെ കാര്യത്തിൽ ബലാത്സംഗത്തേ ക്കാൾ ക്രൂരമെന്ന് പറയേണ്ടി വരും എന്നു തോന്നുന്നു.”

“പിന്നെ എന്താണ് സംഭവിക്കുന്നത്?”

“അത് അറിയേണ്ട ആവശ്യം എനിക്കില്ല. ഞാൻ തീരുമാനിക്കുന്നു നിങ്ങളും അറിയേണ്ട. അവർ അവിടെ സ്വസ്ഥമായി മീൻ വിറ്റും മീൻ തിന്നും ജീവിക്കട്ടെ.” നന്ദൻ പറഞ്ഞു.

“സിനിമ പ്രേക്ഷകർക്ക് ഇങ്ങനെ പറഞ്ഞാൽ ഇഷ്ടപ്പെടില്ല. ലോലി തയുടെയും മീൻകാരന്റെയും കാര്യത്തിൽ സത്യത്തിൽ എന്താണ് സംഭവിച്ചത്?”

“വർഷങ്ങളായി മനുഷ്യന്റെ സ്വഭാവം ഇങ്ങനെയൊക്കെ തന്നെയാണ്. അതു തുടർന്നുകൊണ്ടേയിരിക്കും. ക്ലൈമാക്സില്ലാത്ത തുടർച്ചയാണ് ജീവിതം. ഇത് നമ്മുടെ സ്ഥലത്തിന്റെ മാത്രം പ്രശ്നമല്ല. ഇംഗ്ലീഷ് രാജ കുമാരി ഡയാനയെ പിന്തുടർന്ന് അപകടത്തിൽപ്പെടുത്തിയ പാപ്പരാസി കൾ ഇന്ത്യക്കാരായിരുന്നില്ല. അവർ എന്തിനാണ് ആകാംക്ഷയോടെ ഡയാനയെ പിന്തുടർന്നത്? അവരും നമ്മുടെ കേണലും തമ്മിൽ ചില വ്യത്യാസങ്ങളുണ്ട്. കേണൽ സ്വന്തം മനഃസുഖത്തിനാണ് ഇതൊക്കെ പറയുന്നത്. പാപ്പരാസികൾ സാമ്പത്തിക നേട്ടം മുന്നിൽ കണ്ടു കൊണ്ടാണ് ഇത്തരം പ്രവൃത്തികൾ ചെയ്യുന്നത്. കൃത്യമായി പറഞ്ഞാൽ ലൈംഗികമായ ഒരു ജിജ്ഞാസ പല സ്ഥലങ്ങളിൽ പല രീതിയിൽ ചൂഷണം ചെയ്യപ്പെടുന്നു. അതാണ് എന്റെ ഒരു അഭിപ്രായം. അതിനു ഒരു ക്ലൈമാക്സിന്റെ ആവശ്യമുണ്ടോ?” നന്ദൻ ബുദ്ധിപരമായ അവ ലോകനം നടത്തി രക്ഷപ്പെടാൻ ശ്രമിച്ചു.

“സിനിമയാക്കുമ്പോൾ ആൾക്കാർ ഒരു ക്ലൈമാക്സ് പ്രതീക്ഷിക്കും.” രാജിയും വിജുവും വിട്ടുകൊടുത്തില്ല.

“അത്ര നിർബന്ധമാണെങ്കിൽ എന്റെയൊരു തോന്നൽ പറയാം. അവർ തമ്മിലുള്ള ഒരു രംഗം എനിക്കു കാണാൻ കഴിയുന്നുണ്ട്.”

“പറയൂ നന്ദൻ... ഞാൻ സിനിമ കണ്ടിട്ട് പത്തു വർഷമായി. പക്ഷേ, നന്ദൻ ഇതു ചെയ്താൽ ഞാൻ കാണും.” രാജി വീണ്ടും പ്രോത്സാ ഹിപ്പിച്ചു.

“ഇതാണ് അവരുടെ കഥ. കേണൽ, ഗോപാലൻ നായർ, പന്നി ബെന്നി, പിന്നെ കോഴി വർക്കി ഇവരെല്ലാവരും കൂടി മീൻകാരനെ ഒളിച്ചിരുന്നു പിടിക്കാൻ ഒരു ദിവസം തീരുമാനിച്ചു.”

“എന്നിട്ട്  വേഗം പറയൂ.” രാജിയുടെ ആകാംക്ഷ കൂടി.

“മീൻകാരൻ ലോലിതയുടെ വീട്ടിൽ കയറി കുറച്ചു കഴിഞ്ഞപ്പോൾ മൂന്നുപേരും കൂടി അവളുടെ വീടിന്റെ പുറത്തു ബഹളം വെച്ചു. അവനോട് ഇറങ്ങി വരാൻ ആവശ്യപ്പെട്ടു.”

**ആ** ദിവസം ലോലിത ജനാല തുറന്ന് അവരോടായി പറഞ്ഞു

“എല്ലാവർക്കും അവസരം തരാം. നിങ്ങൾ ഓരോ ദിവസം മാറി മാറി വരിക. നിങ്ങൾ ഇങ്ങനെ ബഹളം വെക്കരുത്.”

ഇതു കേട്ടതും കേണൽ ആകാംക്ഷയുടെ മുൾമുനയിലെത്തി. വേഗം കേണൽ എല്ലാവരോടും കൂടി പറഞ്ഞു.

“ഇനി ഇതു പ്രശ്നമാക്കേണ്ട. ഞാൻ ഒറ്റയ്ക്ക് ഇതു കൈകാര്യം ചെയ്തു പുറത്തറിയാതെ ഒതുക്കിത്തീർക്കാം. അതാണ് നമ്മുടെ നാടിനു നല്ലത്. വേറെ ആരും ഇതിൽ ഇടപെടേണ്ട.” കേണൽ എന്തോ വലിയ രഹസ്യപ്രശ്നം തീർക്കുന്ന പോലെ എല്ലാവരോടും പറഞ്ഞു.

“കേണലിനു പ്രായമായതല്ലേ. ഇതു ഞങ്ങൾ കൈകാര്യം ചെയ്യാം. അതായിരിക്കും കൂടുതൽ നല്ലത്.” വർക്കി സമാധാന നിർദ്ദേശം മുന്നോട്ടു വെച്ചു.

“എന്റെ ഒരു അനുഭവ സമ്പത്ത് വെച്ചു ഞാൻ തന്നെ ഇവളെ ഒതുക്കത്തിൽ കൈകാര്യം  ചെയ്യാം.” പന്നി ബെന്നി പറഞ്ഞു.

“എനിക്കും നല്ല പ്രവൃത്തി പരിചയമുണ്ട്. എന്റെ  പരിചയം ഇവിടെ ആർക്കും ഉണ്ടെന്ന് എനിക്കു തോന്നുന്നില്ല.” ഗോപാലൻ നായർ തന്റെ കഴിവിനെ കുറിച്ചു വാചാലനായി. “പണ്ട് ഞാൻ സിലോണിൽ പോയപ്പോ..” ഗോപാലൻ നായർ തുടരുന്നതിനിടയിൽ കേണൽ ഇടപെട്ടു.

“നിങ്ങൾ ഇങ്ങനെ ബഹളം വെച്ചാൽ എങ്ങനെയാ? ഞാൻ അല്ലേ ഇതൊക്കെ നിങ്ങളോടു പറഞ്ഞത്. അതുകൊണ്ട് എനിക്കറിയാം ഇത് ഒതുക്കത്തിൽ  “ കേണൽ തുടരുന്നതിനിടയിൽ വർക്കിയും ഇടപ്പെട്ടു.

“ഞങ്ങൾക്ക് എന്താ ഒരു കുറവ്. താൻ പോയി തന്റെ പണി നോക്ക്. താൻ ആ മീൻകാരനെ ഓടിപ്പിക്കാൻ നോക്കിയവനല്ലേ?”

“നമ്മൾ ഇത് അവസാനിപ്പിക്കാൻ വന്നിട്ടു  ഇതു ഇപ്പൊ ഒരു തീരുമാനം എടുക്കാൻ പറ്റാതായി. നമ്മൾ തമ്മിൽ തല്ലുകൂടിയിട്ട് ഒരു കാര്യവുമില്ല.” ഗോപാലൻ നായർ പറഞ്ഞു.

“അവർ അങ്ങനെ സംസാരിച്ചുകഴിഞ്ഞ് ഒരു തീരുമാനം എടുക്കാൻ ചായക്കടയിലേക്ക് തിരിച്ചുപോയി. അവർ അവരുടെ ചർച്ചകൾ തുടർന്നു. അങ്ങനെ ആ സിനിമ കഴിഞ്ഞു. ശുഭം. സംവിധാനം നന്ദൻ.” നന്ദൻ പുഞ്ചിരിച്ചു.

“എന്റെ അഭിപ്രായത്തിൽ ബുദ്ധിമതിയായ അവൾ ആ സദാചാര വാദികളെ അടികൂടാനുള്ള സാഹചര്യം ഉണ്ടാക്കി തുരത്തിയതാണ്.” വിജു തന്റെ ബുദ്ധിപരമായ അഭിപ്രായം പറഞ്ഞു.

“അവളുടെ പേരിൽ വഴക്ക് കൂടിയവർ തിരിച്ചു വന്നോ? അവർക്ക് ഒരു തീരുമാനത്തിൽ എത്താൻ കഴിഞ്ഞോ?” രാജി ചോദിച്ചു.

“ഇല്ല. ഒരിക്കലും അവർക്ക് കഴിഞ്ഞില്ല. അവരുടെ തീരുമാനം എന്റെ കാഴ്ചയിൽ ഒരു പ്രസക്തിയുള്ള കാര്യമല്ല. അവൾ പറഞ്ഞതിന്റെ അർത്ഥം അവർക്ക് മനസ്സിലായിട്ടുണ്ടോ എന്നതാണ് ഏറ്റവും പ്രധാനം. പക്ഷേ, കുറച്ചു ദിവസങ്ങൾക്കുശേഷം കേണൽ എന്തെങ്കിലും ചെയ്തു കാണും എന്നു കരുതി ഒരു ദിവസം കോഴിവർക്കിയും, പന്നിയും, ഗോപാലൻ നായരും കേണലിന്റെ കൊട്ടാരം സന്ദർശിച്ചു. ഒരുപാട് തവണ വാതിലിൽ തട്ടി. കേണൽ വാതിൽ തുറന്നില്ല. വശത്തെ ജനൽവഴി എത്തി നോക്കിയപ്പോൾ കേണൽ എന്തോ അടുക്കി വെയ്ക്കുന്നതു കണ്ടു. അവർ അയാളെ ഉറക്കെ വിളിച്ചു. ജാള്യതയോടെ കേണൽ മുൻവശത്തെ വാതിൽ തുറന്നു. ഒരു ബോർഡ് എടുത്തു തൂക്കിയിട്ടു. ‘വീട് വില്പന യ്ക്ക്.’ അവർ പിന്നീട് ഒരിക്കലും ലോലിതയെ കുറിച്ചു സംസാരിച്ചില്ല എന്നാണ് എന്റെ വിശ്വാസം.” നന്ദൻ പറഞ്ഞു.

“അപ്പോൾ മീൻകാരൻ? ഇതിനെ ക്ലൈമാക്സ് ഇല്ലാത്ത സിനിമ എന്ന് ഞാൻ പറയും..” വിജു അക്ഷമനായി.

“എന്റെ കുമാറേ, പ്രിയപ്പെട്ട രാജി, വിജു... മീൻകാരൻ അവിടെ മീൻ വിറ്റു കൊണ്ടിരിക്കുന്നു. അത് അയാളുടെ ജോലി. അയാളെ അയാളുടെ കർമ്മം ചെയ്യാൻ അനുവദിക്കൂ. അവൾക്ക് ഇഷ്ടമുള്ള ഭക്ഷണം അവൾ കഴിക്കട്ടെ. നമുക്ക് തൽക്കാലം അവരെ കുറിച്ചു മറക്കാം. സിനിമയുടെ ക്ലൈമാക്സും ചർച്ചയും പിന്നീടാവാം. നമ്മൾ വന്ന കാര്യം മറക്കരുത്. പുതിയ ആശയങ്ങൾ, പുതിയ തൊഴിൽ മേഖലകൾ, ക്രിയാത്മകമായി എന്തെങ്കിലും ചെയ്യണം.” രണ്ടു കൈകളും ചടുലമായി ഉയർത്തി ഒരു പ്രഭാഷകന്റെ പോലെ പറഞ്ഞവസാനിപ്പിച്ചു.

“അങ്ങനെ പറഞ്ഞാൽ എങ്ങനെ ശരിയാകും?” രാജി ഏതോ ഒരു പാട്ടു പാടുന്ന താളത്തിൽ നന്ദനോടു ചോദിച്ചു.

നന്ദൻ പുഞ്ചിരിച്ചു. “എല്ലാം ശരിയാകും.”

“സത്യത്തിൽ എന്താ അവിടെ നടന്നത്?” രാജി ഹാസ്യരസതാള ത്തോടെ വീണ്ടും ചോദിച്ചു.

“കുന്തം” നന്ദന്റെയും രാജിയുടെയും വിജുവിന്റെയും കുമാറിന്റെയും പൊട്ടിച്ചിരിയുടെ അലകൾ കേരളത്തിന്റെ പുതിയ സാംസ്ക്കാരിക അന്ത രീക്ഷത്തിൽ ലയിച്ചു ചേർന്നു.

മാതാ പിതാ ഗുരു ദൈവം

നന്ദി

■

# എഴുത്തുകാരനുമായുള്ള അഭിമുഖം

**ഫ്രീ**ലാൻസേർസ് ആയ ജോബിസ് മാത്യൂസ്, ബിനോയ് ജോർജ് എന്നിവർ ലിയോൺസുമായി നടത്തിയ അഭിമുഖത്തിൽ നിന്ന്.

- ലിയോൺസിന്റെ ആദ്യ നോവൽ ദൈവകണികകൾ ഞാൻ വായിച്ചിരുന്നു. രണ്ടാമത്തെ നോവലിൽ എത്തി നിൽക്കുമ്പോൾ എന്ത് തോന്നുന്നു?

  **ഭാ**ഗ്യം. ഒന്നാമത്തെ പുസ്തകം വായിച്ച് ഇഷ്ടപ്പെട്ടവർ, ക്രിയാത്മകമായി വിമർശിച്ചവർ, എനിക്ക് ഇനിയും എഴുതാനുള്ള ഊർജം തരുന്നു. മൂന്നാമത്തെയും എഴുതിത്തുടങ്ങി. ഞാൻ ആസ്വദിക്കുന്നു. എഴുത്ത് എല്ലാ അർത്ഥത്തിലും ആനന്ദം തരുന്നു.

- ആക്ഷേപഹാസ്യ പ്രധാനമായ ഈ നോവൽ എഴുതിത്തീർക്കാൻ എത്ര സമയമെടുത്തു?

  **ഏ**താണ്ട് ഒരു വർഷം.

- ഇരുട്ടു മുറിയിൽ ഇരുന്നു ചെറിയ ഒരു ദ്വാരത്തിലൂടെ പ്രകാശത്തെ നോക്കികാണുന്ന മലയാളിയെ പരിഹസിക്കുന്നുണ്ട്? അത് അതിരു കടന്ന ഒരു പ്രയോഗമായില്ലേ?

  **ഞാ**നും ഒരു മലയാളിയാണ്. എന്നെ മാറ്റി നിർത്തികൊണ്ടല്ല ഞാൻ ഈ കഥ എഴുതിയത്. ഹാസ്യവിമർശന സ്വഭാവമുള്ള വരികൾ ആണെങ്കിലും, അത് ലോകത്തുള്ള എല്ലാ മനുഷ്യരുടെയും അവസ്ഥയായിമാത്രമേ ഞാൻ കണക്കാക്കുന്നുള്ളൂ. പല രാജ്യങ്ങളും ഞാൻ സന്ദർശിച്ചിട്ടുണ്ട്. മനുഷ്യ വികാരങ്ങൾ പൊതുവെ എല്ലാ സ്ഥലങ്ങളിലും ഒരുപോലെയാണ്. പ്രകടിപ്പിക്കുന്ന രീതിയിൽ മാത്രമേ വ്യത്യാസമുള്ളൂ. കേരളത്തിലെ ആൾക്കാർ മുഴുവൻ അങ്ങനെയാണ് എന്ന് ഞാൻ പറയില്ല. ഇതിലെ കേന്ദ്ര കഥാപാത്രമായ കേണൽ അങ്ങനെയായിരിക്കാം. അത്തരം മനുഷ്യരെ ഞാൻ വിദേശത്തും കണ്ടിട്ടുണ്ട്.

- താങ്കളുടെ എഴുത്തിനു വി.കെ.എൻ. ശൈലിയുമായി ഗ്രീൻബുക്സ് എം.ഡി. കൃഷ്ണദാസ് താരതമ്യം ചെയ്യുകയുണ്ടായി. ദൈവകണിക കൾ എന്ന നോവലിൽ അത് പല സ്ഥലങ്ങളിലും പ്രകടമായിരുന്നു എന്നാണ് എന്റെയും വിശ്വാസം.

**അ**ങ്ങനെ അദ്ദേഹം പറയുന്നത് അഭിമാനം തന്നെ. ബോധപൂർവ്വം ആരെയും അനുകരിച്ചിട്ടില്ല. എനിക്ക് പുതിയ ഒരു ശൈലി ഉണ്ടെന്നു വിശ്വസിക്കാനാണ് കൂടുതൽ ഇഷ്ടം. പിന്നെ ചില പേജിൽ ചില വരികളിൽ ചെറുപ്പത്തിൽ വായിച്ചിട്ടുള്ള മഹാരഥന്മാരായ എഴുത്തു കാരുടെ സ്വാധീനം തീർച്ചയായും കാണും. അത് അഭിമാനം തന്നെ യാണ്.

- അടുത്ത നോവൽ വീണ്ടും മറ്റൊരു ആക്ഷേപ ഹാസ്യമാണോ?

**സാ**ധ്യത കുറവാണ്. അടുത്തത് പ്രണയം തന്നെയാണ്. വിഷയ ങ്ങൾ മാറി വരുമോ എന്ന് തീർത്തു പറയാനും കഴിയില്ല.

- ഇതിലെ പ്രധാന കഥാപാത്രത്തിനു 50 വയസിനു മീതെ പ്രായമാണ്. ഈ കഥക്ക് ഒരു പ്രത്യേക വായന വിഭാഗത്തെ ഉദ്ദേശിക്കുന്നുണ്ടോ?

**ലോ**കത്തെ ഏതു പ്രദേശത്തും ഇത്തരത്തിൽ ഒരു കഥ നടക്കും എന്ന് ഞാൻ വിശ്വസിക്കുന്നു. പാപ്പരാസികൾ എന്ന് പറയുന്ന ഒരു പേര് തന്നെ എവിടെ നിന്നാണ് വന്നത്? മനുഷ്യരുടെ ആകാംക്ഷ പല സ്ഥലങ്ങളിലും പല രീതിയിൽ പ്രകടിപ്പിക്കപ്പെടുന്നു. ഏതു പ്രായക്കാരായാലും ഇതു ലോക സത്യമാണ്. വായിക്കാൻ താത്പര്യം ഉള്ള എല്ലാവർക്കും ഇത് വായിക്കാം. ആക്ഷേപഹാസ്യം ഇഷ്ട പ്പെടുന്നവർ ഒരുപക്ഷേ, കൂടുതൽ ഇഷ്ടപ്പെട്ടേക്കാം എന്ന് പറയുന്ന താവും കൂടുതൽ ശരി.

- ആദ്യ നോവലും ഈ സൃഷ്ടിയും തമ്മിൽ ശൈലിയിൽ വളരെയധികം പ്രത്യക്ഷ വ്യത്യാസമുണ്ട്. എങ്ങനെ കാണുന്നു?

**ഒ**രു വ്യത്യാസത്തിനുവേണ്ടി ഒന്നും എഴുതാറില്ല. അടിസ്ഥാനപര മായി എനിക്ക് സമൂഹവുമായി സംവദിക്കണം എന്ന് തോന്നുന്ന വിഷയങ്ങൾ പല രീതികളിൽ അവതരിപ്പിക്കുന്നു. അങ്ങനെ ചെയ്യാതെ എനിക്ക് ജീവിക്കാൻ കഴിയില്ല എന്നാണ് ഇപ്പോൾ തോന്നുന്നത്.

- ഇത് നടന്ന കഥയിൽ നിന്ന് പ്രചോദനം ഉൾക്കൊണ്ട് എഴുതിയ കഥ യാണോ ?

**ക**ഥാപാത്രങ്ങൾ പല സ്ഥലങ്ങളിലെ സഞ്ചാരത്തിനിടയിൽ കണ്ടു മുട്ടിയ വക്തികളുടെ സംഭാഷണ രീതികളും ചില കാഴ്ചപ്പാടുകളും കഥപറച്ചിൽ സുഗമമാക്കുന്നതിന് സഹായിച്ചിട്ടുണ്ട്. പരിപൂർണ്ണ മായി ഒരു കഥാപാത്രവും ജീവിച്ചിരിക്കുന്ന ഒരു വ്യക്തിയെയും

സൂചിപ്പിക്കുന്നില്ല. അതിന്റെ ആവശ്യം ഇത്തരം ഒരു കഥക്ക് ആവശ്യം തന്നെ ഇല്ല. പൊതു സമൂഹത്തിന്റെ പൊതുവായ കാഴ്ചപ്പാടുകളെ കുറിച്ച് പരാമർശിക്കുമ്പോൾ നേരത്തെ പറഞ്ഞ പോലെ ഞാൻ എന്ന വ്യക്തിയടക്കം ഉൾപ്പെടുന്ന വലിയ സമൂഹത്തെ ഒരു പക്ഷേ ഇത് വലിയ ഒരു അളവ് വരെ പ്രകാശിപ്പിക്കുന്നെങ്കിൽ അത് വിജയമായി ഞാൻ കണക്കാക്കും. വായനക്കാരുടെ തുറന്ന അഭിപ്രായം കേൾക്കാൻ ഞാൻ എന്നും തയ്യാറാണ്.

- കഥയുടെ അവസാനത്തിൽ നിറങ്ങളെ ഉപയോഗിച്ച് സംഭാഷണത്തിന് എന്തെങ്കിലും കാരണം?

**പ**ല നിറങ്ങൾക്കും പല അർത്ഥങ്ങൾ ആണല്ലോ. ഒരു നിറം ഉപയോഗിച്ചു മറ്റൊന്നിനെ വിലയിരുത്താൻ കഴിയില്ല. എല്ലാ മനുഷ്യരും അത് പോലെ തന്നെ. മനുഷ്യൻ ഒരു കണ്ണാടികൂടിയാണ്. നിങ്ങൾ മറ്റൊരാളെ കുറിച്ച് നടത്തുന്ന വസ്തുതാപരമല്ലാത്ത അഭിപ്രായ പ്രകടനങ്ങൾ നിങ്ങളുടെ തന്നെ മനസ്സിന്റെ അവസ്ഥയും കാഴ്ചയുമാണ്. അത് ഒരു പക്ഷേ സമൂഹ കണ്ണാടി നിങ്ങളുടെ മനസ്സിനെ പാകപ്പെടുത്തി എടുത്തതാവാം. നിങ്ങൾ ഏതു നിറത്തിലൂടെ ഒരു മനുഷ്യനെ കാണണം എന്നാഗ്രഹിച്ചാലും നിങ്ങൾക്ക് അങ്ങനെ കാണാൻ കഴിയുമെന്നാണ് എന്റെ വിശ്വാസം.

- ഈ കഥയിലും നിങ്ങളുടെ ആത്മാംശം ഉണ്ടെന്ന തോന്നൽ വായനക്കാരന് അനുഭവപ്പെടുന്നുണ്ട്.

**എ**ന്റെ മുന്നിൽ വരുന്ന ഓരോ മനുഷ്യരും ഇത്തരം ആശയങ്ങളെ കഥകളാക്കി മാറ്റുന്നതിൽ എന്നെ ഉത്തേജിപ്പിക്കുന്നുണ്ട്. അതു കൊണ്ടു തന്നെ തന്റെ മുന്നിൽ വരുന്ന ഒരോ മനുഷ്യരെയും ദൈവ തുല്യരായി കാണാൻ മാത്രമേ എനിക്ക് കഴിയുകയുള്ളു. കഴിഞ്ഞ നോവലിലെ ലോന എന്ന കഥാപാത്രത്തിൽ തന്റെ ഐഡന്റിറ്റി കൂടുതൽ ഉണ്ടെന്ന കാര്യം സമ്മതിക്കുമ്പോൾ തന്നെ ഈ കഥയിലെ ലോലിതയിലും, ലോറൻസിലും, കേണൽ, ചായക്കടക്കാരൻ, കാണികൾ ഇങ്ങനെ ഇതിൽ പ്രതിപാദിച്ചിട്ടുള്ള എല്ലാവരിലും ലിയോൺസ് ഉണ്ടാകാം. നേരത്തെ പറഞ്ഞപോലെ എന്നെ ഒന്നിൽ നിന്നും ഞാൻ ഒഴിച്ചു നിർത്തിയിട്ടില്ല. അങ്ങനെ വരുമ്പോൾ എല്ലാ കഥാപാത്രങ്ങളും ഞാൻ തന്നെ.

- ഇതു കുറ്റബോധം ഒഴിവാക്കാൻ പറയുന്നതല്ലേ?

**അ**ല്ല. പരമമായ സത്യം. എല്ലാ മനുഷ്യരിലും ഇത്തരം പല വശങ്ങളും കാണും. കഥാകാരനെ പലതും ഓർമ്മിപ്പിക്കുന്നു. കഥാകാരൻ സ്വയം അത് ഓർക്കുന്ന പ്രക്രിയ സൃഷ്ടിയായി നിങ്ങളുടെ മുന്നിൽ എത്തുന്നു. സൃഷ്ടി എന്നു പറയാൻ എനിക്കു സത്യത്തിൽ ഭയമാണ്. ഈ പ്രപഞ്ചത്തിലെ ഓരോ അംശങ്ങളെയും സൃഷ്ടിച്ചവനാണ്

യഥാർത്ഥ സൃഷ്ടികർത്താവ്. അങ്ങനെ സൃഷ്ടിക്കപ്പെട്ട ഭൂമിയുടെ പ്രപഞ്ചത്തിന്റെ മനുഷ്യരുടെയെല്ലാം മുമ്പിൽ പല ശക്തിയിൽ പ്രവർത്തിക്കുന്ന കണ്ണടകൾ വെച്ചു കൊടുത്തു മനുഷ്യരെ കണ്ണാടിയിൽ നോക്കിപ്പിക്കുന്ന ഒരു നേത്രരോഗ വിദഗ്ദ്ധന്റെ കടമയ്ക്കു തുല്യമാണ് കലാസാഹിത്യ രചനകൾ എന്നു വേണമെങ്കിൽ പറയാം. അതുകൊണ്ടുതന്നെ ചില സമയങ്ങളിൽ ഷോർട്ട് സൈറ്റ് ലെൻസ്, ലോങ് സൈറ്റ് ലെൻസ്, ചില സമയങ്ങളിൽ ആറ് ബൈ ആറും, ചിലപ്പോൾ തിമിര ലെൻസ് അങ്ങനെ വിവരിക്കാൻ കഴിയാത്ത പല കാഴ്ചകളും വായനക്കാരന്റെ യുക്തിക്ക് അനുസരിച്ചു അനുഭവപ്പെട്ടേക്കാം. ജാമ്യമെടുക്കുന്നതല്ല. അതാണ് കലാസാഹിത്യത്തെ രംഗത്തെ ഓരോ സൃഷ്ടിയെ കുറിച്ചും എന്റെ കാഴ്ചപ്പാട്. കഥ എഴുത്തുകാരൻ എഴുതുന്നു. വായനക്കാർ എന്ത് ചിന്തിക്കുന്നുവെന്നത് അവരുടെ യുക്തിക്ക് ഞാൻ വിട്ടുകൊടുക്കുന്നു. ■

# നന്ദി

**എ**ന്റെ ഭാവനയുടെ ഭ്രാന്തുകൾ സഹിക്കുന്ന കുടുംബത്തിന് നന്ദി. കഴിഞ്ഞ രണ്ടു വർഷം എന്റെ കൂടെ ജോലി ചെയ്ത ഓരോ വ്യക്തികളും എന്റെ ഭ്രാന്തമായ ആശയങ്ങളെ താലോലിച്ചവരാണ്. ഒരുപക്ഷേ, ഇത്രയും കാലത്തിനുള്ളിൽ ഏറ്റവും അധികം പ്രോത്സാഹനം തന്ന മറ്റൊരു സൗഹൃദ കൂട്ടായ്മ എനിക്കില്ല. കഥകളായി എന്റെ മുന്നിൽ കഥകളി കളിച്ചവർ. ഞാൻ അവരെ വേദനിപ്പിക്കുകയാണോ സന്തോഷിപ്പിക്കുകയാണോ എന്നറിയില്ല. അവരുടെ ചില വാക്കുകൾ ഈ കഥ എഴുതുന്നതിൽ സഹായിച്ചിട്ടുണ്ട്. പലരും മനഃപൂർവം എന്റെ മുന്നിൽ നാടകം കളിക്കുന്നത് ഞാൻ ശ്രദ്ധിച്ചിട്ടുണ്ട്. അതു അവരുടെ സന്തോഷം കൊണ്ടാണെന്നു പോലും മനസ്സിലാക്കാൻ എനിക്കു സമയമെടുത്തു. അത് എന്റെ കഴിവ് കുറവായി അവർ ക്ഷമിക്കട്ടെ. എന്റെ സുഹൃത്തുക്കൾക്ക് നന്ദി. കലാലയ ജീവിതത്തിൽ ഞാൻ കണ്ടുമുട്ടിയ എന്റെ പ്രിയ അധ്യാപകരുടെ പേരുകൾ ഇവിടെ എഴുതിച്ചേർക്കുന്നില്ല. അവരുടെ വാക്കുകൾ എന്റെ രചനകളിൽ അദൃശ്യമായ ശക്തിയും ദൈവീകമായ സാന്നിധ്യവും പകരുന്നു എന്നാണ് എന്റെ വിശ്വാസം. എന്റെ അധ്യാപകർക്ക് നന്ദി.

വിദ്യാലയങ്ങൾ എന്ത് നിങ്ങളെ പഠിപ്പിച്ചു എന്നു തിരിച്ചറിയണമെങ്കിൽ, അവിടെ നിന്ന് പുറത്തിറങ്ങിയതിന് ശേഷം നിങ്ങൾ എന്തു മാത്രം അതിനെ കുറിച്ചു ഓർക്കുന്നു എന്നതുമായി ബന്ധപ്പെട്ടു കിടക്കുന്നു. എന്റെ വിദ്യാലയങ്ങൾക്ക് നന്ദി. ആദ്യത്തെ പബ്ലിഷർ സ്വന്തം പിതാവിനെ പോലെയാണ്. ഗ്രീൻ ബുക്സ് എനിക്കു തന്നെ പ്രോത്സാഹനം വളരെ വലുതാണ്. ഈ കഥ വായിച്ചുകഴിഞ്ഞുനടന്ന കൂടിക്കാഴ്ച മറക്കാൻ കഴിയാത്തതാണ്. എന്റെ പബ്ലിഷർക്ക് നന്ദി. ജനിച്ച മണ്ണ് എന്റെ വളർച്ചയുടെ വേരുകളെ താങ്ങുന്ന സുന്ദര ഭൂമിയാണ്. ഭൂമിയുടെ സൗന്ദര്യം ആസ്വദിക്കാൻ പഠിപ്പിച്ച തൃശൂരിലെ മുണ്ടൂർ പുറ്റേക്കര നാടിന് നന്ദി. വ്യത്യസ്ത നിലപാടുകൾ എന്നിലേക്ക്

ഒഴുക്കി വിട്ട എന്റെ സഹപാഠികൾക്ക് നന്ദി. തർക്കിച്ചും കലഹിച്ചും സ്നേഹിച്ചും പുതിയ ലോകം സൃഷ്ടിക്കുന്ന എന്റെ സഹപ്രവർത്തകർക്ക് നന്ദി. എന്നെ പ്രചോദിപ്പിച്ച പത്ര, ടെലിവിഷൻ മാദ്ധ്യമ രംഗത്തെയും രാഷ്ട്രീയ രംഗത്തെയും സിനിമ മറ്റു കലാകായികരംഗത്തെയും എല്ലാ ബഹുമാന്യ വ്യക്തികളോടും നന്ദി. ഈ നോവൽ റിവ്യൂ ചെയ്ത എന്റെ സുഹൃത്തുക്കളായ ജ്യോതിരാജ്, സതീഷ്കുമാർ, ജെയിം സെബാസ്റ്റ്യൻ, ആനന്ദ് നാരായൺ, സഹോദരി ജൂലി ജോൺ എന്നിവർക്ക് പ്രത്യേക നന്ദി അറിയിക്കുന്നു. ഈ പുസ്തകത്തിന് മനോഹരങ്ങളായ ചിത്രങ്ങൾ വരച്ചു നൽകിയ ആർട്ടിസ്റ്റ് ഗോപിദാസിന്

ഏറെ നന്ദി.

എല്ലാത്തിനും ഉപരിയായി എന്റെ മനസ്സിന്റെയും ശരീരത്തിന്റെ അവിഭാജ്യ ഭാഗമായ എന്റെ കുടുംബം. (ഭാര്യ: സമിൽ, മക്കൾ: ലിസ്, ലബാനോ) അവരാണ് എന്റെ ജീവിതത്തിന്റെയും നോവലിന്റെയും ആദ്യ വായനക്കാർ. അവരുടെ സ്നേഹത്തിന്റെയും സമർപ്പണത്തിന്റെയും മുന്നിൽ ഈ നോവൽ വളരെ ചെറുതാണെന്ന തിരിച്ചറിവിനെകൂടി മുൻനിർത്തിക്കൊണ്ട് ഞാൻ പരിചയപ്പെട്ടിട്ടുള്ള എല്ലാ മനുഷ്യ സ്നേഹികൾക്കും മുന്നിൽ ഈ നോവൽ സമർപ്പിക്കുന്നു.

എന്റെ ഇപ്പോഴത്തെ താവളമായ ആലുവ ദേശത്തെ ദേശധ്വനി സുഹൃത്തുക്കൾക്കും ഈ അവസരത്തിൽ ഞാൻ നന്ദി അറിയിക്കുകയാണ്. ■

## ക്യാമറ കണ്ണുകൾ

**ആ**കാശ കാഴ്ചയിൽ കറുത്ത കുത്തുകൾ
അതിവിദൂര കാഴ്ചയിൽ മനുഷ്യരും മൃഗങ്ങളും
വിദൂര കാഴ്ചയിൽ കറുമ്പനും വെളുമ്പനും
ദൂര കാഴ്ചയിൽ സ്ത്രീയും പുരുഷനും
നേർ കാഴ്ചയിൽ ഹിന്ദുവും മുസ്ലിമും ക്രിസ്ത്യാനിയും
ഉൾ കാഴ്ചയിൽ ഒരു പ്രതിബിംബം മാത്രം
ദീപ കാഴ്ചയിൽ തിളങ്ങുന്ന മനുഷ്യർ
പട്ടണ കാഴ്ചയിൽ ബഹുനില മന്ദിരങ്ങൾ
ഗ്രാമ കാഴ്ചയിൽ ബഹു നില മനുഷ്യർ
സൂക്ഷ്മ ദർശനിയിൽ അവനും അവളും ശരിയല്ല.
കണ്ണാടി കാഴ്ചയിൽ ഞാൻ ശരി മാത്രം.
കണ്ണാടി മിനുക്കിയാൽ മങ്ങിയ മുഖമോ?
അത് കണ്ണുകൾക്ക് കാഴ്ച നഷ്ടപ്പെട്ടിട്ടോ?
അതോ, കണ്ണാടിക്കു തിളക്കം നഷ്ടപ്പെട്ടിട്ടോ?

*(ലിയോൺസിന്റെ കവിതകളിൽ നിന്ന്)*

## ആറു കണ്ണുകൾ

രണ്ടു കണ്ണിലും കണ്ണുകൾ,
രണ്ടു കാതിലും കണ്ണുകൾ,
പിന്നിലും രണ്ടു കണ്ണുകൾ.
ആറു കണ്ണും തുറന്നിരിക്കും നാട്ടിൽ,
ആറു കണ്ണന്മാരെന്ന അഹങ്കരിക്കും നാട്ടിൽ,
ഒരു നിമിഷം അടയ്ക്കണം ആ കണ്ണുകൾ,
ആറായിരം കണ്ണുകളിൽ കാഴ്ചകൾ കാണാൻ.

(ലിയോൺസിന്റെ കവിതകളിൽ നിന്ന്)

www.ingramcontent.com/pod-product-compliance
Lightning Source LLC
LaVergne TN
LVHW041845070526
838199LV00045BA/1447
* 9 7 8 9 3 8 6 4 4 0 1 4 3 *